AF741973

കിനുഗോയാല തെരുവ്

kinugoyala theruvu
bangali novel

•

santhoshkumar khosh

•

translation
k ravivarmma

•

first chintha edition
september 2010

•

typesetting
krishna graphics, balaramapuram

•

published
chintha publishers, thiruvananthapuram

•

•

cover
biju

•

വിതരണം

ദേശാഭിമാനി ബുക്ക് ഹൗസ്
H O തിരുവനന്തപുരം–695 001

ബ്രാഞ്ചുകൾ

ഓവർബ്രിഡ്ജ് തിരുവനന്തപുരം • കെ എസ് ആർ ടി സി ബസ് സ്റ്റേഷൻ ആലപ്പുഴ • കെ എസ് ആർ ടി സി ബസ് സ്റ്റേഷൻ എറണാകുളം • കലൂർ കൊച്ചി • ഐ ജി റോഡ് കോഴിക്കോട് • മാവൂർ റോഡ് കോഴിക്കോട് • എൻ ജി ഒ യൂണിയൻ ബിൽഡിങ് കണ്ണൂർ • സെൻട്രൽ ബസ് ടെർമിനൽ കോംപ്ലക്സ് താവക്കര കണ്ണൂർ • മച്ചിങ്ങൽ ലെയ്ൻ തൃശൂർ

CO - 1485 / 2551

കിനുഗോയാല തെരുവ്

ബംഗാളി നോവൽ

സന്തോഷ്കുമാർ ഘോഷ്

പരിഭാഷ

കെ രവിവർമ്മ

ചിന്ത പബ്ലിഷേഴ്സ്
തിരുവനന്തപുരം-695 001

സന്തോഷ്കുമാർ ഘോഷ് (1920–1985)

പ്രമുഖ ബംഗാളി നോവലിസ്റ്റും ചെറുകഥാകൃത്തും പത്ര പ്രവർത്തകനും. ഇന്നത്തെ ബംഗ്ലാദേശിൽ ഉൾപ്പെടുന്ന രാജബാരിയിൽ ജനനം. കൽക്കട്ടയിൽ വിദ്യാഭ്യാസം പൂർത്തിയാക്കിയതിനുശേഷം *ജുഗാന്തർ*, *ദ ആനന്ദ ബസാർ പത്രിക* തുടങ്ങിയ പത്രങ്ങളിൽ സബ് എഡിറ്ററായും അസോസിയേറ്റ് എഡിറ്ററായും പ്രവർത്തിച്ചു. ഒരു ചെറുകഥാകൃത്ത് എന്ന നിലയിൽ പ്രസിദ്ധി നേടിയെങ്കിലും *കിനു ഗോയാല തെരുവ്* എന്ന നോവലിലൂടെയാണ് ബംഗാളി സാഹിത്യത്തിൽ അംഗീകാരം നേടുന്നത്. 1972 ൽ *ശേഷ് നമസ്കാർ* എന്ന നോവലിന് സാഹിത്യ അക്കാദമി അവാർഡ് ലഭിച്ചു.

അവതാരിക

നോവൽ ഇന്ന് എഴുത്തുകാരന്റെ ആത്മപ്രകാശനത്തിനുള്ള പ്രബലതമമായ വാഹനമായിരിക്കുന്നു. ജെയിംസ് ജോയിസ്, തോമസ്മൻ, മാർഷേൽ പ്രൂസ്ത്, ഫ്രാൻസ് കാഫ്ക, അൽബേർ കാമു, ഴാങ് പോൾ സാർത്രേ, ഫ്രാസോവ മൊരിയാക്, ഏണസ്റ്റ് ഹെമിങ്‌വേ, ലാക്സനെസ്, പാസ്ത്യർനാക്—ഈ പത്തുപേരാകുന്നു ആധുനിക പാശ്ചാത്യ നോവൽ സാഹിത്യത്തിന്റെ പ്രധാന ശില്പികൾ. ജീവിതത്തെ സംബന്ധിച്ചുള്ള ഇവരുടെ ജിജ്ഞാസ വിശ്വമാനവന്റെ ആത്മാനുസന്ധാനവും എഴുത്തുകാരുടെ ആത്മാവിഷ്കരണവുമല്ലാതെ മറ്റൊന്നുമായിരുന്നില്ല. ഇതിന്റെ സൂചന ഒന്നാം ലോകമഹായുദ്ധകാലത്തും പ്രസാരണം അതിനുശേഷമുള്ള മൂന്ന് ദശകങ്ങളിലുമായിരുന്നു. ഇന്ന് അതിന് പരിണിതമായ കലാരൂപം സിദ്ധിച്ചിരിക്കുന്നു.

ബംഗാളി നോവലിൽ ആധുനികത്വത്തിന്റെ സൂചനയാകുന്നു രവീന്ദ്രനാഥന്റെ *ചതുരംഗ്* (1916). നായകന്റെ ആത്മാനുസന്ധാനം അവനെ ബഹിർജഗത്തിൽനിന്ന് അന്തർജഗദങ്കണത്തിലേക്ക് തിരിച്ചുകൊണ്ടുവന്നു. വസ്തുവിൽനിന്ന് നിർവസ്തുവിലേക്ക്, ചേതനയിൽനിന്ന് അവചേതത്തിലേക്ക്, റിയാലിറ്റിയിൽനിന്ന് ഇന്നർ റിയാലിറ്റിയിലേക്ക് യാത്ര ചെയ്യുകയാണ് *ചതുരംഗി*ലെ നായകനായ ശചീശ്—ജീവിത യാഥാർഥ്യം, അന്വേഷിക്കലാണ്. *ചതുരംഗി*ന്റെ ഉജ്വലമായ ഉദാഹരണം, ഈ ദശാബ്ദത്തിന്റെ പ്രഥമാർധത്തിൽ, ബംഗാളി സാഹിത്യത്തിൽ വിശേഷിച്ചും അനുകരിക്കപ്പെടുകയുണ്ടായില്ല എന്നത് കഷ്ടമായിപ്പോയി—ഒന്നുരണ്ട് അപവാദങ്ങളില്ലെന്നല്ല. ശതാബ്ദത്തിന്റെ പ്രഥമാർധത്തിൽ പുതിയ രീതിയിലുള്ള നോവൽ ബംഗാളിസാഹിത്യത്തിൽ കാണപ്പെട്ടു. കൺഫെഷൻ, ഡിറ്റെക്ഷൻ, സെൽഫ് പ്രൊജെക്ഷൻ, അപരാധ സ്വീകരണോക്തി, ജീവിതസത്യാന്വേഷണം, ആത്മാനുസന്ധാനം എന്നിവ ആധുനിക

കാലത്തെ നോവലെഴുത്തുകാരുടെ രചനയെ നിയന്ത്രിച്ചുവന്നു. ഇന്നർ റിയാലിറ്റിയുടെ അന്വേഷണം ക്രമേണ തീവ്രവും നിർമമവുമായി. കലാരൂപം ജടിലമായി; ഭാഷയും സംഭാഷണവും ഉജ്ജ്വലവും പ്രസാധിതവുമായി. കഥാപ്രധാനമായ നോവലിൽനിന്ന് ആത്മകേന്ദ്രിതമായ നോവലുകൾ. ഈ മാർഗത്തിലൂടെ നോവലിന്റെ കലാരൂപം പരിവർത്തനോന്മുഖമായി.

ശ്രീ. സന്തോഷ്കുമാർ ഘോഷിന്റെ (ജനനം 1920) നോവലുകളെ നിരൂപണംചെയ്യുന്ന സമയം പരിപ്രേക്ഷ്യമെന്ന മട്ടിൽ വിശ്വനോവൽ സാഹിത്യത്തിന്റെ ഈ പാർശ്വവീക്ഷണം ആവശ്യമാണ്. സന്തോഷ്കുമാർ സാഹിത്യത്തിലേക്ക് കടന്ന കാലത്തെ പ്രകൃതിയെയും സ്മരിക്കേണ്ടതാണ്. അന്ന് (1940–50) വംഗദേശവും ബംഗാളി ജീവിതവും ഒരു സാർവത്രികമായ കാലപ്പിഴയിലൂടെ കടന്നുപോവുകയായിരുന്നു. 1920–ലോ അതിനടുപ്പിച്ചോ പിറന്നവർ ഇക്കാലത്താണ് എഴുതാൻ തുടങ്ങിയത്. ശരച്ചന്ദ്രന്റെ റൊമാന്റിക് യുഗാവസാനം, *കല്ലോൽ* മാസികയെ കേന്ദ്രമാക്കി വളർന്ന ബൊഹീമിയൻ പ്രസ്ഥാനത്തിന്റെ അവസാനം, വിഭൂതി ഭൂഷൺ ബന്ദോപാധ്യായയുടെ പ്രകൃത്യുന്മുഖതയുടെ അവസാനം–ഇതായിരുന്നു അക്കാലത്തെ ബംഗാളിനോവലിന്റെ പശ്ചാത്തലം. സന്തോഷ്കുമാറും അദ്ദേഹത്തിന്റെ സഹപ്രവർത്തകരായ എഴുത്തുകാരും (നാരായൺ ഗംഗോപാധ്യായ, നരേന്ദ്രനാഥമിത്ര, നവേന്ദു ഘോഷ്, ജ്യോതിരിന്ദ്രനന്ദി, സമരേശ് ബസു, രമാപദ് ചൗധരി, വിമൽകർ) താരുണ്യത്തിൽ കാൽകുത്തിയ കാലത്ത് ബംഗാളിൽ കാലവിപര്യയത്തിന്റെയും നൈതിക അവമൂല്യനത്തിന്റെയും കാറ്റു വീശാൻ തുടങ്ങിയിരുന്നു. ആ സാമൂഹികമായ തകർച്ചയുടെ, രാഷ്ട്രീയമായ അശാന്തിയുടെ, സാമ്പത്തികമായ കീഴ്മേൽ മറിച്ചിലുകളുടെ നടുവിൽ ഈ യുവ എഴുത്തുകാർ സാഹിത്യമണ്ഡലത്തിലേക്ക് കടന്നു. അന്ന് മണിക് ബന്ദോപാധ്യായ ഒഴികെ മറ്റൊരു പൂർവസൂരിക്കും ഈ ചെറുപ്പക്കാരിൽ ആവേശം ഉളവാക്കാൻ കഴിഞ്ഞില്ല. മണിക്കിന്റെ *പുതുൽനാമേർ ഇതികഥ* (1935) ഈ പുതുതലമുറക്കാർക്ക് പ്രേരണാദായകമായ നോവലായി പരിണമിച്ചു.

മനോവിഭ്രാന്തി, മൂല്യത്തകർച്ച, ശൂന്യതാബോധം, പ്രതിലോമചിന്തകളുടെ വ്യാപാരം—ഈ പശ്ചാത്തലത്തിൽ മേൽപ്പറഞ്ഞ എഴുത്തുകാരുടെ സംഘം കണ്ണുതുറന്ന് നോക്കി; ക്ഷുബ്ധമായ സ്വദേശഭൂമിയെ അവർ കണ്ടു. ജീവിതത്തിന്റെ വെല്ലുവിളികളെ പ്രതിഷേധമന്യേ സ്വീകരിച്ചു—നൈരാശ്യത്തിന്റെ കുറുവടിപ്രയോഗത്തെ.

സന്തോഷ്കുമാറിന്റെ ജനനം ഫരീദ്പൂരിലെ രാജബാഡിയിൽ (ഇപ്പോൾ ബംഗ്ലാദേശിൽ) ആയിരുന്നു. അവിടെത്തന്നെ ബാല്യവും കൗമാരവും കഴിച്ചുകൂട്ടി. പക്ഷേ, അദ്ദേഹത്തിന്റെ കഥകളിലും നോവലുകളിലും ഗ്രാമജീവിതത്തിന് സ്ഥാനമില്ല. അദ്ദേഹം തികച്ചും നഗരജീവിതത്തിന്റെ കഥാകാരനാണ്. എങ്കിലും വർഷകാലത്തെ നിറഞ്ഞ നദി,

ജ്യോത്സ്നാപുളകിതമായ രാത്രികളിൽ മീൻപിടുത്തക്കാരായ മുക്കുവരുടെ വശ്യമായ വഞ്ചിപ്പാട്ടുകൾ, താരകണങ്ങൾ നിറഞ്ഞ ആകാശം എന്നിവ അദ്ദേഹത്തിന്റെ മനസിന് രൂപംനൽകി, സാഹിത്യത്തിൽ അതിന്റെ നിഴൽ വീണില്ലെങ്കിൽത്തന്നെ. രാജബാഡിയുടെ ഓർമ അദ്ദേഹത്തെ വിട്ടുമാറിയില്ല. എന്നാലും വംഗനാടിന്റെ ഗ്രാമ്യസൗന്ദര്യമോ ജീവിതാനുഭവങ്ങളോ അല്ല അദ്ദേഹത്തിന്റെ കഥകളിൽ നിറഞ്ഞുനിൽക്കുന്നത്.

രാജബാഡിയിൽ മെട്രിക് പാസായി സന്തോഷ് ബാബു കൽക്കത്തയിലേക്ക് (1936) പോന്നു. അന്നുതൊട്ട് കൽക്കത്തയിൽ സ്ഥിരതാമസമാക്കി. 1938 മുതൽ 1947 വരെ, പതിനെട്ടു മുതൽ ഇരുപത്തേഴ് വയസുവരെ ജീവിതത്തിൽ നേടിയ അനുഭവങ്ങൾ അവസാനം സന്തോഷ് ബാബുവിന്റെ കഥകളുടെയും സ്ഥിരം ഉപാദാനങ്ങളായി ഉപയോഗിക്കപ്പെട്ടു. അദ്ദേഹത്തിന്റെ ആദ്യത്തെ നോവലായ *കിനുഗോയാലാർഗലി* (1950)യിൽ ഈ അന്വേഷണ കൗതുകം പരിണിതമായ കലാരൂപത്തിൽ പ്രതിഷ്ഠിതമായിട്ടുണ്ട്. അന്ന് അദ്ദേഹത്തിന് വയസ്സ് മുപ്പതായിരുന്നു. അന്നു തുടങ്ങി, നോവലെഴുത്തുകാരനെന്ന നിലയ്ക്കുള്ള സന്തോഷ് കുമാറിന്റെ ജയയാത്ര.

കൽക്കത്ത അദ്ദേഹത്തിന് ജന്മാന്തര പ്രണയിയാണ്. നന്നേ ചെറുതായിരിക്കുമ്പോൾ പലപ്പോഴും കൽക്കത്തയിൽ വന്നിട്ടുണ്ടായിരുന്നു. എന്നാൽ സ്ഥിരവാസം തുടങ്ങിയത് പതിനാറാമത്തെ വയസിൽ, കോളേജുജീവിതാരംഭത്തോടെ മാത്രമാണ്. ഗ്രാമീണ ബംഗാളിനെയും പിതൃസ്മൃതിയെയും അവിടെത്തന്നെ വിട്ടിട്ടത്രേ അദ്ദേഹം പോന്നത്. ജീവിതത്തിന്റെ രണ്ടാംപർവം അങ്ങനെ തുടങ്ങി. അന്ന് അദ്ദേഹത്തിന് ദാരിദ്ര്യത്തോട് പടപൊരുതേണ്ടിവന്നു. അതിലേറെ വീറോടെ അടരാടേണ്ടിവന്നു, തന്നോടുതന്നെ. നിത്യമതൃപ്തമായ കലാകാരന്റെ ജീവിതത്തിന് സാഹചര്യത്തോട് പടവെട്ടേണ്ടിവന്നു, സാഹിത്യത്തിന്റെ പാരമ്പര്യത്തോടും അഭിരുചിയോടുംകൂടി. ഉത്തര കൽക്കത്തയിൽ, ഇടുങ്ങിയ തെരുവിൽ, ഇരുണ്ട മുറിയിൽ ഏതൊക്കെയോ പ്രകാരത്തിലായിരുന്നു ജീവിതസന്ധാരണം. കാരണം കുടുംബം വളരെ അവശമായിരുന്നു. താഴേത്തട്ടിൽ നിൽക്കുന്ന ഇടത്തരക്കാരൻ. ബന്ധുക്കൾ ആരെങ്കിലും വന്നാൽ അതിഥികളെ എങ്ങനെ സൽക്കരിക്കേണ്ടുവെന്നറിയാതെ നിന്ന് പരുങ്ങും. മറ്റു വാടകക്കാരോട് തൊട്ടതിനൊക്കെ വഴക്കിടും. ഈ ദരിദ്രവും സ്വാർഥ കുടിലവുമായ കൽക്കത്തയിലെ വാടക വീട്ടിലെ താമസത്തിന്റെ ചുറ്റുപാടാണ് സന്തോഷ്കുമാറിലെ എഴുത്തുകാരനു രൂപംനൽകിയത്.

കൽക്കത്തയിലെ വിചിത്രജടിലജീവിതമത്രേ സന്തോഷ് കുമാറിന്റെ നോവലിന്റെ പ്രധാന പ്രമേയം. മുഖ്യമായ പ്രതിപാദ്യം—ജീവിതം. അതിന്റെ ജടിലതയും വൈചിത്ര്യവും തന്നെ സന്തോഷ് കുമാറിന്റെ പ്രധാനമായ അന്വേഷിതവസ്തു. പ്രമേയമാണ് മുഖ്യം; കഥഗൗണം. പ്രമേയം ജീവിതത്തെ കേന്ദ്രമാക്കിയുള്ളതാവും—അതായത്, പ്രായേണ ആത്മകേന്ദ്രിതം.

ജീവിത ദുരിതങ്ങൾ രൂക്ഷമായ 1941 കാലമായിരുന്നു അത്. നാടാകെ

ക്ഷാമം. എം എ മുഴുമിക്കും മുമ്പുതന്നെ ബീഹാറിലെ ഒരു ഗ്രാമത്തിൽ ചെറിയൊരു ഉദ്യോഗത്തിനായി തിരിച്ചു. തിരിച്ചുവന്ന് കൽക്കത്തെയിലെ റൈറ്റേഴ്സ് ബിൽഡിങ്ങിൽ (സെക്രട്ടേറിയറ്റ്) ജൂനിയർ ക്ലർക്കിന്റെ പണി നോക്കി, കുറെ നാൾ. അതുവിട്ട് *പ്രത്യഹ്* എന്ന പത്രത്തിന്റെ സഹ സമ്പാദകനായി. നാൽപ്പത്തഞ്ചുരൂപയുടെ ക്ലർക്കിന്റെ പണിവിട്ട്, മുപ്പ ത്തഞ്ചുരൂപയുടെ പത്രപ്രവർത്തകപ്പണി. അത് തുടക്കം. അവിടെനിന്ന ങ്ങോട്ട് കൽക്കത്തെയിലെയും ഡൽഹിയിലെയും ഇംഗ്ലീഷ്, ബംഗാളി പത്രങ്ങളിൽ പല ചുമതലപ്പെട്ട സ്ഥാനങ്ങളിലും ജോയിന്റ് എഡിറ്ററുടെ സ്ഥാനവും നോക്കുന്നു. അനവധി നാടുകൾ ചുറ്റി, ഇംഗ്ലീഷിലും ബംഗാ ളിയിലും സവ്യസാചിയായ സന്തോഷ് കുമാർ. പ്രസംഗിക്കയുമാവാം എഴുതുകയുമാവാം—രണ്ടിലും സുപ്രതിഭൻ. ഒരേസമയത്ത് പത്രപ്രവർ ത്തനവും സാഹിത്യസേവനവും.

സന്തോഷ് കുമാർ അത്രയേറെ നോവലുകളൊന്നുമെഴുതിയിട്ടില്ല, ഇരുപത്തിരണ്ടുവർഷം കൊണ്ട് (1950–72) എട്ടു നോവലുകൾ എഴുതി—*കിനുഗോയാലാർഗലി* (1950), *നാനാരംഗേർദിന്* (1952), *മോമേർ പുതുൽ* (1954), *മുഖേർരേഖാ* (1959), *ജൽദാഗ* (1967), *സ്വയം നായക്* (1969), *ശേഷ് നമസ്കാർ* (1971), *സമയ് ആമാർ സമയ്* (1972) പിന്നെ രണ്ട് നോവലൈറ്റു കൾ—*രേണു തോമാർമന്* (1959), *സകാൽ ഥേകേ സകാലേ* (1969).

സന്തോഷ് കുമാർ പോപ്പുലർ നോവലിസ്റ്റല്ല. അദ്ദേഹത്തിനുമറിയാം ഇത്. വായനക്കാരന്റെ ആരാധനയ്ക്കോ അവരെ അനുരഞ്ജിപ്പിക്കു വാനോ അദ്ദേഹം അഭിരുചിയുടെ സീതയെ പരിത്യജിക്കാൻ പുറപ്പെട്ടില്ല. ഈ മനോഭാവം അദ്ദേഹത്തിന്റെ ആത്മനിഷ്ഠയുടെ പര്യായമാകുന്നു. വാസ്തവത്തിൽ അദ്ദേഹം ആത്മജൈവനികമായ പദ്ധതിയിൽ നോവൽ രചനയ്ക്ക് ഒരുങ്ങി. അദ്ദേഹത്തിന്റെ അന്വിഷ്ടം ജീവിതം—അദ്ദേഹത്തി ന്റെ പദ്ധതി ആത്മജൈവനികം. അദ്ദേഹത്തിന്റെ പ്രമേയം? ഇതിനുത്തര മായി *ശേഷ് നമസ്കാറി*ലെ അവതാരികയിൽ അദ്ദേഹം പറഞ്ഞിട്ടുള്ളതി നെ ഉദ്ധരിക്കട്ടെ:

വാസ്തവത്തിൽ എന്റെ ധാരണ എന്തെന്നുവച്ചാൽ എല്ലാ എഴുത്തു കാരും ഒറ്റരചനയിൽ ജീവിതത്തെയാകെ ചിത്രീകരിക്കാനത്രേ ഇഷ്ടപ്പെ ടുന്നത്, എഴുതിക്കൊണ്ടിരിക്കുന്നത്, മുറയ്ക്ക് എഴുതിവരുന്നത്. ഞാനും അതുതന്നെ ചെയ്യുന്നു. കഴിയുന്നില്ല. *നാനാരംഗേർദിന്*, *മുഖർ രേഖാ*, *ജൽ ദാഗ*, *സ്വയം നായക്* ഒന്നിനുശേഷം മറ്റൊന്ന്. ഒടുവിൽ എന്റെ ആ ഒരിക്കലും എന്നാലാകാത്തതിന്റെ മുമ്പിൽ ഈ *ശേഷ് നമസ്കാർ* (അന്തിമ നമസ്കാരം) വച്ച് വിടവാങ്ങാൻ വിചാരിക്കുന്നു. പക്ഷേ, അവസാനത്തേതായോ? അറി യില്ല.

സന്തോഷ് കുമാറിന് തന്റെ ഈ ആഗ്രഹം നിർവഹിക്കാൻ കഴി ഞ്ഞുവോ? അത് അദ്ദേഹത്തിന്റെ കൃതികളിലൂടെ ഒന്നന്വേഷിച്ചു നോ ക്കുക.

ആദ്യത്തെ നോവലായ *കിനുഗോയാലാർഗലി*യിൽ സന്തോഷ് കുമാറിന്റെ ശില്പസാമർഥ്യം പരീക്ഷിക്കപ്പെട്ടിരിക്കുന്നു. പക്ഷേ മൗലികത്വം പ്രതിഷ്ഠാപിതമായിട്ടില്ല, അതിൽ. അത് പിന്നീടാണുണ്ടായത്. ഇവിടെ കാഥികൻ നഗരത്തിന്റെ ശില്പിയാകുന്നു. വാസ്തവത്തിൽ കൽക്കത്ത അദ്ദേഹത്തിന്റെ പ്രഥമ പ്രേയസിയാകുന്നു. അത് നാനാരൂപത്തിൽ നിരന്തരം അദ്ദേഹത്തെ ആകർഷിച്ചുകൊണ്ടേയിരുന്നിട്ടുണ്ട്.

കിനുഗോയാലാർഗലി പേർതന്നെ രവീന്ദ്രന് കടപ്പെട്ടതത്രെ. പൂപ്പൽ പിടിച്ച ചുമരിൽനിന്ന് ഇടയ്ക്കിടയ്ക്ക് കുമ്മായം അടർന്നുവീഴും. ഇടയ്ക്കിടയ്ക്ക് പലതരം കറകൾ. ഈ തെരുവിന് നഗരത്തിന്റെ യാതൊന്നിലും പങ്കാളിയാകാൻ കഴിഞ്ഞിട്ടില്ല; വെളിച്ചത്തിനും കാറ്റിനുപോലും. വണ്ടിക്കുതിരയുമില്ല, കടലക്കടയുമില്ല. പക്ഷേ, മഴയുടെ പങ്ക് ശരിക്കും കിട്ടും. മഴക്കാലത്ത് തൊഴുത്ത് കഴുകിയ ചാണകവെള്ളം തെരുവിലേക്കിറങ്ങി തളംകെട്ടിക്കിടക്കും.

ഈ തെരുവിനുമുണ്ട് പക്ഷേ, പ്രാണൻ.

"അത് ചൗരംഗിയെപ്പോലെ നിറത്തിലും രസത്തിലും നിറഞ്ഞിരിക്കുമല്ലോ? പ്രാണനുണ്ട്, പക്ഷേ, നരിയെയും കരടിയെയുംപോലെ ഹിംസ്രമല്ല. മയൂരിയെപ്പോലെ നൃത്യലോലയല്ല. മാനിനെപ്പോലെ ചഞ്ചലയല്ല. ഞാഞ്ഞൂലിനെപ്പോലെയാണ്. ഒരുവിധം തന്റെ നിലനിൽപ്പിനെ മാത്രം ഓർത്ത് അസ്വസ്ഥം ഇഴഞ്ഞുപോകുന്നു, മാറുകുത്തി. നീങ്ങുന്നുണ്ടെങ്കിലും കൊള്ളാം ഇല്ലെങ്കിലും കൊള്ളാം."

ദുരിതപൂർണമായിരുന്നു അന്നത്തെ കൽക്കത്താ തെരുവ്. അധികം പേരും പഠിപ്പില്ലാത്തവർ. ഒന്നിലും വാസനയില്ലാത്തവർ. എല്ലാവരും ഇതേ തെരുവിലാണ് താമസം. ശിവവ്രതബാബുവിന്റെ പോപ്പുലർ പാർക്കിൽനിന്ന് ഭവാനീപൂർ: അവിടന്ന് ഈ ബസാർ; അവിടന്ന് കിനുഗോയാലാതെരുവിലെ ഇരുണ്ട മുറിയിലേക്ക് വന്നിരിക്കുന്നു ശിവവ്രതന്റെ കുടുംബം. താണ ഇടത്തരം വർഗത്തിൽപ്പെട്ടവന്റെ സമസ്ത ക്ലേശവും ഗ്ലാനിയും ഓരോന്നിലും പ്രകടമാവുന്നു. ഈ ചിത്രം കണ്ടുകൊണ്ട് ശ്വാസംമുട്ടുന്നു. ഈ തെരുവിൽനിന്ന് മുക്തി കിട്ടുവാൻ വഴിയൊന്നുമില്ലെന്ന് തോന്നിപ്പോകുന്നു. പക്ഷേ, ഉണ്ട്, വീട്ടിന്റെ മട്ടുപ്പാവിൽ. അവിടെയെത്തിയാൽ മുക്തി.

ഈ മുക്തി നിമിഷസ്ഥായി മാത്രം. അതിന് ജീവിതത്തിന്റെ ക്ലേശഗ്ലാനികളെ ദൂരീകരിക്കാൻ കഴിയുന്നില്ല. ദാരിദ്ര്യവും യാതനകളും നിറഞ്ഞ കുടുംബത്തിൽ സംഘർഷാവസ്ഥ. അമ്മ കാസരോഗിണി. അച്ഛൻ ജീവിതസമരത്തിൽ പരാജിതനായ ഒരു മധ്യവയസ്കൻ. ഏട്ടൻ ദേവവ്രതനും ഏട്ടത്തി അമിതയും ഇവിടന്ന് ഓടിക്കളയാൻ സൗകര്യം അന്വേഷിക്കുന്നു. മണീന്ദ്രനും പത്നി ശാന്തിയും മണീന്ദ്രന്റെ സ്നേഹിതനായ ഇന്ദ്രജിത്തും ഏട്ടത്തിയുടെ പണക്കാരൻ അമ്മാവൻ അവിനാശനും—എല്ലാവരും പ്രമഥ പോദ്ദാറെയും ശിവവ്രതനെയും പോലെതന്നെ—ജീവി

തംകൊണ്ട് പന്തയം വയ്ക്കുകയും കുതിരക്കാലിൽ അടിയറവു പറയുകയും ചെയ്കയാണെന്നു തോന്നുന്നു. നേരെ മുമ്പിലുള്ള ഭവനത്തിൽ ഒരു സംഘം നേഴ്സുകൾ വന്നുകൂടുന്നു—ശകുന്തള, ലളിത, ഗീത, സ്റ്റെല്ല, അണിമ. 'സേവാവസ്ത്രം' തുടങ്ങി രോഗികളെ പ്രതീക്ഷിച്ച് യാമങ്ങൾ എണ്ണുന്നു. ഇവരുടെ സാഹചര്യത്തിൽ സങ്കീർണമായ ആ തെരുവിൽ നീലയുടെ ജീവിതം മുന്നോട്ടുനീങ്ങുന്നു.

എന്നാൽ ക്രമേണ കിനുഗോയാലാതെരുവിൽ വന്നുകൂടിയവർ ഓരോരുത്തരായി പിരിയാൻതുടങ്ങി. ദേവവ്രതനും അമിതയും മണീന്ദ്രനും ശാന്തിയും ഇറങ്ങിപ്പോകുന്നു. സേവാവസ്ത്രത്തിലെ നേഴ്സുകൾ കുടുംബജീവിതം കൊതിച്ച് ഓടിക്കളയുന്നു. കവി ഇന്ദ്രജിത്ത് മാത്രം ബാക്കിയാകുന്നു. നീല അയാളെക്കൊണ്ട് സ്വപ്നം നെയ്തെടുക്കുന്നു. പ്രതീക്ഷയുടെ സ്വപ്നസൗധം പടുത്തുയർത്തുന്നു. കവിതയെഴുത്ത് മതിയാക്കി ഇന്ദ്രജിത്ത് ഇരുപത്തിയഞ്ചുരൂപ ശമ്പളത്തിന് ഒരു പ്രസിൽ പ്രൂഫ് റീഡറുടെ പണിക്കു ചേരുന്നു. നീലയെ ചുറ്റിനിന്ന് ജീവിതം പുനഃരാരംഭിക്കുവാൻ മോഹിക്കുന്നു. ഇന്ദ്രജിത്ത് ചിന്തിക്കയാണ് "ജീവിതം ആദ്യം മുതൽ കെട്ടിപ്പൊക്കണം; പക്ഷേ, ഇരുപത്തിയഞ്ചു രൂപ മാത്രമാണ് അതിന്റെ ഭിത്തി."

1935–36–ൽ കൽക്കത്താ നഗരത്തിലെ ജീവിതസമരത്തിന്റെ രൂപം ഇതായിരുന്നുവെന്ന് ഓർക്കണം. എല്ലാ വൈഷമ്യങ്ങളും മാലിന്യങ്ങളും പണത്തിനുള്ള ഞെരുക്കവും ക്ലേശവും അതിക്രമിച്ച് കടന്ന് ഇന്ദ്രജിത്തിന്റെയും നീലയുടെയും പരസ്പര സഹതാപം രൂപംകൊണ്ടു. അതു തന്നെ അവരുടെ പുതു ജീവിതഭിത്തി.

പുതിയതായി ജീവിതം തുടരാമെന്ന ആശയോടൊപ്പം *കിനുഗോയാലാതെരുവി*ന്റെ കഥ സമാപിക്കുന്നു. കൽക്കത്തയിലെ താണപടിയിലുള്ള ഇടത്തരക്കാരുടെ ജീവിതത്തിലെ ക്ലേശത്തെയും ഗ്ലാനിയെയും അതിക്രമിച്ച് കടന്നുപോയി നീലയും ഇന്ദ്രജിത്തും. ജീവിതത്തെ സംബന്ധിച്ച് ഒരു തെറ്റിദ്ധാരണയുമില്ല രണ്ടുപേർക്കും. വൈരാഗ്യവും നൈരാശ്യവുമില്ല; കാഥികൻനൂതനമായ ഒരു പ്രതീക്ഷയാൽ ഉദ്ദീപ്തരാക്കി, രണ്ടുപേരെയും.

*കിനുഗോയാലാർഗലി*യിൽനിന്ന് സന്തോഷ് കുമാർ കടന്നുപോയത് *നാനാരംഗേർ ദിനേ* (പലനിറമുള്ള പകലിൽ) യിലേക്കാണ്. മുമ്പെഴുതിയ നോവലിന്റെ വഴിപിടിച്ച് തന്നെയാണ് ഇവിടെയും എത്തിയത്. ആദ്യത്തെ നോവലിൽ അദ്ദേഹം സംഭവത്തെയും ബാഹ്യലോകത്തെയും വിട്ടിട്ട് അന്തർലോകത്തിലേക്ക് കടക്കുകയുണ്ടായില്ല. ഇവിടെയും അതു തന്നെ സ്ഥിതി. 1927–33–ൽ ബംഗാളിന്റെ രാജധാനിയായ കൽക്കത്തയുടെ പശ്ചാത്തലത്തിലാണ് രാഷ്ട്രീയ പ്രക്ഷോഭണത്തിന്റെ മധ്യാഹ്നത്തിൽ, ഒരു അബോധവാനോ അർധബോധവാനോ ആയ ബാലമനസിൽ അന്നു നടന്ന ജടിലങ്ങളായ സംഭവങ്ങൾ—രാഷ്ട്രീയവും സാമൂഹ്യവും കൗടുംബികവും—പതിപ്പിക്കുന്ന മുദ്രകൾ ഉപജീവ്യമാക്കിയെഴുതിയാണ് *നാനാ*

രംഗേർ ദിനേ. മുമ്പിലത്തെ നോവലിലേതുപോലെതന്നെ ഇതിന്റെയും മൂലസ്വരം ഹൃദയാവേഗംതന്നെ. ഇവിടെ അതിന്റെ വാഹകൻ ബാലനായ ശുഭാശിസാണ്. കൈശോരാവസ്ഥ വേഗം കടന്നുപോകുന്നതിനനുസരിച്ച് സാഹചര്യം അവനെ സഹായിക്കുന്നു. ശുഭാശിസിൽ കാഥികന്റെ രാജബാഡിയിലെ ബാല്യകൗമാര ജീവിതം കടന്ന്, യൗവനാരംഭം വരെയുള്ള ജീവിതത്തിന്റെ മുദ്രപതിഞ്ഞിരിക്കുന്നു. ഇവിടെ കാഥികന്റെ ആത്മപ്രകൃതി നേരിട്ട് കാണാൻ കഴിയില്ല. എങ്കിലും കുറച്ചൊക്കെ ഉണ്ട്, തീർച്ച—നായകന്റെ അച്ഛനമ്മമാരിൽ ലേഖകന്റെ അച്ഛനമ്മമാരുടെ ഛായ കാണാം. ലേഖകൻ ആത്മജീവനീമൂലകമായ സങ്കേതമാണ് ഉപയോഗിച്ചതെന്ന് കാണാൻ വിഷമമില്ല.

മൂന്നാമത്തെ നോവലാണ് *മോമേർ പുതുൽ* (*മെഴുകു പാവ*). സന്തോഷ് കുമാറിന്റെ കലാബോധവും ജീവിതാനുഭവവും ഇവിടെ പൂർണതയിലേക്ക് കാൽനീട്ടിവയ്ക്കുന്നു. അദ്ദേഹത്തിന് പ്രിയപ്പെട്ട 'തീം' ആയ കൽക്കത്താ ജീവിതം ഇവിടെ സ്പഷ്ടതരമാകുന്നു. ഗ്രാമീണയായ സുധ മുഖ്യപാത്രം. അവളുടെ ദൃഷ്ടിയിലൂടെയാണ് കാഥികൻ ജീവിതത്തെനോക്കുന്നത്. സുധ കൽക്കത്തെയെ സ്വീകരിച്ചുവോ, അഥവാ കൽക്കത്ത ഗ്രാമീണ കന്യയെ സ്വീകരിച്ചുവോ? എന്തു ചോദ്യത്തിനാണ് പ്രാധാന്യം? ലേഖകൻ ഇതിനുത്തരമന്വേഷിക്കയാണ് ഈ നോവലിൽ.

സുധയുടെ ദൃഷ്ടിയിൽ കൽക്കത്ത ബൃഹത്തരവും മഹത്തരവുമായ ജീവിതത്തിന്റെ പ്രതീകമാകുന്നു. കൽക്കത്ത സുധയെ ഗ്രഹിക്കയും ഗ്രസിക്കയും ചെയ്തു. കൽക്കത്തയിലെ ഏതാനും മാസങ്ങളിലെ അനുഭവങ്ങൾ സുധയുടെ മനസിന് വയസു കൂട്ടി. അക്കാരണത്താൽ ഗ്രാമത്തിൽ തിരിച്ചു ചെന്നപ്പോൾ അച്ഛനമ്മമാരും ആങ്ങള പെങ്ങന്മാരും അപരിചതരെന്നു തോന്നി. ജീവിതത്തെ സംബന്ധിച്ച ധാരണയുടെ ഈ സുനിശ്ചിതമായ പരിവർത്തനം തന്നെ സുധയുടെ ജീവിതത്തിലെ മൂലതത്വം. സുധ മിക്കവാറും സ്വന്തം കുടുംബത്തിൽനിന്ന് ബന്ധമറ്റവളെപ്പോലെയായി. ഈ സത്യം സ്പഷ്ടമാക്കുന്നുണ്ട് ഇവിടെ. ഇതുതന്നെ *മെഴുക് പാവ*യുടെ കഥ. നാഗരികതാക്രാന്തമാണ് ഈ നോവൽ. ലേഖകൻ തനിക്ക് ആത്മപ്രിയയും ആകൈപ്രേയസിയും ആയ കൽക്കത്തയുടെ കഴുത്തിൽ സുധയിലൂടെ വരണമാല്യം അണിയിച്ചു. സന്തോഷ് കുമാറിന്റെ ജീവിതാന്വേഷണം നാഗരിക ജീവിതത്തിന്റെ പുറകെയുള്ള മൃഗയയാകുന്നു. ഈ പ്രചണ്ഡബലനും പരാക്രമിയുമായ മഹാനഗരത്തെ അദ്ദേഹം ഭയപ്പെടുന്നു, വെറുക്കുന്നു—പക്ഷേ, സ്നേഹിക്കുകയും ചെയ്യുന്നു.

നാലാമത്തെ നോവലായ *മുഖേർ രേഖ* (*മുഖരേഖ*) സന്തോഷ് കുമാർ സ്വന്തം വ്യക്തിത്വത്തിലെത്തുന്നു. ബാഹ്യജഗത്തിൽനിന്ന് ഉള്ളിലേക്ക്, സംഭവപ്രധാനമായ നോവലുകളിൽനിന്ന് ഭാവനാപ്രധാനങ്ങളായവയിലേക്ക്, ജീവിതത്തെ സംബന്ധിച്ച കൗതുകത്തിൽനിന്ന് ജീവിതസത്യാന്വേഷണത്തിലേക്ക്, വയസിന്റെ മധ്യാഹ്നത്തിൽനിന്ന് അപരാഹ

ത്തിലേക്ക് അവതരണം സംഭവിക്കുനനു. യഥാർഥമായും ആധുനിക നോവലെഴുത്തുകാരനെന്ന രൂപത്തിൽ ഇവിടെയാണ് അദ്ദേഹം പ്രത്യ ക്ഷപ്പെടുന്നത്. ഇതുതൊട്ട് ആത്മസമീക്ഷണത്തിലാണ് അദ്ദേഹത്തിന്റെ ആഭിമുഖ്യം.പദ്ധതി സ്വീകാരോക്തി മൂലകം. അദ്ദേഹത്തിന്റെ അന്വിഷ്ടം ലോകജീവിതത്തിന്റെ അനിവാര്യമായ ഗതിവേഗത്തിൽ വ്യക്തിയുടെ പരി വർത്തനംതന്നെ. അദ്ദേഹത്തിന്റെ യാത്ര ആത്മോപലബ്ധിയുടെ മാർഗ ത്തിലൂടെയത്രേ. ഇവിടെയാണ് കൺഫഷനൽരീതിയുടെ സുപ്രതിഷ്ഠ.

സന്തോഷ്കുമാറിന്റെ നോവലിൽ വീണ്ടും വീണ്ടും അവതരിക്കുന്ന ജീവിതകഥയുടെ സ്പഷ്ടമായ രൂപം ഇവിടെയാണ് കാണാറാവുന്നത്. ശൈശവത്തിൽനിന്ന് വളർന്നുവരുന്നു ഒരു മനുഷ്യൻ. കൈശോരത്തിന്റെ സന്ധിക്ഷണത്തിൽ, അന്തിയിരുട്ടത്ത്, അവർ വഴിതെറ്റിപ്പോകുന്നു. ലജ്ജാലുവും ശുദ്ധഗതിക്കാരനും അപാപവിദ്ധനും ആയ ഒരു കിശോരൻ ക്രമത്തിൽ നിർലജ്ജനും കൂസലില്ലാത്തവനും പാപിയുമായിത്തീരുന്നു. ജീവിതത്തിന്റെ അവസാനത്തിൽ ആത്മശുദ്ധിക്കുവേണ്ടി വ്യാകുലത യോടെ പ്രയത്നിക്കുന്നു. സ്മരണയുടെ മാർഗം താണ്ടിക്കടന്ന് അവന്റെ മുഗ്ധമായ കൈശോരം തിരിച്ചുനേടുന്നു. അവിടെനിന്ന് വീണ്ടും പ്രത്യാ വർത്തനം. ഈ ജീവിതകഥയാണ് സന്തോഷ്കുമാറിന്റെ മുഖ്യാവലംബം. ആദ്യത്തെ മൂന്ന് നോവലുകളിൽ അതിന്റെ പ്രസ്തുതി. നാലാമ ത്തേതിൽ (*മുഖേർ രേഖ*) അതിന്റെ പരിണിത രൂപം.

ആധുനിക നോവലിന്റെ ലക്ഷണങ്ങൾ ഉറപ്പിച്ചു പറയാറായ മട്ടിൽ ഇവിടന്നാണ് തുടങ്ങുന്നത്. *മുഖേർ രേഖ*, *സ്വയം നായക്*, *ജൽദാഗ*, *സകാൽ ഥേകേ സകാലേ*, *ശേഷനമസ്കാർ*—ഒന്നിനുശേഷം മറ്റൊന്നായി സന്തോഷ്കുമാർ ജടിലമായ കാലത്തിന്റെ ശിൽപ്പിയെന്ന രൂപത്തിൽ ഈ നോവലുകളിൽ പ്രത്യക്ഷപ്പെടുന്നു.

തന്നെക്കൊണ്ടുതന്നെ കലാനിരൂപണം, ജീവിതവീക്ഷണം അ സ്തിത്വത്തിന്റെ അർഥവത്തയന്വേഷിക്കൽ, സ്വീകാരോക്തിയുടെ മാധ്യ മത്തിൽ ആത്മോൽഘാടനം—സന്തോഷ്കുമാറിന്റെ ഈ രചനാപദ്ധതി യുടെ പ്രഥമവും സഫലവുമായ പരിചയസ്ഥലമത്രേ *മുഖേർ രേഖ*. ഈ ഇനത്തിൽപ്പെട്ട നോവലുകളിലെ നായകർ ആത്മാനുസന്ധാനികളാ കുന്നു. സ്വീകാരോക്തിയുടെ മാധ്യമത്തിലൂടെ ആത്മോൽഘാടനപ്രവ ണർ. സൗരേശൻ (*മുഖേർ രേഖ*), *തിമിർബരൺ* (*ജൽദാഗ*), *പേരില്ലാത്ത നായകൻ* (*സ്വയം നായക്*), കണ, ഫണ, നീലകണ്ഠ്, വാസവ് (*സകാൽ ഥേകേ സകാലേ*) മാതാവിനെ തിരക്കുന്ന നായകൻ (*ശേഷനമസ്കാർ–ശ്രീചരണേഷ്ടമാകേ*) തൊട്ടവർ ലേഖകന്റെ ആത്മോൽഘാടനത്തി നുള്ള അഖണ്ഡസ്തവമത്രേ ആലപിക്കുന്നത്.

ശേഷ് നമസ്കാർ (*അന്തിമ നമസ്കാരം*) നോവലിന്റെ സൂചന— അയാളുടെ ആദ്യത്തെക്കത്ത്—ശ്രീവരണേഷു—ആരാണീ കത്തെഴുതിയ വിദ്വാൻ? ഉപസംഹാരത്തിൽ അതിനുത്തരം കിട്ടും. ഈ കഥ ഉത്തമപുരു ഷനായി ആരാണോ പറഞ്ഞുകേൾക്കുന്നത്, അയാളെ നാം പിന്നെ

കാണുകയില്ല. അയാൾ മറഞ്ഞുപോയി, അഥവാ നമ്മുടെ കൂട്ടത്തിൽ ലയിച്ചുപോയി.

നായകൻ അമ്മയെ അന്വേഷിക്കുന്നതും ആത്മാന്വേഷണവും പരസ്പരം ബന്ധമില്ലാതല്ല. കൂട്ടിപ്പിണഞ്ഞ ഗ്രന്ഥിബന്ധംപോലെ അമ്മയ്ക്കെഴുതിയ പേജുകൾക്കുമേൽ പേജുകൾ, വിധിവശാൽ നായകന്റെ ജീവിതത്തിലെ ആത്മാന്വേഷണമെന്ന നിലയ്ക്ക് പ്രാധാന്യമർഹിക്കുന്നു. മാതൃലോകം ലക്ഷ്യമാക്കിയുള്ള നായകന്റെ പ്രയാണം വാസ്തവത്തിൽ സത്യാന്വേഷണവും ആത്മാന്വേഷണവുംതന്നെ. അതിൽ നായകന്റെ സ്മൃതിപര്യടനവും ആത്മോൽഘാടനവും ഒടുവിൽ സത്യാന്വേഷണത്തിൽ പര്യവസാനിക്കുന്നു. ജീവിതത്തിന്റെ കടവുകൾതോറും വിവിധ മനുഷ്യരെ നായകൻ കണ്ടെത്തുന്നു. അമ്മയുടെ ബന്ധുവായ സുധീരമ്മാവൻ, മിക്കവാറും അന്ധയായ രജനി, ബുലാ, ലീലയമ്മായി, അരിന്ദമൻ, ബാംഗി, കേവലം മാതൃ അന്വേഷണമല്ല, അതോടൊപ്പം പിതൃ അന്വേഷണവും. ജീവിതത്തിൽ പരാജിതനും ആശയറ്റവനും ഭഗ്നഹൃദയനുമായ അച്ഛൻ പ്രണവബാബുവുമായി നായകന് എത്രതന്നെ വിരോധം ഉണ്ടായിരുന്നിരിക്കട്ടെ, അവസാനം ജയം അച്ഛനുതന്നെ കിട്ടുന്നു. മരിക്കുംമുമ്പ് അയാൾക്ക് അതു കണ്ടിട്ട് കണ്ണടയ്ക്കാൻ കഴിയുന്നു. എല്ലാത്തിലുമൊടുക്കം എല്ലാത്തിലും ഉപരി അമ്മയെ ചുറ്റിയാണ് നായകന്റെ ആത്മോൽഘാടനവും സത്യാന്വേഷണവും.

ശേഷ് നമസ്കാർ മാതൃസന്ധാനം മാത്രമല്ല, ആത്മാന്വേഷണവും കൂടിയാകുന്നു, ജീവിതസത്യാന്വേഷണം. ഇവിടെയാണ് ഈ നോവലിന്റെ ആധുനികത്വം പരിചയപ്പെടുവാൻ കഴിയുന്നത്.

സന്തോഷ്കുമാറിന്റെ അവസാനത്തെ നോവൽ *സമയ്-ആമാർ സമയ്* (*സമയം-എന്റെ സമയം*) ഇന്നത്തെ അസ്ഥിരവും ഉൽഭ്രാന്തവുമായ കാലത്തിന്റെ ആലേഖ്യമാകുന്നു. 1970–71 ലെ അക്രമങ്ങളും പ്രതികാരസ്പർധയുംകൊണ്ട് ഉന്മത്തവും ഭീതിദവുമായ സമൂഹത്തിന്റെ ചിത്രമാണ് ഈ നോവൽ. പ്രാണഭയത്താൽ ഭീതനായ നായകൻ ഒരു ഭവനത്തിന്റെ മച്ചിൽ അഭയംതേടി. ഈ നോവൽ അയാളുടെ സ്വീകാരോക്തി തന്നെ. ഇത് ഏതു കാലം? എങ്ങനെയാണതറിയുക? "ഇതേ എഴുപതുകളുടെ ആരംഭത്തിൽ ഏതെല്ലാം നിലവാരത്തിലുള്ള എത്രയെത്ര ആളുകൾ എത്ര ഭീരുത്വം അഥവാ ഭീരുത്വത്തിന്റെ അപമാനം സഹിച്ച് ആത്മശൈഥില്യത്തെ അഭിമുഖീകരിക്കുകയും ഭയത്തിന് കൈക്കോഴ കൊടുത്ത് സമകാലത്തോട് സന്ധി ചെയ്യുകയും ചെയ്തിട്ടുണ്ട്. അവരുടെയൊക്കെ സമ്പൂർണവും യഥാർഥവുമായ ചരിത്രം രചിച്ചിട്ടില്ല. ജീവിതാലേഖ്യമാണ് രചിച്ചത്. ഭയതാസിതനും അപരാധബോധപീഡിതനുമായ നായകന്റെ ഭാഷയിൽ, സ്മൃതിയിലൂടെ, സ്വപ്നം. നരകദർശനം, പ്രത്യക്ഷദർശനം മുതലായവയിലൂടെ കിട്ടിയ അഭിജ്ഞതയുടെ വിവരണം. അപ്പോൾ ഭയത്തിനോട് തോൽവി സമ്മതിക്കതന്നെയോ അവസാനം? ആത്മനിന്ദയും ആത്മശൈഥില്യവും മാത്രമോ ചരമാവസ്ഥ. ഇരുട്ട് വിട്ടുമാറില്ലേ?

രക്താക്തമായ പരിവേഷം തന്നെ അവസാനജയം നേടുമോ?" നോവലി നവസാനം ലേഖകൻ വിവേകത്തിന്റെ അന്തിമവിജയം ഉൽഘോഷിച്ചിരിക്കുന്നു. ഒരു പാത്രം (മണിമയൻ) പറയുന്നു: "നമ്മൾ ഈ സമയത്ത് ഒരു പക്ഷേ ഇറങ്ങുകയാവാം, പുറകിൽപെട്ടുപോകാനുള്ള സമയം ആയെന്നുവരാം, എന്നാലും നടക്കുക. പിന്നീട് എഴുന്നേൽക്കാതിരിക്കില്ല, ഒരിക്കലും ഈ നില തുടരില്ല."

അവസാനം സന്തോഷ് കുമാർഘോഷിന്റെ നോവലിൽ ജീവിതത്തോട് ഗംഭീരമായ അനുരാഗം ഉൽഘോഷിച്ചിരിക്കുന്നു.

അരുൺകുമാർ മുഖോപാധ്യായ

1

ബസ് അവിടന്നങ്ങോട്ടില്ല. ഇറങ്ങി ഒരു പത്തുമിനിട്ട് നടന്നാൽ കിനുഗോയാലത്തെരുവായി.

ആദ്യം വരുന്നത് മഹേശ് ആഡ്ഡി സ്ട്രീറ്റ്, പൊതുവെ സജീവം. കെമിസ്റ്റ് ഉണ്ട്, ഡ്രഗിസ്റ്റ് ഉണ്ട്. മൾട്ടി പർപ്പസ് ഡിപ്പാർട്ട്മെന്റൽ സ്റ്റോറുണ്ട്. ഒരു സ്റ്റീം ലാൻഡ്രിയും—പേർ 'സർവശുക്ല'.

ഒന്നുകൂടി ചെന്നാൽ ഹരിമോഹൻ മുഖർജി സ്ട്രീറ്റിന്റെ കോർണറിൽ സ്കൂൾ. സ്കൂൾ കെട്ടിടം സാരം പഴക്കം ചെന്നത്. ഗേറ്റിനു മുകളിൽ കമാനത്തിൽ നിറുത്തിയിരിക്കുന്ന പലകയിൽ പേർ—എസ് എം എച്ച് ഇ സ്കൂൾ. വിദ്യാർഥികൾക്കും ചുറ്റുവട്ടത്തുള്ളവർക്കും അറിയാം എന്താണീ എസ് എം എന്ന്. സുരബാലാ മെമ്മോറിയൽ. പേരിനു താഴെ സ്ഥാപിച്ച വർഷം. പക്ഷേ അത് മഴകൊണ്ടും കാലപ്പഴക്കംകൊണ്ടും മാഞ്ഞമട്ടിലായി.

ഹരിമോഹൻ സ്ട്രീറ്റിന്റെ കവലയിൽനിന്ന് തുടങ്ങുന്നു ഗംഗാരാംബസാക് സ്ട്രീറ്റ്. മൗനം നടിച്ചുനിൽക്കുന്ന ഭവനങ്ങൾ. കുണ്ടിൽ കുടുങ്ങിയ കണ്ണുകൾപോലുള്ള ജനാലകൾ. കുമ്മായമടർന്ന ഭിത്തികൾ. സ്റ്റൂളുകൾ നിരത്തിയ റെസ്റ്റോറന്റുകളിൽ രാപകൽ വ്യത്യാസമില്ലാതെ നടക്കുന്ന പാനഭോജനങ്ങൾ. തുണി അലക്കി തേച്ചുകൊടുക്കുന്ന വാഷിങ്ഹൗസുകൾ. അതുകഴിഞ്ഞ് ഒരു പാർക്ക്. ഉണക്കപ്പുല്ലുകൾ, തകർന്ന റേലിങ്. ഏതാനും സെന്റുകൾ മാത്രം വിസ്തൃതം. എന്നാലും ഒരു പാർക്ക്! ശ്വാസം മുട്ടിപ്പിക്കുന്ന ഇഷ്ടികക്കഷ്ണങ്ങൾക്കു നടുവിൽ ഒരു ലേശം ഓക്സിജൻ കിടച്ചേക്കാമെന്ന് ഒരാശ്വാസം.

ഗതി തുടർന്ന് രണ്ടു മൂന്ന് തിരിവുകൾകൂടി പിന്നിലാക്കിയാൽ കടക്കുന്നത് കിനുഗോയാല തെരുവിലേക്ക്. അടുത്തടുത്ത് ഉണ്ടെന്നും ഇല്ലെന്നും പറയാവുന്ന ദശയിലുള്ള നാലു തെരുവുകൾ. ഈ വഴി കാറിന്റെ മോന്ത കണ്ടിട്ടില്ല. ട്രാമിന്റെയും ബസിന്റെയും ഇരമ്പൽ—അതും അതിക്ഷീണ

മായത്—പാർക്കോളമെത്തി കാറ്റിൽ അലിഞ്ഞുപോകും. കൈവണ്ടിക്കു മില്ല പ്രവേശം. ഇടയ്ക്കും തലയ്ക്കും ഒന്നോ രണ്ടോ റിക്ഷ കടന്നുവന്നു വെന്നു വരാം. പക്ഷേ കടന്ന ഉടൻ പ്രാണനുംകൊണ്ട് തിരിച്ചോടും. സൈക്കിളിന് വിഷമമില്ല. വജ്രസമുൽക്കീർണമണിയിൽ സൂത്രത്തിനെ ന്നപോലെ അവയുടെ ഗതി അബാധം തന്നെ.

കിനുഗോയാല തെരുവ്.

പൂപ്പൽപിടിച്ച ചുമരിൽനിന്ന് ഇടയ്ക്കിടയ്ക്ക് മണ്ണ് അടർന്നുവീഴും. അവിടവിടെ പായൽക്കറകൾ.

പക്ഷേ, ഇതൊക്കെ നിങ്ങൾ വായിച്ചിട്ടുള്ള വർണനകളായിരിക്കും.

നാൽക്കവലയ്ക്കപ്പുറത്തുനിന്ന് മഹേശ് ആഡ്യയിലൂടെയും ഗംഗാ രാം സ്ട്രീറ്റിലൂടെയും ഗംഗാസ്നാനത്തിന് പോകുന്നവർ ഇടയ്ക്ക് ഒന്ന് എ ത്തിനോക്കിയാൽ കാണാം—കിനുഗോയാല തെരുവിലും ചില ആൾപ്പെ രുമാറ്റമൊക്കെ ഉണ്ട്. ഈ തെരുവിനുമുണ്ട് ജീവൻ.

ഇല്ലാതെ വരുമോ? "യദിദം കിഞ്ചിസർവം പ്രാണമയം" കിനുഗോയാ ലത്തെരുവുകാരുടെ ജീവിതം ചൗരംഗിയിലേതുപോലെ നിറവും രസവും നിറഞ്ഞതാവുമോ? ജീവിതമുണ്ട് ഇവിടെയും. എന്നാൽ നരികളെയും കര ടികളെയുംപോലെ ഊർജസ്വലമല്ല. മയൂരത്തെപ്പോലെ നൃത്തമനോഹര മല്ല. മാൻപോലെ ചഞ്ചലവുമല്ല. ഞാഞ്ഞൂലിനെപ്പോലെയാണ്. സ്വന്തം ജീ വിതഭാരത്താൽ തളർന്നവർ. നിലം പറ്റിക്കിടന്ന് ഇഴയുന്നു. മുമ്പോട്ട് നീങ്ങുന്നുണ്ടോ ആവോ.

ഗംഗാസ്നാനത്തിനു പോകുന്നവർ, ഈ തെരുവിലുമുണ്ട് ആൾപ്പാർപ്പ് എന്നോർത്ത് അത്ഭുതപ്പെടാറുണ്ടോ? തീർത്തും പറഞ്ഞുകൂടാ. അവരിൽ തന്നെ എത്രയോപേർ ഈമാതിരി തെരുവുകളിൽനിന്നല്ല വരുന്നതെന്നു പറയാനാവില്ലല്ലോ.

കിനുഗോയാലത്തെരുവുപോലെ ആ നഗരത്തിൽ മറ്റൊന്നില്ല.

ഗംഗാരാം ബസാക് സ്ട്രീറ്റിൽ ഭൂരിഭാഗവും ബംഗ്ലാവ് മട്ടിലുള്ള ഭവന ങ്ങളാണ്. കിനുഗോയാലത്തെരുവിലെത്തുന്നതോടെ തുടങ്ങുകയായി ഓടുമേഞ്ഞ മേൽപ്പുരകളും മൺചുവരുകളും വരിതെറ്റി നിൽക്കുന്നത്. ഇടയ്ക്കിടയ്ക്ക് പൈപ്പുപൊട്ടി വെള്ളം പൂക്കുറ്റിപോലെ നാലുപാടും ചിത റുന്നുണ്ടാവും. നടക്കണമെങ്കിൽ ഉടുതുണി മുട്ടോളം കയറ്റിപ്പിടിക്കണം. പേമാരി പെയ്യുകയാണെങ്കിലോ പ്രളയപയോധി തന്നെ. ഈ തെരുവിന് നഗരത്തിലെ യാതൊന്നിന്റെയും വീതം കിട്ടിയിട്ടില്ല. വെളിച്ചമില്ല, കാറ്റില്ല, വണ്ടിയില്ല, വീടില്ല, ഷോപ്പുകളില്ല, കടയില്ല—പറയത്തക്ക യാതൊന്നും തന്നെയില്ല. മഴയുടെ പങ്ക് കിട്ടുന്നുണ്ട്; ശരിതന്നെ. പുതുവെള്ളത്തിൽ മൈതാനത്തിലെ പുല്ലുകൾ തലയുയർത്തി തിളങ്ങിനിൽക്കുമ്പോൾ, പാർക്കിൽ മഞ്ഞുകണങ്ങളിൽ സപ്തവർണങ്ങൾ മഴവില്ല് വിരിച്ചുനിൽ ക്കുമ്പോൾ നനഞ്ഞുചോരുന്ന തൊഴുത്തിൽനിന്നൊലിക്കുന്ന ചാണക വെള്ളം കിനുഗോയാലത്തെരുവിലെ അടുക്കളകളിലേക്കു കടക്കും.

ഇനി ബൈലേനുകളുമുണ്ട്, തെരുവിലെത്തെരുവുകൾ മെലിഞ്ഞ കൈയിലെ സിരകൾപോലെ ഇറക്കാലിലൂടെ എങ്ങോ പോയി ഒളിക്കുന്ന വഴുവഴുപ്പുള്ള ഇടകൾ.

2

തെരുവിലേക്ക് കടന്നാലാദ്യം എന്തോ മത്തുപിടിച്ച ലക്ഷണങ്ങളുള്ള ഒരു വീട്. ചുറ്റുവട്ടത്തുള്ള ചെറുപ്പക്കാരുടെ ജിംനാസ്റ്റിക് കളരി. ആദ്യമാദ്യം സന്ധ്യയായാൽ ആ വീട്ടിനരികിലൂടെ പോകാൻ നീലയ്ക്ക് ധൈര്യം വന്നിരുന്നില്ല. ആ ചെറുപ്പക്കാർ ശക്തിയെ ആരാധിക്കുന്നവരാണെന്നാണ് വച്ചിരിക്കുന്നത്. പക്ഷേ അവരുടെ 'ബഹളി' നീങ്ങിയിട്ടുണ്ടായിരുന്നില്ല. പെൺകിടാങ്ങളെ കാണേണ്ട താമസം, ചൂളംകുത്തിത്തുടങ്ങുകയായി.

നീലയ്ക്ക് ആദ്യം വല്ലാതെ കലിവന്നു. ഒരുത്തനെ വിളിച്ചുനിർത്തി കണക്കിന് കുറെ പറഞ്ഞാലെന്തെന്നും തോന്നി. പക്ഷേ ധൈര്യം പോരാതെ പോയി. ക്രമേണ കലിയിറങ്ങി. കൗതുകം ആ സ്ഥാനമേറ്റെടുത്തു. ആഹാ! ചൂളംവിളികൊണ്ട് നിർവൃതി കിട്ടുമെങ്കിൽ ആയിക്കോട്ടെ. എനിക്കുമേൽ പറ്റില്ലല്ലോ.

അതിനുശേഷം തുടങ്ങുകയായി വാടകവീടുകളുടെ നിരകൾ. താഴത്തെ നിലയിൽ തകരപ്പാട്ടകളുടെയും വീഞ്ഞപ്പെട്ടികളുടെയും ഗുദാമുകൾ. രണ്ടാംനിലയിൽ ഓരോ മുറിയിലും ഓരോ സമ്പൂർണകുടുംബം.

സ്വൽപ്പമായ പരിസരം, അതിലുമൽപ്പം വായുവും വെളിച്ചവും. വന്നയിടയ്ക്ക് തെരുവിൽനിന്ന് നിരത്തിലെത്തുമ്പോൾ നീലയ്ക്ക് കണ്ണുകൾ മഞ്ഞളിച്ചുപോയിരുന്നു.

വ്യായാമക്കളരിക്ക് തൊട്ടടുത്ത് പ്രമഥന്റെ പീടിക. പാരീസ് ജൂവലറി. പ്രൊപ്രൈറ്റർ ശ്രീ പ്രമഥനാഥപോദ്ദാർ. കുരിരുട്ട് വിട്ടുപോകാൻ കൂട്ടാക്കാത്ത മുറിയിൽ തട്ടിക വാതിലിനു മറവിൽ നിലവിളക്ക് കൊളുത്തിവച്ച് മങ്ങിമയങ്ങിക്കൊണ്ടിരിക്കുന്ന അതിന്റെ വെളിച്ചത്തിൽ പണിയെടുക്കുകയാണ് പോദ്ദാർ. ആ കാഴ്ച ആദ്യമായി കാണുന്നവന് അത്ഭുതം തോന്നും. അതിൽത്തന്നെ ലയിച്ചുപോയവിധം തലകുനിച്ചിരുന്ന് പണിയുകയാണെങ്കിലും വഴിയിൽ കാൽപ്പെരുമാറ്റം കേട്ടാൽ അയാൾ തലപൊക്കി നോക്കാതിരിക്കില്ല. രസം തോന്നിയാൽ വല്ലതും സംസാരിക്കുകയും ചെയ്യും.

ആദ്യത്തെ ദിവസം നീലയോട് വർത്തമാനത്തിനു ചെന്നപ്പോൾ അവൾക്ക് തോന്നിയ വല്ലായ്മയ്ക്ക് അതിരുണ്ടായിരുന്നില്ല. പുറത്തേക്കിറങ്ങി വന്നില്ല, ജനലിനരികിൽ നിൽക്കുകയായിരുന്നു.

വിയർപ്പൊലിക്കുന്നു. രോമം നിറഞ്ഞ് നഗ്നമായ മാറ്. ജനലഴികളിൽ വച്ചിരിക്കുന്ന തുറിച്ച കണ്ണുകൾ. പരന്ന മൂക്ക് പേരിനുമാത്രം ഉയർ

ന്നുനിൽക്കുന്നു. നാക്ക് ഒന്നു നീട്ടിയാൽ ചിത്രം മുഴുവനായി. ഒരു ജാതി ചിരിയോടെ പ്രമഥൻ ചോദിച്ചു:

"നമസ്കാരം! നിങ്ങൾ പുതിയ കൂട്ടരാണെന്നു തോന്നുന്നു, ഈ തെരുവിൽ." ഇഷ്ടമുണ്ടായിട്ടല്ലെങ്കിലും നീലയ്ക്ക് ഒന്നു നിൽക്കേണ്ടി വന്നു. അവൾ പറഞ്ഞു,

"അതെ."

"ഏതു വീട്? ആറ് എഫ്?"

"അതെ."

"രണ്ടാം നിലയിലെ അറ്റത്തുള്ള രണ്ട് മുറികൾ അല്ലേ?"

ഇയാൾക്കെല്ലാമറിയാമല്ലോ. അത്ഭുതം!

"ശരി. പിന്നീട് വിസ്തരിച്ചു സംസാരിക്കാം. ഒരേ തെരുവിൽ പാർക്കുന്നവർ. ഹെ, ഹെ!"

അവിടന്ന് ഓടിയില്ല എന്നുമാത്രം. അത്രയ്ക്ക് വേഗമാണ് നീല നടന്നുപോയത്. പക്ഷേ, പല്ലുകൾക്കിടയിൽ കൽക്കഷണം കുടുങ്ങിയാലെന്നവിധം വല്ലായ്മ മനസിൽ നീറിനിന്നു. ഇരുണ്ട മുറിക്കുള്ളിൽനിന്നുകൊണ്ട് ജനലഴിയിൽവച്ച മൂന്ന് കണ്ണും രോമമുള്ള മാറും കാഴ്ചബംഗ്ലാവിൽ കണ്ടിട്ടുള്ള ഏതോ മനുഷ്യേതര പ്രാണിയുടെ ചിത്രമാണ് മനസിലുയർത്തിയിരുന്നത്.

പിന്നീട് നീല മനസിലാക്കി—പ്രമഥന് അതിലുമെത്രയോ ഏറെ കാര്യങ്ങൾ അറിയാം. തട്ടികയിട്ട് മറച്ച വീട്ടിലിരുന്ന് പൊന്നും വെള്ളിയും തൂക്കുന്നവൻതന്നെ. ശരി, എന്നാൽ പുറംവാർത്തകൾ അയാൾക്കറിയാൻ വയ്യാത്തതായി ഒന്നും ഉണ്ടായിരുന്നില്ല. നിലത്ത് ചോക്കുകൊണ്ട് ചിലത് വരച്ച് ഭൂമിയിലെയും ഭാരതത്തിലെയും സകലതും പറഞ്ഞുതരാൻ കഴിവുള്ള പ്രശ്നം പറച്ചിലുകാരില്ലേ, ജ്യോത്സ്യന്മാർ—പ്രമഥനും ഏതാണ്ടിങ്ങനെതന്നെ. രൗദ്രശബ്ദമയമായ ഭൂമിയുടെ നിഴൽ മുഴുവൻ അയാളുടെ വീട്ടിലെ കണ്ണാടിയിൽ ശരിക്കും പതിയുന്നു.

പ്രായം എന്തായിരിക്കും പ്രമഥന്? നിത്യവും ഇരുണ്ട മുറിയിൽ കഴിച്ചുകൂട്ടുന്ന ഒരുവന്റെ പ്രായം നിർണയിക്കുക അത്ര എളുപ്പമോ? വെളിച്ചത്തുവച്ചും നീല പ്രമഥനെ പലതവണ കണ്ടിട്ടുണ്ട്. ഉള്ളം കൈയിലെന്നപോലെ പ്രമഥന്റെ നെറ്റിയിലും കൺകോണുകളിലും അസംഖ്യം രേഖകൾ. പ്രായം ആകെ ആ രേഖകളുടെ വലയിൽ മൂടിപ്പോയിരിക്കുന്നു. മുപ്പത്തെട്ടോ അമ്പത്തെട്ടോ എന്നറിയാൻ മാർഗമില്ല.

പ്രഥമ സംഭാഷണത്തിന് ഏതാനും നാളുകൾക്കുശേഷം പ്രമഥൻ സ്വയം ഹാജരായി നീലയുടെ അച്ഛനോട് വർത്തമാനം പറഞ്ഞിട്ടുപോയി.

നീല ചായ കൊണ്ടുചെന്നു.

"എന്റെ മകൾ." ശിവവ്രതബാബു പറഞ്ഞു.

ചായക്കോപ്പയിൽ ചുണ്ടുവച്ച് മോന്തിക്കുടിക്കുമ്പോൾ പ്രമഥന്റെ വായിൽനിന്ന് ഒരുതരം ശബ്ദം ഉണ്ടായിക്കൊണ്ടിരുന്നു. നീല അതു ശ്രദ്ധിച്ചു.

പ്രമഥൻ പറഞ്ഞു "നേരത്തെ പരിചയപ്പെട്ടിരുന്നു. പൊന്നുമകൾ സ്കൂളിൽ പോയി വരുന്നത് കാണാറുണ്ട്."

"സ്കൂളിലല്ല, കോളേജിൽ. സെക്കൻഡിയർ!" അച്ഛൻ പറഞ്ഞു.

"അതുശരി. പണ്ടുകാലത്തെ സ്കോളർഷിപ്പുപരീക്ഷയ്ക്ക് തോറ്റവനാണ് ഞാൻ മശായീ. എനിക്കെന്ത് സ്കൂൾ, എന്ത് കോളേജ്!"

ചിരിച്ചുകൊണ്ട് നീല മുഖം തിരിച്ചു.

പ്രമഥൻ വീണ്ടും പറഞ്ഞു "ഇരുട്ടൊഴിയാത്ത വീട്ടിലാണ് പൊറുതി മശായീ! പക്ഷേ, എല്ലാം കാണാൻ കഴിയുന്നുണ്ട്. ഈ ചുറ്റുവട്ടത്ത് എന്റെ കണ്ണിൽപ്പെടാതെ ഒന്നും നടക്കില്ല."

നീല മുറിയിൽനിന്ന് പുറത്തേക്കു പോയെങ്കിലും പ്രമഥൻ ഒടുവിൽ പറഞ്ഞത് ചെവിയിൽപ്പെടുന്നു "ഇത്ര മുതിർന്ന പെൺകുട്ടിയെ വീട്ടിനകത്ത് വളർത്തി പഠിപ്പിക്കുന്നു. ചില്ലറയൊന്നുമല്ല നിങ്ങളുടെ ധൈര്യം. പണ്ടായിരുന്നെങ്കിൽ എന്നേ നടക്കുമായിരുന്നു കല്യാണം."

നീലയ്ക്ക് ചെവി ഇരമ്പുന്നതുപോലെ തോന്നി. ഈ നിരക്ഷരകുക്ഷിയും അരസികനുമായ മനുഷ്യനോടോ അച്ഛൻ വിസ്തരിച്ച് വർത്തമാനം പറയുന്നത്?

നിരനിരയായി മുറികൾ. മുറികളെല്ലാം താഴിട്ടു പൂട്ടിയവ. വാടകക്കാരായി നീലയുടെ വീട്ടുകാർ മാത്രം.

"അറിയാമോ? ഈ വീട് പഴയതാണ്—ഇതിന് ഒരു ചരിത്രമുണ്ട്." പ്രമഥൻ പൊയ്ക്കഴിഞ്ഞപ്പോൾ ശിവവ്രതൻ പറഞ്ഞു. നീല ഒന്നു ചിരിച്ചു. അത്രമാത്രം. ചരിത്രമുണ്ട്, എന്നുവച്ചാൽ ഒരു ഭൂതകാലം. വർത്തമാനകാലം ഇല്ലാത്തവർക്കുള്ളതാണ് ഭൂതം. അവരേ ചരിത്രത്തെ ഓർക്കാറുള്ളു എന്നു സാരം.

ശിവവ്രതബാബു ചെയ്യുന്നതുപോലെതന്നെ—നീലയുടെ അച്ഛൻ.

പോപ്പുലർ പാർക്കിൽനിന്ന് തെറിച്ചുവീണിരിക്കുന്ന ഈ കിനുഗോയാലത്തെരുവിൽ ദൂരം അത്ര കുറച്ചൊന്നുമല്ല. തികച്ചും കീഴ്ക്കാംതൂക്കായ വഴി. ഇടയ്ക്ക് ഏതാനും വർഷം ബ്രേക്ജേർണി ഭവാനിപ്പൂരിലെ വാടക വീട്ടിൽ. അതിനുശേഷം ഏതാനും മാസം ബൗബജാരിലെ പുരയിൽ. ഒരിടത്തും ഉറച്ചില്ല. കാൽ വഴുതി വഴുതി ഈ അന്ധവീഥിയിലെ കോടരത്തിലെത്തി—രണ്ടാം നിലയിലെ കോണിയുടെ തൊട്ടുള്ള രണ്ട് മുറികൾ.

പോപ്പുലർ പാർക്കിലെ ദിവസങ്ങൾ മെല്ലെ മെല്ലെ മങ്ങിത്തുടങ്ങി. പെട്ടെന്ന് മഴ തുടങ്ങിയാലത്തെ ആകാശമെന്നപോലെ. അനുഭൂതിയിൽ മാത്രമല്ല ഓർമയിലും ബാക്കിയുണ്ടാവില്ല, കുറെ നാൾ കഴിഞ്ഞാൽ.

എത്രയോ വർഷങ്ങൾക്കുമുമ്പ് മുടിയഴിച്ച് സ്വന്തം വണ്ടിയിൽ സ്കൂളിലേക്കു പോയിരുന്ന പെൺകുട്ടിയുടെ സ്മാരകമായ ഏതെങ്കിലും അഭിജ്ഞാനം ഇന്ന് അർധമലിനമായ സാരിയണിഞ്ഞ് നടക്കുന്ന ഈ ശുഷ്കമായ കവിൾത്തടത്തിൽ ശേഷിക്കുന്നുണ്ടോ? ഭവാനിപ്പൂരിലെ ഭവനത്തിനു

മുമ്പിൽക്കൂടെയും ബസ് വരാറുണ്ടായിരുന്നു. ഇവിടെ വന്നതിൽ പിന്നെ കാൽനടയായിത്തന്നെ കോളേജ് യാത്ര. ചിലപ്പോൾ മാത്രം ട്രാമിലും—അപൂർവം ചില സന്ദർഭങ്ങളിൽ.

ആദ്യം ഈ ഭവനം കണ്ടപ്പോൾ നീല ഒന്നു ഞെട്ടിപ്പോയി. എന്തൊരു വൃത്തികെട്ട നാറ്റം വഴിനീളെ! തുണി മൂക്കിൽ കുത്തിക്കയറ്റി വേണം നടക്കാൻ. വഴിവക്കിലുള്ള ഇരുട്ടു മുറിയിലിരുന്ന് പ്രമഥപോദ്ദാർ ഉള്ളാലെ ചിരിക്കുന്നുണ്ടോ ആവോ. തുടക്കത്തിൽ രണ്ടുനാലു ദിവസം ഇവിടെ വരുന്നവരെല്ലാവരും ഇങ്ങനെതന്നെ. ദുഷിച്ച ഗന്ധം കാരണം മൂക്കുപൊത്തണം. അതിനുശേഷം എല്ലാ അനുഭൂതികളെയും പോലെതന്നെ മെല്ലെ മെല്ലെ ജ്ഞാനേന്ദ്രിയവും നിർജീവമായിവരും? ഇരുചെവി അറിയില്ല.

പുറംവാതിലിന്റെ പടികടന്നാൽ വലിയൊരങ്കണം. അതിന്റെ അങ്ങേത്തലയ്ക്കലൊരു കമാനം. കമാനത്തിനടിയിലൂടെ ഇരുട്ടുമൂടിയ ഒരു വഴിയുടെ അറ്റത്തെത്തിയാൽ കോണിയായി.

ഈ വഴിക്ക് നടക്കുവാൻ മുമ്പൊക്കെ എന്തൊരു പേടി തോന്നിയിരുന്നുവെന്നോ! നിലത്ത് ചവിട്ടിയാൽ ചുവരിൽ ആകെ ഒരു മുഴക്കം. ചത്വരത്തിലെ തടിച്ച തൂണുകളുടെ ചുറ്റും നരിച്ചീറുകൾ പറക്കാൻതുടങ്ങും. സുഖഭോഗങ്ങളിൽ മുഴുകിക്കഴിഞ്ഞിരുന്ന പഴയകാലത്തെ ഭവനം. ഇത് നാടകശാലയായിരുന്നുവെന്ന് തോന്നുന്നു. ഈ ഇടത്തിലെ താമസക്കാരനായ പ്രമഥനോട് ചോദിച്ചാൽ ഇതാ, ഇന്നാളുകൂടി ഈ നാടകശാലയിൽ സന്ധ്യതോറും 'കഥകത' (ഹരികഥ) നടത്തിയിരുന്നുവെന്നു പറയും. ദുർഗാപൂജക്കാലത്ത് ഇതേ അങ്കണത്തിലായിരുന്നു സ്റ്റേജ് കെട്ടിയിരുന്നത്. നാലുഭാഗത്തുമുള്ള വരാന്തയ്ക്കു ചുറ്റും മുളന്തട്ടിക കെട്ടിമറയ്ക്കും.

പിന്നീട് ബസാക് കുടുംബക്കാർ തമ്മിൽ സ്വത്തിനുവേണ്ടി കലഹം തുടങ്ങി. അവസാനം ദുർഗയെയും ബാധിച്ചു ദുർഭാഗ്യം. പൂജമുടങ്ങി.

അതു കഴിഞ്ഞ് കുറെനാൾ ചെറുപ്പക്കാർ ഒരു ബാഡ്മിന്റൻ കോർട്ടാക്കി ഇതിനെ. ശരറാന്തലുകൾ അഴിച്ചുമാറ്റി ഹൈപവറുള്ള വൈദ്യുതി ബൾബുകൾ ഘടിപ്പിച്ചു. അതും എന്നോ അദൃശ്യമായി. ബസാക് കുടുംബക്കാർ ഓരോരുത്തരായി എവിടെപ്പോയി മറഞ്ഞുവോ ആവോ? മുറിയിലോരോന്നായി താഴുകൾ വീണു. അങ്കണം വീണ്ടും നാനാവിധമായി. നാടകശാലയുടെ തൂണുകളിൽ താമസിക്കുവാനാർക്കധികാരമെന്ന പ്രശ്നത്തിൽ നരിച്ചീറുകളും ചടകപ്പക്ഷികളും തമ്മിൽ സന്ധിയില്ലാസമരം തുടങ്ങി. ചുവരിൽ വെങ്കളി പൂശാതായി. ചുവർക്കുമ്മായം അടർന്നുവീഴാൻ തുടങ്ങി. കാറ്റ് പതുക്കെയൊന്ന് വീശിയാൽ വാതിൽപ്പാളിയും ജനൽപ്പലകയും ഞെട്ടിവിറയ്ക്കും.

ഒന്നുകൂടി സൂക്ഷിച്ചുനോക്കിയാൽ കാണാം വീട് പതുക്കെപ്പതുക്കെ താഴോട്ടിരിക്കയാണെന്ന്. ഭവനമാകെത്തന്നെ ആണ്ടുപോകുന്നുണ്ടോ എന്നറിയില്ല. എന്തായാലും ഗതി താഴോട്ടുതന്നെ. പുറംവാതിൽക്കലിൽനിന്ന് അങ്കണം രണ്ടുമൂന്നിഞ്ച് താഴെയാണ്. ഓരോ മഴക്കാലവും വന്നുപോകും.

അങ്കണത്തിൽ പായൽമുളകൾ. വിണ്ട ചുവർപ്പഴുതുകളിൽ പാഴ്ച്ചെടികൾ മുളച്ചുവരും. അതോടൊപ്പം ഭവനവും അൽപ്പാൽപ്പം താഴേക്കിരിക്കും.

കോണിയിൽക്കൂടെ കയറിപ്പോകവേ നീല പെട്ടെന്ന് ഒന്നുനിന്നു. കോണിയുടെ ശരിക്കും താഴെ കോണിലുള്ള മുറിയിൽനിന്ന് വെളിച്ചം വരുന്നു. ആറുമാസമായി ഇവിടെ വന്നിട്ട്. സ്വന്തം പാർപ്പിടത്തിലല്ലാതെ മറ്റൊരു മുറിയിലും ഇന്നോളം വെളിച്ചം കണ്ടിട്ടില്ല. എന്താണ് സംഗതി? നീല അതുതന്നെ ചിന്തിച്ചുകൊണ്ട് മുകളിലേക്കു കയറിപ്പോയി.

മുറിക്കു നടുവിൽ പടുതയിട്ട് തിരിച്ചിരിക്കുന്നു. അപ്പുറമാണ് അന്തഃപുരം. കട്ടിലിൽ കൊടുംകൈകുത്തിക്കിടക്കുന്നു അമ്മ—കാസരോഗിണി.

"എങ്ങനെയിരിക്കുന്നു അമ്മയ്ക്ക്?" വസ്ത്രം മാറ്റുന്നതിനിടയ്ക്ക് നീല ചോദിച്ചു.

നിദാനനി ഒന്നു ചിരിച്ചു. അതായത് ഇപ്പോഴെന്തു വിഷമം? ശരിക്കു വിഷമം തുടങ്ങുന്നത് വെളുപ്പാൻകാലത്താണല്ലോ.

"താഴത്തെ നിലയിൽ വിളക്കു കത്തുന്നതു കണ്ടു അമ്മേ!"

"ഉവ്വോ" നിദാനനി ക്ഷീണിച്ച സ്വരത്തിൽ പറഞ്ഞു "പുതിയ കൂട്ടർ വല്ലവരും വാടകയ്ക്കെടുത്തിരിക്കും."

ഹരിക്കേലൻലാമ്പിന്റെ തിരിനീട്ടി നീല പുസ്തകം നിവർത്തി വായിക്കാനിരുന്നു. ജനലിനരികിൽ പായവിരിച്ചിരിക്കുന്നു. മുമ്പിൽ വെള്ളം വയ്ക്കുന്നതിനുള്ള ഒരു ചെറുതറ. അതാണ് മേശ.

"വായിക്കാനിരുന്നോ?" അമ്മ ചോദിച്ചു.

നീല ലോജിക്ബുക്ക് തുറന്ന് ഏതോ നിഗൂഢതയുടെ രഹസ്യം കെട്ടഴിക്കാൻ തുടങ്ങുകയായിരുന്നു. അവൾ ഒന്നു മൂളി "ഉം"

"മോളേ, അടുപ്പുകത്തിക്കണ്ടേ? ലക്ഷ്മിയുടെ പടത്തിനുമുമ്പിൽ അന്തിവിളക്ക് വയ്ക്കണ്ടേ?"

തിരിഞ്ഞുനോക്കി നീല "എന്തേ? ഏട്ടത്തിയില്ലേ?"

"ആർക്കറിയാം കുട്ടീ! 'ഖോക്ക' (കുട്ടൻ) ഓഫീസിൽനിന്നു വന്ന ഉടൻ അവളെ കൂട്ടിക്കൊണ്ട് എവിടേക്കോ പോയി."

നടക്കാൻ പോയിരിക്കുന്നു. നീലയുടെ നെറ്റിയിൽ ഏതാനും വളഞ്ഞ രേഖകൾ വീണു. പുസ്തകം അടച്ച് എഴുന്നേറ്റു. ഇന്നത്തെ വായന അതോടെ തീർന്നു. വീട്ടിൽ എത്തിയ ഉടൻ വസ്ത്രം മാറ്റിയുടുത്തിരുന്നു. ഇപ്പോൾ അതിലും മോശമായ ഒരു സാരി എടുത്തുടുത്തു നീല. അവിടവിടെ പിന്നിയത്. പലയിടത്തും പലതിന്റെയും കറകൾ. അടുപ്പിൽ തീ പിടിപ്പിച്ചു, അരി കഴുകി കലത്തിലിട്ടു. പിന്നെ കണ്ണിമയ്ക്കാതെ, അടുപ്പിൽ നിന്ന് ചുരുൾനിവർത്തി പുറപ്പെടാൻ തുടങ്ങിയ പുകയിലേക്ക് നോക്കിക്കൊണ്ടിരുന്നു കുറെ നിമിഷം.

പെട്ടെന്ന് പിന്നിൽ ആരുടെയോ നിഴൽ വീശിയപോലെ തോന്നി തിരിഞ്ഞു നോക്കി. പിന്നെ കുറെ നേരത്തേക്ക് ഇമമൂടിയില്ല.

കൃശവും ദീർഘവുമായ ഒരു മുഖം. ധരിച്ചിരിക്കുന്നത് പ്രത്യേകത

യൊന്നുമില്ലാത്ത ഒരു കളർസാരി. പക്ഷേ വേഷവിധാനപാടവം സ്ഫുരിപ്പിക്കുംവിധമാണ് ഉടുത്തിരിക്കുന്നത്. മുഖം പകുതിയും മറയ്ക്കുന്ന സാരിത്തുമ്പ്. നിറം? ചാക്കുകൊണ്ട് മറച്ച അടുക്കളയിലെ 'പാനൂസു' വിളക്കിന്റെ വെളിച്ചത്തിൽ അതും ശരിക്കും മനസിലാവുന്നില്ല.

കൃശമായ മുഖത്തെ രണ്ട് ചുണ്ടുകളും ഒന്നിളകി "ഒരു കിണ്ണം എടുക്കാനുണ്ടാവുമോ ഇവിടെ? ഞങ്ങൾ താഴത്തെ നിലയിലെ വാടകക്കാരാണ്. ഇനിയും ഞങ്ങളുടെ വീട്ടുസാധനങ്ങൾ മുഴുവൻ എത്തിയിട്ടില്ല."

ഒന്നും പറയാതെ നീല ഒരു കിണ്ണം എടുത്തുകൊടുത്തു. പുതിയ വീട്ടമ്മ തെരുതെരെ കോണിയിറങ്ങി മറഞ്ഞു. പെട്ടെന്ന് നീല ഓർത്തു. അല്ലാ! അവരോട് ഒരുവാക്ക് സംസാരിക്കേണ്ടതായിരുന്നു. വിളിച്ചിരുത്തേണ്ടതായിരുന്നു. പുതിയതായി വന്ന കൂട്ടരല്ലേ? ഒരുപക്ഷേ, പരിചയപ്പെടാനായിരിക്കും വന്നതുതന്നെ. കിണ്ണം ചോദിച്ചത് വെറുമൊരൊഴിവുകഴിവ്. ഛീ, വലിയ മര്യാദകേടായിപ്പോയി.

അടുത്തദിവസം രാവിലെതന്നെ ചെന്ന് അവരെ പരിചയപ്പെടണമെന്ന് ഉറപ്പിച്ചു.

ചെന്ന് പരിചയപ്പെടേണ്ടതായിവന്നില്ല. പിറ്റേന്ന് പുലർച്ചയ്ക്കു മുഖം കഴുകാൻ താഴത്തേക്ക് ചെന്നപ്പോൾ പൈപ്പിൻ ചോട്ടിൽ വച്ചുതന്നെ പുതുവീട്ടുകാരിയെ കണ്ടുമുട്ടി.

രാത്രി ഒരുതവണ മാത്രമേ കാണുകയുണ്ടായുള്ളൂവെങ്കിലെന്ത്? പുതിയതായി വന്നവൾ നീലയെ ഒറ്റനോട്ടത്തിന് തിരിച്ചറിഞ്ഞു.

"നമസ്കാരം!" രണ്ട് കൈകളും കൂപ്പി അവൾ പറഞ്ഞു "ഇപ്പോഴേ ഉണർന്നുള്ളൂവെന്ന് തോന്നുന്നു."

" അല്ല" കോട്ടുവായിട്ടുകൊണ്ട് നീല പറഞ്ഞു "ഒരുപാടുനേരമായി. നിങ്ങളുടെ കുളികഴിഞ്ഞോ?"

"ഉവ്വ്. ക്ഷണം അതു കഴിച്ചു. ബാത്റൂമില്ല. തുറന്ന സ്ഥലത്താണ് ഒരു പൈപ്പുള്ളത്. എല്ലാവരും എഴുന്നേറ്റുവശായാൽ കുളിക്കാൻ സങ്കോചം."

"പുതിയതായി വരുന്നവർക്കെല്ലാം തോന്നും ഇങ്ങനെ. ഞങ്ങൾക്കും തോന്നി. ഇപ്പോൾ ഒക്കെ ഒരു ശീലമായി." നീല ഇതും പറഞ്ഞ് ഒന്നു ചിരിച്ചു. അതു കണ്ടാൽ ഇവിടെ അടച്ചുകെട്ടിയ ഒരു ബാത്റും ഇല്ലാത്തതിൽ അവളാണ് അപരാധി എന്നു തോന്നും.

ഈറൻതുണി കൈയിലെടുത്തു അവൾ. മറ്റേ കൈയിൽ കുടം നിറയെ വെള്ളം "വരട്ടെ, വരൂ ഒരു ദിവസം ഞങ്ങടെ വീട്ടിലേക്ക്. ഓ, നിങ്ങൾക്ക് കോളേജിൽ പോകണമല്ലോ അല്ലേ?"

"എങ്ങനെയറിഞ്ഞു?" നീല ചോദിച്ചു.

അവൾ പതുക്കെ ചിരിച്ചു. "ഒക്കെയറിയാം എനിക്ക്. ഇന്നലെ ഉച്ചയ്ക്ക് ഇവിടെയെത്തി. നിങ്ങളുടെ അച്ഛനുമായി പരിചയപ്പെട്ട് സംസാരിച്ചു. അദ്ദേഹം വൈകിട്ട് നടക്കാനിറങ്ങിയതായിരുന്നുവെന്ന് തോന്നുന്നു. നിങ്ങളുടെ പേർ നീല, അല്ലേ?"

നീല തലയാട്ടി.

"എന്റെ പേരെന്താ ചോദിക്കാത്തത്?" ഏതാനും നിമിഷത്തെ പ്രതീക്ഷയ്ക്കുശേഷം അവൾ ചോദിച്ചു. "എന്റെ പേർ ശാന്തി."

ഒന്നും പറയാതിരുന്നാൽ പറ്റില്ലല്ലോ. നീല പറഞ്ഞു "നല്ല പേർ."

"ചെറിയത്-പക്ഷേ, കുറച്ചൊരു പഴയ മട്ടിലുള്ളതാണ് അല്ലേ?"

"പഴയ മട്ടിലുള്ളതാണെന്ന് ആരു പറഞ്ഞു?" നീല ആശ്വസിപ്പിക്കാൻ പറഞ്ഞു.

ശാന്തി ക്ഷോഭംകൊണ്ടുണ്ടായ ഒരു നെടുവീർപ്പോടെ പറഞ്ഞു:

"എന്ത് പേര്? പെണ്ണുങ്ങളുടെ പേരിനെന്തു വില? ആ പേർ എന്നേ മാഞ്ഞുതേഞ്ഞുപോയി."

"മാഞ്ഞു തേഞ്ഞു? എങ്ങനെ?"

കൈയിലിരുന്ന കുടം താഴെവച്ച് ശാന്തി അരയിൽ മുറുകെ ചുറ്റിക്കുത്തിയിരുന്ന ചേലാഞ്ചലമഴിച്ച് മുഖം തുടച്ചു. പിന്നെ ആശ്ചര്യം സ്പഷ്ടമാവുന്ന സ്വരത്തിൽ പറഞ്ഞു:

"എന്റമ്മേ! പോകാതിരിക്കുന്നു! നിങ്ങൾ ഇപ്പോഴും അവിവാഹിത. സ്കൂളിലെയും കോളേജിലെയും ബുക്കുകളിൽ ശരിയായ പേർ തന്നെയായിരിക്കും എഴുതിവച്ചിരിക്കുന്നത്. ആ പേർ പറഞ്ഞായിരിക്കും എല്ലാവരും വിളിക്കുക. അതുകൊണ്ട് നിങ്ങൾക്ക് ഒന്നും ഇപ്പോൾ മനസിലാവില്ല. വിവാഹം കഴിഞ്ഞിരുന്നെങ്കിൽ അറിയാറാകുമായിരുന്നു. ഈ ശാന്തി മുമ്പ് ആരായിരുന്നുവെന്ന് ആരോർക്കുന്നു? ഞാൻ ഇപ്പോൾ വെറും മണിബാബുവിന്റെ പത്നി. വായ് നിറയെ സംസാരിക്കണമെന്നുള്ളവർക്ക് വേണമെങ്കിൽ മണീന്ദ്രബാബുവിന്റെ പത്നി എന്നു പറയാം. ബിലാത്തി ഭാഷയിൽ മിസിസ് സന്യാൽ. അദ്ദേഹം വിവാഹപ്പുതുമയ്ക്ക് വട്ടംതട്ടിത്തുടങ്ങുന്നതുവരെ ശാന്തിയെന്നുതന്നെയാണ് വിളിച്ചിരുന്നത്. പിന്നെപിന്നെ അദ്ദേഹവും എന്റെ പേർ മറന്നു എന്നാണ് തോന്നുന്നത്."

ഉച്ചയ്ക്ക് ഒരു മണിക്കാണ് ക്ലാസ്. കോളേജിലേക്കു പോകുന്ന പോക്കിൽ നീല മുറിയിലേക്ക് ഒന്നെത്തിനോക്കി. ശാന്തി ജനാലയ്ക്കരികിലിരുന്ന് എന്തോ തുന്നുന്നു. നീലയെ കണ്ടപ്പോൾ തുന്നൽ മതിയാക്കി.

"വരൂ വരൂ. കോളേജിലേക്കു പോകുന്ന വഴിയായിരിക്കും നീ."

നീ എന്ന് അടുപ്പം കാണിക്കുന്ന വാക്ക് ഉപയോഗിച്ചത് നീല പ്രത്യേകം ശ്രദ്ധിച്ചു. പക്ഷേ അതേ വാക്കുപയോഗിക്കാൻ നീലയ്ക്ക് വിഷമം തോന്നി. ശാന്തി വിവാഹിത; നെറ്റിയിൽ സിന്ദൂരം; മുഖത്ത് വസ്ത്രാഞ്ചലം, വയസും കൂടുതലുണ്ടാവും.

പടിയിൽനിന്നുകൊണ്ടുതന്നെ നീല മറുപടി പറഞ്ഞു "അതെ. ഇന്ന് വർത്തമാനം പറഞ്ഞുനിന്നാൽ പറ്റില്ല. സമയമില്ല. നിങ്ങളുടെ അരിവെപ്പും ഊണും മറ്റും കഴിഞ്ഞോ?"

"ഭക്ഷണം പാകം ചെയ്തിട്ടില്ല."

"ഇല്ല? എന്തേ?"

"ആഹാരം ഹോട്ടലിൽനിന്നുകൊണ്ടുവരും. അദ്ദേഹം രാവിലെ ഇറങ്ങിപ്പോയതാണ്. ഇനിയും തിരിച്ചെത്തിയിട്ടില്ല."

"എന്റമ്മേ? ഇത്രനേരം പട്ടിണി കിടക്കയോ?"

"അത്രയേറെയായോ നേരം? അദ്ദേഹം ഇതാ എത്തി."

പറഞ്ഞുതീരും മുമ്പായിത്തന്നെ ചെരുപ്പിന്റെ 'മസ്-മസ്' ശബ്ദം കേൾക്കാൻ തുടങ്ങി. ദോത്തിയും ജുബ്ബായും ധരിച്ച് നീണ്ടമുടിയുള്ള ഒരു മാന്യൻ എങ്ങോട്ടും തിരിഞ്ഞുനോക്കാതെ കയറി മുറിയിൽ കടന്നു. ഒരു കൈയിൽ ടിഫിൻകാരിയർ, മറ്റേതിൽ ഒരു ചീനാക്ലേ പാത്രം.

നീല ഒതുങ്ങിനിന്നു. അവൾ ശാന്തിയെ ഏതാനും നിമിഷം നോക്കി. ശാന്തി സാരിത്തുമ്പ് മുഖത്തേക്ക് വലിച്ചിട്ടു. നീലയുടെ നോട്ടത്തിന് മറുപടി മൂടുപടത്തിനടിയിലൂടെ നോട്ടംകൊണ്ടുതന്നെ നൽകി. ഇയാൾ തന്നെ മണീന്ദ്രസന്യാൽ, ശാന്തിയുടെ ഭർത്താവ് എന്നർഥം.

3

വേഗം ട്രാമിൽനിന്ന് ഇറങ്ങാൻ പുറപ്പെട്ടപ്പോൾ സാരിയുടെ ബോർഡർ സാന്റിലിൽ കുടുങ്ങിക്കീറിയിരിക്കണം. ഒരുവിധം വേച്ചുവേച്ച് വീഴാതെ നീല രക്ഷപ്പെട്ടു. പക്ഷേ, നാണംകൊണ്ട് തലപൊക്കാൻ കഴിഞ്ഞില്ല. ആ നാൽക്കവലയിൽ ആയിരമായിരം കണ്ണുകൾ അത് നോക്കിനിന്നിരുന്നു. വീണാൽ താങ്ങുന്നതിൽ കാട്ടുന്ന സഹതാപവും അകലെനിന്നു കളിയാക്കലും രണ്ടും ഒരുപോലെ അസഹ്യം. ഒന്നു രണ്ട് പുസ്തകങ്ങൾ താഴെ വീഴുകയുണ്ടായി. ഏതോ ഒരുവൻ മുമ്പിലേക്കു നീട്ടിക്കാട്ടി

"ക്ഷമിക്കണം. ഇത് നിങ്ങളുടേതാണെന്നു തോന്നുന്നു."

നീലയുടേതുതന്നെ. പക്ഷേ, ആരുണ്ട് മറുപടി പറയാൻ? ഒരുവിധം പുസ്തകങ്ങൾ ഒതുക്കിപ്പിടിച്ച് തെരുവിലെത്തിയ സമയം കാൽ വിറയ്ക്കുന്നുണ്ടായിരുന്നു. ഛീ ഛീ ഛീ! ഒന്നുകൂടി സൂക്ഷിച്ചു നടക്കേണ്ടതായിരുന്നില്ലേ?

"ആരിത്? പൊന്നുമോളല്ലേ? അല്ലാ, ഈ സാരിയിങ്ങനെ കീറിയതെങ്ങനെ? വീണെന്നു തോന്നുന്നു?" പ്രമഥപോദ്ദാറിന്റെ ശബ്ദം. ക്ഷണം മാറുമുതൽ കണങ്കാൽവരെ ഭയത്തോടെ കണ്ണോടിച്ചുനോക്കിയപ്പോൾ ബോർഡറിന് അൽപ്പം മുകളിൽ കീറിയിരിക്കുന്നതായി അവൾ കണ്ടു. ആശ്ചര്യം! ഈ പ്രമഥന്റെ കണ്ണിൽപ്പെടാതെ ഒന്നുമില്ലേ?—പെറ്റിക്കോട്ടുണ്ട്. എന്നാലും പ്രമഥൻ അയാളുടെ മുറിയിൽനിന്നു തന്നെ നോക്കുന്നുണ്ട് എന്നോർത്ത് നീല കൂഞ്ഞിപ്പോയി. വല്ലവിധവും ഈ വഴി കഴിഞ്ഞുകിട്ടിയാൽമതി എന്നായി അവൾക്ക്.

പടികടന്ന ഉടൻ മറ്റു ദിവസങ്ങളെ അപേക്ഷിച്ച് അന്ന് ഒരു പ്രത്യേകത അവൾക്കു തോന്നി. ഇഞ്ചുകനത്തിൽ കിടന്നിരുന്ന പൊടി, നാലുപാ

ടും ചിതറിക്കിടന്നിരുന്ന ചണ്ടിപണ്ടാരങ്ങൾ—എല്ലാം പോയി മുറ്റം വെട്ടിത്തിളങ്ങുന്നു. ഇരുട്ടുനിറഞ്ഞ കമാനത്തിലേക്ക് കടന്നപ്പോൾ മൂക്കിൽ തുണിത്തുമ്പ് വയ്ക്കേണ്ടിവന്നില്ല. എത്തിനോക്കി, ശാന്തി പൈപ്പിൻചോട്ടിലെ പായൽ ചുരണ്ടിക്കളയുന്നു. ഇങ്ങോട്ട് നോക്കിയപ്പോൾ ഒന്നു ചിരിച്ചു. വർത്തമാനത്തിനു നിന്നില്ല.

കോണി കയറിച്ചെന്നാൽ ആദ്യത്തെ മുറി ഏട്ടന്റെയും ഏട്ടത്തിയുടെയും. ഇന്ന് അവർ പുറത്തേക്ക് നടക്കാൻ പോയില്ലെന്നു തോന്നുന്നു. ഇന്നലെ പുറത്തുനിന്ന് സാക്ഷയിട്ടിരുന്നു. ഇന്ന് അകത്തുനിന്നാണ്. അവിടെയിരുന്ന് സല്ലപിക്കയാവണം.

മുറിയിലേക്കു കടന്നപ്പോൾ തന്നെ അമ്മയുടെ ആർത്തനാദം കേട്ടു.

"ആരാത്? നീലയോ? എനിക്ക് ഒരു ഗ്ലാസ് വെള്ളം വേണമല്ലോ?"

"അമ്മയ്ക്ക് ഇന്ന് പനി കൂടുതലുള്ള ദിവസമാണെന്നു തോന്നുന്നു."

പ്രത്യുത്തരമെന്നപോലെ അമ്മ കുറെനേരം ചുമച്ചു. പിന്നെ ഒരു നായയെ അതിന്റെയിഷ്ടത്തിനു വിപരീതമായി പിടിച്ചുവലിച്ചാൽ അത് പുറപ്പെടുവിക്കുന്നമാതിരി സ്വരത്തിൽ അമ്മ പറഞ്ഞു "വൈകുന്നേരം മുതൽ തുടങ്ങിയതാണല്ലോ ഈ ദാഹം."

നീല അമ്മയ്ക്ക് വെള്ളംകൊടുത്തു. വിരക്തിയോടെ അവൾ പറഞ്ഞു "എന്തേ? അമ്മയുടെ 'ബഹു' (മകന്റെ ഭാര്യ) ഇവിടെയുണ്ടായിരുന്നല്ലോ. അവളോടു പറയാമായിരുന്നില്ലേ?"

ഗ്ലാസിലെ വെള്ളം മുഴുവൻ കുടിച്ച് ചരിഞ്ഞുകിടന്നിട്ട് നിദാനനിസ്വരം താഴ്ത്തി പറഞ്ഞു "വധു ഇവിടെ വന്നിട്ടുവേണ്ടേ?"

വസ്ത്രം മാറി. പുറത്തേക്കുടുത്തുകൊണ്ടുപോയ സാരി വളരെ സാവധാനം മടക്കി നീല. ഹും! വല്ലാതെ കീറിയിരിക്കുന്നു. തുന്നിയാൽ ശരിപ്പെടുമോ ആവോ! അവൾ മടക്കിയ സാരി തലയിണച്ചുവട്ടിൽ വച്ചുകൊണ്ട് വിചാരിച്ചു. പുറത്തേക്കു പോകുമ്പോൾ ഉടുക്കുവാൻ ആകെ ഒരു സാരിയേ ഉള്ളു. മറ്റെല്ലാ വിലാസസാമഗ്രികളും ഒന്നും ബാക്കിയില്ലാതെ കൈവിട്ടുപോയെങ്കിലും ഇതൊന്ന് ഇനിയും ബാക്കിയുണ്ട്. പുറത്തേക്കിറങ്ങുമ്പോൾ കഴിച്ചുകൂട്ടാൻ പാകത്തിനുള്ള ഒരു സാരി കൂടാതെ പറ്റില്ല. കോളേജിൽ പഠിക്കുന്നതു കാരണം പുറത്തേക്കിറങ്ങാതെ വയ്യ. ഈ വീട്ടിൽ വന്ന് താമസിക്കേണ്ടിവന്ന ഗതികേടിലും കോളേജിൽ പഠിക്കുക. ഇതും ഒരുയോഗം തന്നെയല്ലേ? അന്യമനസ്കതയോടെ, മുടിയിൽ ചീപ്പ് ഓടിക്കുന്നതിനിടയ്ക്ക് അവൾ ആലോചിച്ചു.

അൽപ്പം കഴിഞ്ഞപ്പോൾ അമിത കടന്നുവന്നു. വീർത്ത കണ്ണുകൾ. എഴുന്നുനിൽക്കുന്ന മുടി. വന്ന ഉടൻ അവിടെയുമിവിടെയും നോക്കിത്തുടങ്ങി. എന്തോ തിരയുകയാണ്. നീല അവളെ ഇളകാതെ നോക്കിയിരിക്കുകയാണെന്നു കണ്ട് ഒന്നു വല്ലാതായി. ചിരിച്ചുകൊണ്ട് പറഞ്ഞു:

"അല്ലാ അനുജത്തിയോ? എപ്പോ വന്നു?"

ഉച്ചയ്ക്കും വൈകിട്ടും ട്രാമെന്നും ബസെന്നും കോളേജെന്നും കോ

മൺറുമെന്നും ഒക്കെ പറഞ്ഞുകൊണ്ട് നടക്കുന്നവർക്ക് സ്വഭാവത്തിന് തരക്കേട് വരാൻ വേറെയെന്തു വേണം?

നേരിട്ടു മറുപടി പറയാതെ നീല ചോദിച്ചു "എന്താണേടത്തി തിരക്കുന്നത്?"

"ലേശം പാല് കുട്ടീ! ഇന്നലെ തുടങ്ങിയതാണ് കലശലായ ജലദോഷം. കുറച്ചു ചായ കുടിച്ചാലോ എന്നു വിചാരിക്കുന്നു. എവിടെയിരിക്കുന്നു പാൽ!"

"ഏടത്തി ഈ കുടുംബത്തിലെ കൊച്ചമ്മ, പാലിരിക്കുന്ന ഇടം അറിയില്ലേ" കർക്കശസ്വരത്തോടൊപ്പം കയ്പ്പുള്ള ഒരു ചിരി മേമ്പൊടി ചേർത്ത് നീല പറഞ്ഞു.

സാരിത്തുമ്പുകൊണ്ട് വായ്പൊത്തി രണ്ടുതവണ തുമ്മിയിട്ട് അമിത തനിക്ക് ജലദോഷം പിടിച്ചത് സത്യമാണെന്നു തെളിയിക്കാൻ നോക്കി. അൽപ്പം അഭിമാനത്തോടും അന്തസോടും അവൾ പറഞ്ഞു:

"കണ്ടില്ലേ. എന്തൊരു കെടുതി!"

"ആ മൂലയിലുണ്ട് പാൽ. എടുത്തോളൂ. അമ്മയ്ക്ക് ബാർളിയുടെ കൂടെ കുറച്ചു പാലൊഴിച്ചുകൊടുക്കണം. മുഴുവൻ എടുക്കേണ്ട. ഏട്ടനേയും പിടികൂടിയെന്നു തോന്നുന്നു ജലദോഷം. ഏട്ടനും കുടിക്കുമായിരിക്കും ചായ."

"നിങ്ങളുടെ വീട്ടിൽ വന്നാൽ ആർക്കും അസുഖം ബാധിക്കാൻ പാടില്ല എന്നു തോന്നുന്നു അനിയത്തീ." പാലെടുത്തുകൊണ്ടു പോകുന്നതിനിടയ്ക്ക് അമിത പറഞ്ഞു "എന്റെ അമ്മാവൻ വന്നിട്ടുണ്ട്. ഇല്ലെങ്കിൽ എന്റെ ജലദോഷത്തിനുവേണ്ടി പാൽ ചോദിക്കാൻ വരികയില്ലായിരുന്നു."

നീല വല്ലതും മറുപടി പറയുമെന്ന് പ്രതീക്ഷിച്ച് അമിത കുറച്ചുനേരം നിന്നു. പിന്നെ ഹതാശയായി വീണ്ടും പറഞ്ഞു "ഞങ്ങളൊക്കെ എങ്ങനെ കഴിച്ചുകൂട്ടിയാലും അച്ഛന്റെ വീട്ടുകാർ വരുമ്പോൾ എന്തെങ്കിലുമൊക്കെ കാട്ടിക്കൂട്ടണ്ടേ? ഇല്ലെങ്കിൽ—"

അമിത ഒടുവിൽ പറഞ്ഞതു മുഴുവൻ കേൾക്കാൻ നീല നിന്നില്ല.

ആശ്ചര്യം! ഈ ഭവനത്തിനുമുണ്ട് ഒരു നിലാമുറ്റം. അവിടെ കയറിപ്പോകാനും കഴിയും. ഗംഗാജലം സ്റ്റോറുചെയ്തിരുന്ന വാട്ടർ ടാങ്കുണ്ട് രണ്ടാംനിലയിൽ. അതിന്റെ പുറകിൽക്കൂടെ കോണി. തുറന്ന ആകാശത്തിന്റെ സീമയിൽ ചെന്ന് അത് അവസാനിക്കുന്നു.

ഇവിടെ വന്നുനിന്നാൽ നഗരത്തിലെ കോലാഹലങ്ങൾ മാത്രമല്ല ചെവിയിൽ പെടുക, സ്വന്തം മൂക മനസിന്റെ കളകളാരവങ്ങളും കേൾക്കാം. ഹർമ്യതരംഗങ്ങളാൽ തടസപ്പെട്ട് കണ്ണുകൾ തിരിച്ചുവരിക മാത്രമല്ല, മുകളിലേക്കുയർന്ന് ആകാശത്തിന്റെ മമതാസ്നിഗ്ധമായ നീലവിതാനം കാണുകയും ചെയ്യും. ഇടയ്ക്കിടയ്ക്ക് കുളിരുണ്ടാകുന്ന കാറ്റ്. ഈ തെരുവ് കിനുഗോയാലയുടേതാണെന്നു വരാം, എന്നാൽ ഈ നിലമാറ്റം അങ്ങനെയല്ല. മുക്തിയുടേതായ ഈ തുറന്ന അങ്കണത്തിൽ നഗരമാകെ

ഏകാകാരം. വെറും നഗരം മാത്രമല്ല ഈ കാറ്റിന്റെ കൈ പിടിച്ച് നഗരാതിർത്തികൾ കടന്ന് നദീപ്രവാഹത്തിനൊപ്പം അറ്റം കാണാതെ സമുദ്രത്തിലെത്താം, അഥവാ വടക്കുള്ള, കിഴക്കെങ്ങോ പോയി ലയിക്കുന്ന പർവതത്തിൽ. ഈ നിലമാറ്റത്തിന്റെ ജ്യാമിതി അളക്കാവുന്ന ഒന്നല്ല.

ഏട്ടത്തിയോട് നിസാരകാര്യത്തിനു വഴക്കിടുന്ന നീലയ്ക്ക് മനസിൽ വല്ലായ്മതോന്നി. ഛീ ഛീ! ഇത്ര തുച്ഛമായ കാര്യങ്ങൾക്ക്, ആരാനും ശുണ്ഠി നടിക്കാറുണ്ടോ? നീലയ്ക്കുമുണ്ട് ദേഹത്തിന് സുഖക്കുറവ്. അവൾക്ക് പോകാമായിരുന്നു ആ മുറിയിലേക്ക്. ഇഞ്ചി ചേർത്ത ഒരു ഗ്ലാസ് ചായ വേണമെന്നു പറഞ്ഞ് ചെന്നിരുന്നെങ്കിൽ അമിതയ്ക്കും സന്തോഷമേ തോന്നുമായിരുന്നുള്ളൂ എന്നിട്ടോ?

അമിതയോട് അവൾക്കു തോന്നിയ ഈ മുഷിച്ചിലിനു കാരണം മറ്റൊന്നാണ്. നീലയ്ക്കു തോന്നി, ഏട്ടനെ ഒഴികെ, തനിക്കോ അച്ഛനോ അമ്മയ്ക്കോ ആർക്കും തന്നെ അമിതയെ പ്രസന്നചിത്തതയോടെ സ്വീകരിക്കാൻ കഴിഞ്ഞില്ല. അംഗീകരണത്തിന്റെ ഉള്ളിലും അനിഷ്ടത്തിന്റേതായ ഒരു കാരമുള്ള് തറഞ്ഞിരിക്കുന്നതുപോലെ അവൾക്കു തോന്നി. അമിതയ്ക്കും ഇക്കാര്യം മനസിലായെന്നു തോന്നുന്നു. അവൾ അവിടന്ന് പുറത്തുകടക്കാനാണ് നോക്കുന്നത്. എന്നാൽ ഒറ്റയ്ക്ക് പോവില്ല, ഏട്ടനേയും കൊണ്ടേ സ്ഥലം വിടുള്ളൂ.

അച്ഛനമ്മമാരുടെ 'വിമ്മിട്ട'ത്തിനു കാരണം എന്തെന്നു നീലയ്ക്കറിയാം. ഈ കുടുംബം അങ്ങേയറ്റത്തെ കഷ്ടകാലത്തിലേക്ക് കാൽവഴുതിപ്പൊയ്ക്കൊണ്ടിരുന്ന സമയത്ത്—പോപ്പുലർ പാർക്കിൽനിന്ന് ഭവാനിപ്പൂർ, ഭവാനിപ്പൂരിൽനിന്ന് ബൗബസാർ, അവിടന്ന് കിനുഗോയാലാ തെരുവിലേക്ക്—അവർ ഉറ്റുനോക്കിയിരുന്നത് ദേവവ്രതനെയായിരുന്നു. കഴിവുള്ള കുട്ടി—അയാൾക്ക് ഈ അധോഗതി തടഞ്ഞുനിർത്താൻ കഴിഞ്ഞിരുന്നെങ്കിൽ! പക്ഷേ കഴിഞ്ഞില്ല. ജോലി എന്നു പറയാൻ ഒന്നു സമ്പാദിച്ചു; ഇല്ലെന്നില്ല. പക്ഷേ, ചെലവു നോക്കുമ്പോൾ അത് വെറും കൗപീനം അഥവാ അടിവസ്ത്രം.

അതോടൊപ്പം തന്നെയെന്നു പറയാം, ദേവവ്രതൻ ഒരു പെണ്ണിനെ കെട്ടിക്കൊണ്ടുവന്നു. സർവനാശത്തിൽ ശാന്തിയന്വേഷിക്കുന്ന തറവാട്ടിൽനിന്ന് വന്നവളായിരുന്നില്ല അമിത.

എന്നാൽ ദേവവ്രതനോ? അയാൾ ഈ കുടുംബത്തിൽത്തന്നെ പിറന്നവനല്ലേ? അയാൾക്കെങ്ങനെ സംഭവിച്ചു, മാറ്റം? പെൺമയിലിന്റെ മനോരഞ്ജനത്തിനുവേണ്ടി മയിലിന്റെ കോലവും നൃത്തവും– പക്ഷേ എന്നുവച്ച് പെണ്ണിനുവേണ്ടി പുരുഷൻ നിവരുന്ന വാലാകണമോ? ചിത്തം വിനോദിപ്പിക്കാൻ നാണംകെട്ട് തുള്ളണമോ? ഈ ഭവനത്തിന്റെ പടിവാതിൽ കടന്ന് വരുമ്പോൾ ഏട്ടന്റെ തല താഴുന്നു. താൻ ഈ തറവാട്ടിലെയാണെന്ന് മറ്റുള്ളവരോട് പറയാൻ നാണിക്കുന്നു. ഏട്ടൻ ഇവിടുന്ന് ഓടിക്കളയാൻ വിചാരിക്കുന്നുണ്ടെന്ന കാര്യം നീലയ്ക്കുമറിയാം. ഇവിടെ പാർ

ക്കാനുള്ള ക്ഷമയില്ലാതായി അയാൾക്ക്. ഈ ദൈന്യം, ഈ പുക, ഈ വീർപ്പുമുട്ട്.

ദേവവ്രതന് ആകാമെന്നുണ്ടെങ്കിൽത്തന്നെ അമിതയ്ക്ക് ആവില്ല. അവളുടെ അച്ഛൻ പണക്കാരനാണ്. പിതൃസഹോദരൻ ബിസിനസുകാരൻ. അമ്മാവന്മാർ ജോലിക്കാർ. ജാമാതാവിനെ അവർ പിടിച്ചെടുക്കുകതന്നെ ചെയ്യും. ഏട്ടൻ ഒരുങ്ങിത്തന്നെയാണിരിക്കുന്നതും. കുറ ചിത്രശലഭമാകാനുള്ള ഏകാന്തസാധനയിൽ മുഴുകിയിരിക്കുന്നു.

അമിത വലിയ ഗർവിഷ്ഠയാണെന്നു വിചാരിക്കേണ്ട. ആദ്യത്തെ കാഴ്ചയിൽ മായം അറിയാത്ത ഒരു 'വെള്ളിക്കിണ്ണം' ആണെന്നേ തോന്നൂ. എന്നിട്ടും അങ്ങോട്ട് നേരെയായില്ല. എവിടെയോ എത്തുമ്പോൾ ഒരു സ്വരച്ചേർച്ചയില്ലായ്മ. അമിത അവളോട് ചിരിച്ചുകൊണ്ട് വർത്തമാനം പറയാൻ തുടങ്ങുമ്പോൾ ചുണ്ടുമാത്രമേ വികസിക്കാറുള്ളൂ. ചിരിയില്ല. കുടുംബകാര്യം വല്ലതും ചെയ്യുകയാണെങ്കിൽത്തന്നെ അപകടമായിട്ടേ ചെയ്യൂ. ചായ ഉണ്ടാക്കാൻ പുറപ്പെടുകയാണെങ്കിൽ കോപ്പ ഉടയ്ക്കും. അടുപ്പ് കത്തിക്കാൻ പോയാൽ വിരൽ പൊള്ളിക്കും.

ആദ്യം നീലയ്ക്കു രസംതോന്നി. അമിതയുടെ 'മരുങ്ങില്ലായ്മ' കണ്ട് അവൾക്കു ചിരിവന്നു. എന്നാൽ ഏതാനുംനാൾ ചെന്നപ്പോൾ അവൾക്ക് സംശയം തോന്നി. ഈ മരുങ്ങില്ലായ്മ നാട്യമല്ലേ? അമിത സൂത്രത്തിൽ ഒരു കാര്യം എല്ലാവരെയും അറിയിക്കാൻ ചെയ്യുന്ന പണിയല്ലേ ഇത്? അതായത് സ്വന്തം കൈയാൽ ചായയുണ്ടാക്കാനോ അടുപ്പിൽ തീപൂട്ടാനോ താൻ ശീലിച്ചിട്ടില്ല; ഇവിടെ വന്നതിൽ പിന്നെയാണ്—എന്നു ധരിപ്പിക്കാൻ.

വധുവരണദിനം ഓർക്കുന്നുണ്ട്. അന്നു താമസം ബബസാറിൽ. ആ വീട് ജീർണിച്ചത് അതു നിൽക്കുന്ന തെരുവിലേക്കു കാർ കടക്കില്ല. മെയിൻറോഡിൽ ചെന്നുനിന്ന കാറിന്റെ ഹോൺധ്വനി അകലെ ശംഖനാദവുമായിക്കലർന്നു മുഴങ്ങി.

ഏട്ടനും പത്നിയും അകത്തുവന്നിരിക്കുന്നു. ചില ഫലിതങ്ങളും നേരമ്പോക്കുകളുംകൊണ്ട് കുറച്ചുനേരം അവിടം ഹാസ്യമുഖരിതമായി. പക്ഷേ, കൊഴുപ്പുവന്നില്ല. നീല ഇന്നത്തെ പെൺകുട്ടി. ഈ വക ചടങ്ങുകൾ അവൾക്ക് പരിചിതങ്ങളല്ല. നവവധുവിന്റെ സ്തോഭം കണ്ടിട്ടാണ് അവൾക്ക് ഏറെ വിഷമം തോന്നിയത്. വന്നതു മുതൽ തലതാഴ്ത്തിയിരുന്നതാണ്. പിന്നെയത് പൊക്കുകയുണ്ടായില്ല. ഒരക്ഷരംപോലും പറഞ്ഞില്ല.

ചുറ്റുവട്ടത്തുള്ള സ്ത്രീകൾ മുഷിഞ്ഞു. അമ്മ കൃതാർഥഭാവത്തിൽ വാതിലിനു പുറകിൽ നിൽക്കുകയായിരുന്നു. നീല അമ്മയെ ഒരറ്റത്തേക്കു പിടിച്ചുകൊണ്ടുപോയി പതുക്കെ ചോദിച്ചു:

"ആ കുട്ടിയെന്താ ഒന്നും മിണ്ടാത്തത് അമ്മേ?"

"വലിയ നാണംകുണുങ്ങിയാണെന്നു തോന്നുന്നു. അച്ഛനമ്മമാരെ വിട്ടുപിരിഞ്ഞുവന്നിരിക്കയല്ലേ? അതുകൊണ്ടും മനസ് വേദനിക്കുന്നുണ്ടാകും."

ആ മുഹൂർത്തത്തിൽ നീലയ്ക്കെന്തുപറ്റിയെന്നറിഞ്ഞില്ല. അവൾ പരുക്കൻ സ്വഭാവത്തിൽ പറഞ്ഞു:

"അമ്മയ്ക്ക് നിശ്ചയമില്ലെങ്കിൽ മിണ്ടാതിരുന്നോളൂ. ഇവിടം വധുവിന് പിടിച്ചില്ല. അതാണ് സത്യം!"

നിദാനനി വരണ്ട തൊണ്ടയോടെ പറഞ്ഞു "പിടിക്കാതിരിക്കാനെന്തുണ്ടായി പെണ്ണേ? ദേവുവിനെ ഇഷ്ടമായിട്ടല്ലേ കല്യാണം കഴിച്ചത്?"

"അയ്യോ എന്റമ്മേ!" നീല വെറുപ്പോടെ പറഞ്ഞു "അമ്മയ്ക്കെത്രയായാലും മനസിലാവില്ല എന്നുവച്ചാലോ? വരനെ ഇഷ്ടമായി എന്നുവച്ച് വരന്റെ കുടുംബം ഇഷ്ടമാവണമെന്നുണ്ടോ? ഈ ചെറിയ ഒരു കൂട്! വിളക്കില്ല, കാറ്റില്ല. വന്നു കയറിയതു മുതൽ ഒരു വീർപ്പുമുട്ടൽപോലെ. കാണരുതോ?"

"നീല! ഒന്നു താഴത്തേക്കു വരുമോ?"

ഞെട്ടിത്തിരിഞ്ഞു നോക്കി നീല. ഏട്ടൻ കള്ളനെപ്പോലെ പരുങ്ങി പുറകിൽനിന്നിട്ട് എത്രനേരമായി. ആരു കണ്ടു? വലിയ പളുങ്കുപാത്രം കൈയിലെടുക്കുമ്പോൾ ആളുകൾ കാട്ടുന്ന അതേ കരുതലോടെയാണ് അയാൾ സംസാരിച്ചത്:

"ഒന്നു താഴത്തേക്കു വരൂ. നിന്റെ അമ്മാവൻ വിളിക്കുന്നു."

ദേവവ്രതൻ മുടി ഭംഗിയായി വകഞ്ഞുവച്ചിരിക്കുന്നു. നല്ല തിളങ്ങുന്ന ബനിയനാണ് ഇട്ടിരിക്കുന്നത്. എന്നിട്ടും മുഖത്തേക്ക് നോക്കിയപ്പോൾ ചിരിവന്നു നീലയ്ക്ക്. പത്നിയുടെ മുമ്പിൽ തല കുനിച്ചുനിന്ന് വർത്തമാനം പറഞ്ഞു പറഞ്ഞ് ഏട്ടന്റെ ഭാവത്തിലും ഭംഗിയിലും വന്നുകൂടിയ ദാസ്യഭാവം കണ്ടാൽ ഭീരുവോ മന്തനെന്നോ പറഞ്ഞ് അതിനെ പരിഭാഷപ്പെടുത്താൻ തോന്നും.

" ഏതാണീ അമ്മാവൻ?" പുരികം ചുളിച്ചുകൊണ്ട് നീല ചോദിച്ചു.

"അമ്മാവൻ എന്നുവച്ചാൽ നിന്റെ ഏട്ടത്തിയുടെ അവിനാശബാബു. ഓർക്കണില്ലേ?" നീലയുടെ തട്ടിക്കേറ്റം ദേവവ്രതന്റെ ശബ്ദം ഒന്നുകൂടി പതുക്കെയാക്കി.

"അതു ശരി. പക്ഷേ, എന്നെ എന്തിനു വിളിക്കുന്നു?"

"പാട്ടുകേൾക്കണംന്ന്. നിന്റെ പാട്ടിനെപ്പറ്റി പുകഴ്ത്തിക്കേട്ടിരിക്കുന്നു"

"ഈ കുടുംബത്തിൽ കയറിവരുന്ന ഏട്ടന്റെ ശ്വശുരകുടുംബക്കാർ ഒന്നിരിക്കുന്നതിനുമുമ്പ് ഓടിക്കളയാനാണ് കൊതിക്കാറെന്നാണ് ധരിച്ചിരുന്നത്. ഈ മാന്യന് പാട്ടുകേൾക്കണം. ഇയാളുടെ സംഗീതപ്രേമം കേമം തന്നെ ഏട്ടാ!"

ദേവവ്രതൻ മുഖം ചീർപ്പിച്ചുകൊണ്ടു പറഞ്ഞു "നിനക്ക് പരുഷമായിട്ടല്ലാതെ പറയാനറിയില്ല നീലേ! മര്യാദ അറിയില്ല. അമ്മാവൻ എത്ര വലിയ ആളാണെന്നറിയാമോ? പാട്ടുകേൾക്കാനായിട്ടുതന്നെയാണ് ഇവിടത്തോളം വന്നത്."

മരക്കോണിപ്പടി ഇറങ്ങുന്നതിനിടയ്ക്ക് നീല പൊട്ടിച്ചിരിച്ചുകൊണ്ടു പറഞ്ഞു "വലിയാളായിക്കോട്ടെ ഏട്ടാ, അതിനു നമുക്കെന്താ! നിങ്ങളുടെ ഈ കുട്ടിശ്വശുരൻ എന്നെ താലികെട്ടി പട്ടമഹിഷിയാക്കുമോ?"

നീല ഇതുവരെ കളിയാക്കുകയായിരുന്നുവെന്ന് ഇപ്പോഴാണ് ദേവവ്രതന് മനസിലായത്. അയാൾ പറഞ്ഞു "എന്തൊക്കെ വഷളത്തരങ്ങളാണ് നീ പറയുന്നത്?"

കൈ ഉയർത്തി മുദ്ര കാട്ടിക്കൊണ്ട് നീല പറഞ്ഞു "സാരിയും ഒന്നും ഇല്ല ഏട്ടാ! മുഷിഞ്ഞ സാരിക്കാരിയുടെ പാട്ടുകേട്ടാൽ രസം വരില്ലെന്നുണ്ടെങ്കിൽ വേണ്ടാത്ത 'ഗുലുമാലി'ന് പുറപ്പെടാതിരിക്കുകയാവും ഭേദം. ആ മാന്യന് ചായ മാത്രം നൽകി പ്രസന്നനാക്കി തിരിച്ചയയ്ക്കൂ." എന്തു പറയുന്നുവെന്നറിയാൻ ഏതാനും നിമിഷം കാത്തിട്ടു പറഞ്ഞു: "അതിലും ഭേദം എന്താണെന്നോ ഏട്ടാ! ഈ സാരി ഉടുത്തുകൊണ്ടുതന്നെ പാട്ടു പാടുക. സന്തോഷമായാൽ ഒരു സാരി 'ബഖ്ശിശ്' ചോദിച്ചുവാങ്ങാം. എന്തു പറയുന്നു?"

കാലുതൊട്ട് പ്രണമിക്കാൻ ഭാവിച്ചു. അവിനാശബാബു കൈപിടിച്ച് തടഞ്ഞു "മതി മതി. ഇരിക്കൂ" സഹിച്ചുകൂടാത്ത ഉഷ്ണം. പായയിലിരുന്ന് വിയർത്തു കുളിക്കയാണ് അവിനാശബാബു. മുഖത്ത് പൊത്തിയിരുന്ന പൗഡർ അലിഞ്ഞ് ക്ഷൗരംകൊണ്ട് മിനുക്കിയ കവിളുകളിലെ രോമകുപങ്ങൾ തോറും ഉറഞ്ഞുനിന്നു. മിക്കവാറും നരച്ചുകഴിഞ്ഞ താടിയുടെ പ്രശ്നം രണ്ടുനേരവും വടിച്ച് പരിഹരിക്കയാണ് അവിനാശബാബുവിന്റെ പതിവ്. തലയിലെ മുടിക്ക് ഇതൊരു പരിഹാരമാവാത്തതിനാൽ ചായം പുരട്ടും. ആഹാ! ചായം വിയർപ്പിൽ അലിയുകയാണെങ്കിലോ? നീല തല താഴ്ത്തി ചുണ്ടുകൾ അമർത്തി ചിരി മറയ്ക്കാൻ ശ്രമിച്ചുകൊണ്ടു വിചാരിച്ചു–അങ്ങനെ സംഭവിച്ചാലത്തെ ആ കെട്ടിക്കാഴ്ച!

ഏട്ടത്തിയുടെ ഈ അമ്മാവൻ വിപത്നികനാണ്. നീലയ്ക്കറിയാം. പണത്തിന്റെ വീര്യംകൊണ്ട് പത്നീശോകം മറക്കാം. എന്നാൽ പ്രായം തടഞ്ഞുനിർത്തുക സാധ്യമല്ല. മറയ്ക്കാനുള്ള വിഫലശ്രമത്തിൽ മുഖരേഖകൾ ഒന്നുകൂടി ചുളിയുന്നു.

ഏതു പാട്ടാണ് വേണ്ടതെന്ന ആലോചനയിൽ ഏതാനും നിമിഷങ്ങൾ കഴിഞ്ഞുപോയി. ഒരു 'രാമപ്രസാദി'യായാലോ എന്നു ചിന്തിച്ചു നീല. ഒടുവിൽ ഒരു കീർത്തനം ആലപിക്കുവാൻ തുടങ്ങി.

"ആഹാഹാ!" പാട്ട് അവസാനിച്ചപ്പോൾ അവിനാശബാബു പറഞ്ഞു "എന്തൊരു പാട്ട്! പ്രേമത്തിന്റെ ഈ അനുപമ മാധുര്യം."

"പ്രേമമല്ലല്ലോ." ഹാർമോണിയം നീക്കിവച്ചിട്ട് നീല പറഞ്ഞു:

"ഭക്തി."

"ആഹാഹാ! പ്രേമമെന്നുവച്ചാൽത്തന്നെ ഭഗവൽപ്രേമം. ഭഗവൽ പ്രേമം തന്നെ ഭക്തി." ഗദ്ഗദസ്വരത്തിൽ അവിനാശബാബു പറഞ്ഞു: "എവിടെ നിന്നാണ് പാട്ടു പഠിച്ചത്?" അവിടെയുമിവിടെയും നോക്കിയിട്ട് തുടർന്നു: "ഈ വീട്ടിൽ"

"റേഡിയോ ഇല്ല." അയാളുടെ മനോഗതി മനസിലാക്കിയ നീല പറഞ്ഞു "ഗ്രാമഫോണുമില്ല. അവിടന്നും ഇവിടന്നും ആവുംവിധം വല്ലതും കേട്ടു പഠിച്ചു."

നീലയ്ക്ക് പല മെഡലുകളും കിട്ടിയിട്ടുണ്ട്. ദേവവ്രതൻ അതു വിവരിക്കാൻതുടങ്ങി. അവിനാശബാബു അതൊക്കെ കേട്ടോ ആവോ, ഇടയ്ക്കു പറഞ്ഞു:

"ഞാൻ ഒരു റേഡിയോ കൊടുത്തയയ്ക്കാം. എനിക്ക് രണ്ടെണ്ണമുണ്ട്."

"ഈ വീട്ടിൽ ഇലക്ട്രിസിറ്റി ഇല്ല." നീല പറഞ്ഞു. "റേഡിയോ വന്നാലും മൂകമായിരിക്കയേയുള്ളൂ."

"ഇല്ല?" പുതിയ ഒരു കണ്ടെത്തലായിരുന്നില്ല അത് എന്നിട്ടും അവിനാശബാബു അത്ഭുതം നടിച്ചു. "ശരി, എന്നാൽ ബാറ്ററി സെറ്റ്. ബാറ്ററി സെറ്റുണ്ടായാൽ പോരെ?"

"എന്തൊരു നല്ല മനുഷ്യനാണെന്നോ എന്റെ അമ്മാവൻ!" അവിനാശബാബു പോയിക്കഴിഞ്ഞപ്പോൾ അമിത പറഞ്ഞു: "കുട്ടിക്കാലം തൊട്ടേ എന്നെ എന്തൊരിഷ്ടമായിരുന്നുവെന്ന് പറയാനില്ല. ഈ വീട്ടിൽവന്ന് എല്ലാം നേരിട്ട് കണ്ടും കേട്ടും പറഞ്ഞതെന്താണെന്നറിയാമോ? നിന്റെ ഏട്ടനെ സ്വന്തം ബിസിനസിൽ പങ്കാളിയാക്കാമെന്ന്."

നീല ചിന്തിച്ചു. അങ്ങനെ വരട്ടെ. ഏട്ടൻ സ്വന്തം കാര്യം നോക്കുകയാണ്. പാട്ടുപാടി കേൾപ്പിച്ച് നീലയും പ്രസന്നനാക്കി ദേവാദിദേവനെ. ഏട്ടന് ഒരുസമയം ബിസിനസിന്റെ പായകെട്ടിയ നൗകയിൽ സ്ഥാനം ലഭിച്ചേക്കും. പക്ഷേ ഇതിൽ തനിക്കുള്ള വേഷം എന്തായിരിക്കുമെന്ന് നീലയ്ക്ക് മനസിലാക്കാൻ കഴിഞ്ഞില്ല.

മുറിയുടെ മുഖമാകെ മാറ്റിക്കളഞ്ഞു ശാന്തി. വാതിൽക്കലും ജനലുകളിലും പഴയ സാരികൊണ്ട് കർട്ടനുകൾ. ഇഷ്ടികകൾ വച്ച് ഉയർത്തിയ പലകയിൽ കിടക്ക. ചുവട്ടിൽ ട്രങ്ക്. ഒരു കോണിൽ ചെറിയ മേശ. ഒരു ചൂരൽക്കസേര. ജനാലയ്ക്കരികിൽ ഒരു ചെറിയ തറ, വെള്ളം വയ്ക്കാൻ.

വെളിച്ചത്തിനാണ് ക്ഷാമം മുഴുവൻ. പകൽ വെളിച്ചം ഇല്ലേയില്ല. രാത്രിയും നിവൃത്തിയുള്ളപക്ഷം ശാന്തി വിളക്ക് കത്തിക്കുകയില്ല. ചോദിച്ചാൽ ചിരിക്കും. രാത്രിയായാൽ ഇരുട്ടാവും. അതാണല്ലോ വിധാതാവിന്റെ ഇച്ഛയും. അപ്പോൾ വിളക്കുകൊളുത്തിവച്ച് ദൈവേച്ഛയ്ക്ക് വിപരീതം പ്രവർത്തിക്കേണ്ടതില്ലല്ലോ.

അതൊരു യുക്തിയാണോ? ശാന്തി സ്വയം പറയും "നേരെന്തെന്നറിയാമോ ചങ്ങാതി! എന്റെ കണ്ണ് സ്വൽപ്പം തകരാറിലാണ്. ഹാരിക്കേനിന്റെ പ്രകാശം കാണാൻ വയ്യ. മേശപ്പുറത്ത് മെഴുകുതിരിയുണ്ടല്ലോ. മുറി മുഴുവൻ കാണാം. കണ്ടുകൂടേ?"

പക്ഷേ ഭക്ഷണം?

ഭക്ഷണം പാകം ചെയ്യാറില്ല ശാന്തി. രാത്രിയുമില്ല, പകലുമില്ല, ഹോട്ടലിൽനിന്ന് കൊണ്ടുവരും. ചെലവു കൂടും. പക്ഷേ സൊല്ല കുറയും. ഒരി

ക്കൽ അരിവാർക്കാൻ തുടങ്ങിയപ്പോൾ ശാന്തിയുടെ കാലിൽ കഞ്ഞിവെള്ളം വീണുവത്രേ. മണീന്ദ്രൻ അന്നുതൊട്ട് തുടങ്ങിയതാണ് ഈ ഏർപ്പാട്.

"അറപ്പുതോന്നുന്നില്ലേ?"

"അറപ്പോ? ഹോട്ടൽ മീൽസിന് എന്തുണ്ടറയ്ക്കാൻ? അത്രയ്ക്ക് 'ദുസ്വത്വം' ഉള്ളവരാണെങ്കിൽ ഈ വീട്ടിൽ പാർക്കാനും തോന്നണമല്ലോ വെറുപ്പ്! ഈ വിധം ജീവിക്കാൻ ഹോട്ടലിലെ ഭക്ഷണംതന്നെ ഇതിലെല്ലാത്തിലും ഭേദം. ഇന്ന് ചോറും മീൻകറിയുമാണെങ്കിൽ നാളെ പൂരിയും പരിപ്പും. പണം കൈയിലുള്ള ദിവസമാണെങ്കിൽ കോഴിയിറച്ചിയും റൊട്ടിയും. അരുചി തോന്നുമെന്ന് പേടിക്കാനില്ല."

നീലയ്ക്ക് എല്ലാം അറിയാൻ കഴിഞ്ഞു. എന്നാൽ എന്താണീ മണീന്ദ്രസന്യാലിന്റെ തൊഴിൽ? അത്രമാത്രം അറിയാൻ സാധിച്ചില്ല. ചില ദിവസം പകൽ മുഴുവൻ അദൃശ്യനാണെങ്കിൽ ചില ദിവസം രാപകൽ വീട്ടിൽത്തന്നെ കുത്തിയിരിക്കും.

ശാന്തിയോട് ചോദിച്ചിട്ടും നേരാംവണ്ണമൊരുത്തരം കിട്ടിയില്ല. അവൾ ഒന്നു ചിരിച്ചു "ആൺപിറന്നവന്മാർ പുറത്തുപോയി എന്തൊക്കെ കാട്ടുന്നുവെന്നുണ്ടോ വല്ലവരുമറിയുന്നു! എനിക്ക് ഗൃഹഭരണത്തിന്റെ ചുമതലമാത്രം."

നീലയുടെ വീട് കണ്ടിട്ട്—കണ്ടിട്ടാണോ അല്ലയോ ആരറിഞ്ഞു. നീലയ്ക്കങ്ങനെ തോന്നി—ശാന്തിയും നടുക്ക് കർട്ടൻ തൂക്കി മുറി രണ്ടാക്കിത്തിരിച്ചു. ഉൾഭാഗത്തിന്റെ പേർ അന്തഃപുരം.

അന്നൊരു ദിവസം കർട്ടനപ്പുറത്തുനിന്ന് മൂളിപ്പാട്ടുപോലെയെന്തോ കേട്ട നീല വേഗമെഴുന്നേറ്റുകൊണ്ട് പറഞ്ഞു "ഞാൻ ഇനി പോണു."

"ഇപ്പോൾ വന്നല്ലേയുള്ളൂ."

"പുറത്തുനിന്നാരോ വന്നിട്ടുണ്ടെന്നു തോന്നുന്നു ഇവിടെ."

"പുറത്തുനിന്നോ? എവിടെ? ഇല്ലല്ലോ? അപ്പുറത്ത് അദ്ദേഹം മാത്രമേയുള്ളൂ."

"മൂളിപ്പാട്ടുപോലെ എന്തോ കേൾക്കുന്നതോ?"

ശാന്തി ചിരിച്ചുകൊണ്ട് പറഞ്ഞു "അപ്പുറത്ത് അദ്ദേഹം അരുന്ധതിയെ പിടികൂടിയിരിക്കുകയാണ്."

"ഏതരുന്ധതി?"

ശാന്തി ഒന്നുകൂടി സ്വരം താഴ്ത്തി പറഞ്ഞു "അദ്ദേഹം മനസുകൊണ്ട് നിർമിച്ച പെൺകുട്ടി. ഈയിടെ അവളെ വിടാതെ കൂടിയിരിക്കുകയാണ്." അതിനുശേഷം ഒളിച്ചുകളി മതിയാക്കി തുറന്നു പറഞ്ഞു "അദ്ദേഹത്തിന്റെ പുതിയ കഥയിലെ നായിക. കുറേശെകുറേശെ എഴുതും. അതുകഴിഞ്ഞാൽ എങ്ങനെയിരിക്കുന്നുവെന്ന് അഭിപ്രായമറിയാൻ തന്നെത്തന്നെ വായിച്ചു കേൾപ്പിക്കും. ആ സമയം അങ്ങോട്ടു ചെല്ലുവാൻ അനുവാദമില്ല."

മണീന്ദ്രബാബു സാഹിത്യകാരനാണെന്ന് അന്നാദ്യമായിട്ടാണ് നീല അറിഞ്ഞത്. ശാന്തി പറഞ്ഞു:

"നിങ്ങൾക്കറിയില്ല എന്നു തോന്നുന്നു അദ്ദേഹം പേരെടുത്ത ഒരു സാഹിത്യകാരനാണ്. ഇന്നുള്ളവരുടെ കൂട്ടത്തിൽ നിങ്ങൾ അദ്ദേഹത്തിന്റെ പേരുപോലും അറിയില്ലെന്നോ! എന്റമ്മേ!"

ശാന്തി അന്നുതന്നെ നീലയ്ക്ക് മണീന്ദ്രനെഴുതിയ രണ്ടു പുസ്തകങ്ങൾ കൊടുത്തു. കോളേജുണ്ടായിരുന്നില്ല. ഉച്ചയ്ക്ക് നീല ചെന്നപ്പോൾ മാറിനു കീഴെ തലയിണവച്ചും ചിലപ്പോൾ തലച്ചുവട്ടിൽ കൈവച്ച് മലർന്നു കിടന്നും രണ്ടു പുസ്തകവും വായിച്ചുതീർത്തു. വായിക്കുന്നതിനിടയ്ക്ക് ചിലപ്പോൾ കർണമൂലങ്ങൾ വരെ ചുവന്നുപോയിരുന്നു. അത്യാധുനിക ഭാഷയുടെ നുറുങ്ങുകല്ലുകൾ കണ്ണിനെ വ്രണപ്പെടുത്തി. പക്ഷേ, കൗതുകം കുറയുന്നതിനുപകരം കൂടുകതന്നേ ചെയ്തുള്ളൂ. അത് കണ്ടാൽ 'അയ്യോ പാവത്താം' തോന്നിക്കുന്ന മനുഷ്യന്റെ വയറ്റിൽ ഇത്രയേറെ കാര്യങ്ങൾ അമർന്നു കിടക്കുന്നുണ്ടെന്നോ! ഇത്രയ്ക്ക് വിചിത്രമായ പ്ലോട്ടുകൾ എവിടുന്നു കിട്ടുന്നു ഈ മനുഷ്യന്!

വായിച്ചുകഴിഞ്ഞ് വൈകുന്നേരം തെരുതെരെ കോണിയിറങ്ങി താഴേക്കു ചെന്നു നീല. രണ്ടു മൂന്ന് പാത്രങ്ങളിൽ അവൾ അസ്വാഭാവികത കണ്ടു. മൂന്നു നാല് പാത്രങ്ങൾ അവളുടെ മനസിൽ പതിഞ്ഞു. ശാന്തിയോട് വിസ്തരിച്ച് ചർച്ച ചെയ്യണമെന്നുദ്ദേശിച്ചാണ് ചെന്നത്.

ചെന്നു നോക്കിയപ്പോൾ ശാന്തി ജനലിനരികിൽ അനങ്ങാതെ നിൽക്കുന്നതാണ് കണ്ടത്. കർട്ടനപ്പുറം പഴയപടി മുരളിച്ച.

"ഇനിയും എഴുത്തു കഴിഞ്ഞില്ലേ?" നീല സ്വകാര്യമായി ചോദിച്ചു:

"എന്നാൽ ഞാൻ പോണു."

"പോകയാണ്? ഇരിക്കൂ." ശാന്തി വാടിയ ചിരിയോടെ പറഞ്ഞു.

"ഊണുകഴിഞ്ഞ ഉടൻ വീണ്ടും എഴുതാൻ ഇരുന്നെന്നു തോന്നുന്നു."

"ഊണു കഴിഞ്ഞില്ലേ?"

"കഴിഞ്ഞില്ല."

ക്ഷണം ശാന്തി നീലയുടെ കൈയിൽനിന്ന് പുസ്തകങ്ങൾ വാങ്ങി തിരിഞ്ഞ് അവ അടുക്കിവയ്ക്കുന്നതിലേർപ്പെട്ടു. "കഥ മുഴുവനാകണം. അതു വല്ല പത്രാധിപന്മാരെയും പിടിപ്പിച്ച് പണമുണ്ടാക്കണം. അപ്പോഴേ ആഹാരം വീട്ടിലെത്തുള്ളൂ."

ശരിക്കും അതേസമയം പർദ നീക്കി മണീന്ദ്രൻ ശാന്തിയോട് എന്തോ പറയാനായി അടുക്കലേക്കു ചെന്നു. നീലയെക്കണ്ട് നിമിഷനേരം ഒന്നു പരുങ്ങിനിന്ന് വീണ്ടും പണിപ്പുരയിലേക്ക് കടന്നുപോയി.

അവ്യക്തമായ പ്രകാശത്തിൽ നീല കണ്ടു—കുളിക്കാതെ ഭക്ഷണമില്ലാതെ വാടിയ മുഖം. ഷേവുചെയ്യാത്ത താടി. കലങ്ങിയ കണ്ണുകൾ.

ഇത്രയ്ക്ക് പ്രാകൃതമാകാമോ ഒരാളുടെ രൂപം?

കഥ അന്നുതന്നെ എഴുതിത്തീർക്കും സംശയമില്ല. പണവും കിട്ടിയിരിക്കും. ഇല്ലെങ്കിൽ ശാന്തി രാത്രി വന്ന് ചോദിക്കയില്ലല്ലോ നീലയുടെ അടുപ്പിൽ തീയുണ്ടോ എന്ന്.

"എന്താണ് ഭാവം?" നീല ചോദിച്ചു.

"അദ്ദേഹത്തിന്റെ ചില ചങ്ങാതികൾ വന്നിരിക്കുന്നു. ചായവേണം. തീയില്ല അടുപ്പിൽ. അവർ ഇന്നു രാത്രി മുഴുവനിരുന്ന് ചീട്ടുകളിക്കുവാൻ പോകുന്നു."

"ആരൊക്കെ?"

"വിശേഷിച്ചാരുമില്ല. കവി ഇന്ദ്രജിത്ത്, പബ്ലിഷർ സദാനന്ദൻ– പിന്നെ"

"നിങ്ങൾക്കുറക്കം വരുമോ?" നീല ചോദിച്ചു "കർട്ടന്റെ അപ്പുറത്ത് എത്രയേറെ ആളുകൾ! വിഷമം തോന്നില്ലേ?"

"എന്തു വിഷമം?" ശാന്തി പതുക്കെ ചിരിച്ചു "എനിക്കു ശീലമായി."

എന്നാൽ അടുത്തദിവസം രാവിലെയും മറുപുറത്തുനിന്ന് മുളക്കം കേട്ട് നീല അത്ഭുതപ്പെട്ടു.

"ഇന്നും എഴുതുകയാണോ? ഇന്നലെ മുഴുവനായില്ലേ?"

"കഥയുടെ പണം ഇന്നലെത്തന്നെ തീർന്നു. ഇന്നലെ എല്ലാം കള ഞ്ഞുകുളിച്ചില്ലേ? അതുകൊണ്ട് രാവിലെ എഴുന്നേറ്റ് വീണ്ടും തുടങ്ങി പണി. പണം വേണമല്ലോ?"

"എന്താണ് പറയുന്നത്? അപ്പോൾ ഇന്നും നിങ്ങൾ പട്ടിണി തന്നെ? വരൂ ശാന്തിയേടത്തി. ഞങ്ങളുടെ അവിടന്ന് രണ്ടു വറ്റ് വാരിത്തിന്നിട്ടു വരൂ."

മധുരമായി ചിരിച്ചു.

"അതിന്റെ ആവശ്യമില്ല കുട്ടീ. അതിനുള്ള ഏർപ്പാടൊക്കെ ചെയ്തു കഴിഞ്ഞു."

എന്താണേർപ്പാടെന്നും ശാന്തി വിശദീകരിച്ചു.

"അദ്ദേഹം തോറ്റു; ശരിതന്നെ. പക്ഷേ ജയിച്ചത് ചങ്ങാതികളായി രുന്നു. പുലർച്ചയ്ക്ക് പോകാറാവുമ്പോൾതന്നെ നേടിയ പണം മുഴുവൻ ആരുമറിയാതെ എന്നെ ഏൽപ്പിച്ചിട്ടുപോകുമെന്ന നിബന്ധനയിലാണ് കളിക്കാൻ അനുവദിച്ചത്."

"നിങ്ങൾ ആൾ കടുകട്ടിതന്നെ ശാന്തിയേടത്തീ!"

"കടുകട്ടിയാകാതെ പറ്റുമോ? അല്ലെങ്കിൽ നീ വിചാരിക്കുന്നുണ്ടോ ഉറപ്പൊന്നുമില്ലാതെ കഥയെഴുത്തുകൊണ്ട് കിട്ടിയേക്കാവുന്ന പണം കണ്ടുകൊണ്ട് കുടുംബം നടക്കുമെന്നോ നടത്താമെന്നോ?"

4

എത്രയെങ്കിലും ദൂരെയായിക്കൊള്ളട്ടെ പോപ്പുലർ പാർക്കും കിനു ഗോയാല തെരുവും, ഒരേ നഗരത്തിൽ പെട്ടതുതന്നെയല്ലേ? ഒരേ ഭവന ത്തിന്റെ അഞ്ചാം നിലയും ഒന്നാം നിലയും പോലെതന്നെ. ഒരുകൂട്ടർ കാ റ്റിൽ ആടും, വെയിലിൽ ചിരിക്കും, മറ്റൊരു കൂട്ടർ ഉഷ്ണംകൊണ്ട് പൊരി

യും, ഇരുട്ടിൽ തപ്പിനടക്കും. ഇത്ര വലിയ ഒരു ഭവനം ചുമലിൽ താങ്ങുന്ന ഭാരംകൊണ്ടെന്നപോലെ കാൽ ഇടറും.

അതിനാൽ സൗമ്യൻ മുമ്പിൽവന്ന് നിന്നപ്പോൾ നീലയ്ക്ക് കണ്ടില്ലെന്നു നടിക്കാൻ കഴിഞ്ഞില്ല.

"ഓർക്കുന്നുണ്ടോ നീലേ"

"നിങ്ങൾ ഓർക്കുന്നുണ്ടാവുമോ?" എന്നായിരുന്നു മറുപടി.

"പിന്നെ? എന്താണിവിടെ?"

"ഞങ്ങൾ ഇവിടെയാണ് താമസം."

"ഓഹോ, കേട്ടു നിങ്ങളൊക്കെ ഈയിടെ ഇവിടെ താമസം തുടങ്ങിയ കഥ. എന്താണാവഴിയുടെ പേര്—ശരിക്കും ഓർമ വരുന്നില്ല. എന്തോ ഒരു കെയ്ന്റ് നെയിം."

"കിനുഗോയാലത്തെരുവ്." നീല ഉച്ചാരണസ്ഫുടതയോടെ പറഞ്ഞു.

"യേസ്!" സിഗററ്റ് കൊളുത്തിക്കൊണ്ട് സൗമ്യൻ പറഞ്ഞു "ഓർക്കുന്നു. ഒരുദിവസം വരുന്നുണ്ട് നിങ്ങടെയവിടേക്ക്. ചിറ്റമ്മയ്ക്കു സുഖമല്ലേ? ചിറ്റപ്പനോ? നിങ്ങളുടെ ഏട്ടനോ? എവിടെക്കൂടെ എങ്ങനെയൊക്കെയാണ് വരേണ്ടതെന്നു പറയൂ. നമ്പർ?"

"ആറ് എഫ്"

"ആറ്–എഫ്, കിനുഗോയാലത്തെരുവ്." കീശയിൽനിന്ന് ഒരു കടലാസുകഷണം എടുത്തുകുറിച്ചു സൗമ്യൻ. "ഇനി ഡയ്റെക്ഷൻസ് തരൂ."

നീല ആവുംവിധം വർണിച്ചുപറഞ്ഞു.

"നിൽക്കൂ, നിൽക്കൂ, ജസ്റ്റ് എ മിനിട്ട്. ആറാം നമ്പർ റൂട്ടിന്റെ ബസ് ടെർമിനിസിനുശേഷം മഹേശ് ആഢ്യിസ്ട്രീറ്റ്. അതിനുശേഷം പേർ പറഞ്ഞത് എന്തിന്റേതാണ്? ഗംഗാപദ്, ഗന്ധാ, ഗംധാ–എന്തൊന്നാണത്?" കുണ്ഠിതം വിളിച്ചറിയിക്കുന്ന ചിരിയോടെ സൗമ്യൻ പറഞ്ഞു "എനിക്ക് ഈ ഭാഗത്തേക്ക് കടക്കുമ്പോൾ എല്ലാം കുഴഞ്ഞുമറിയുന്നതുപോലെ തോന്നുന്നു. a queer area. എത്ര വൃത്തികെട്ട്, എത്ര വളഞ്ഞുപിരിഞ്ഞുള്ള ഇടവഴികൾ! കീശയിൽ വടക്കുനോക്കി കരുതിയില്ലെങ്കിൽ എല്ലാം അവതാളത്തിലാവും. പിന്നെ, അതുകഴിഞ്ഞ് ഗന്ധാപദ് ശ്രീവാലാസ്ട്രീറ്റ് മുറിച്ചുകടന്ന് ഏതു ദിക്കിലേക്കു പോകണം?"

നീല അയാളുടെ മുഖത്തേക്ക് സൂക്ഷിച്ചുനോക്കിക്കൊണ്ട് തണുപ്പൻ സ്വരത്തിൽ പറഞ്ഞു "നിങ്ങൾക്കു കണ്ടുപിടിക്കാൻ പറ്റില്ല സൗമ്യേട്ടാ! എനിക്കത് മനസിലായി."

"എന്താണീ പറയുന്നത്? ഇതിനുപോലും കഴിയില്ലെന്നോ? ശരി, മേൽവിലാസം എഴുതിവച്ചിട്ടുണ്ടല്ലോ. നോക്കിക്കോളൂ. ഞാൻ ഒരുദിവസം അവിടെ വന്ന് ചാടില്ലേ എന്ന്."

"ശരി, നോക്കാം" നീല യാതൊരു ഉത്സാഹവുമില്ലാതെ പറഞ്ഞു.

"പിന്നെ; നീ ഇപ്പോൾ കോളേജിലാണ് പഠിക്കുന്നത് അല്ലേ? ഭേഷ് ഭേഷ്! ബഹു ഭേഷ്! ശരി, എന്നാൽ ഞാൻ വരട്ടെ നീലേ?"

സൗമ്യൻ പോയിക്കഴിഞ്ഞപ്പോൾ നീല കുറെനേരം എന്തോ ഓർത്തുകൊണ്ട് നോക്കിനിന്നു. കാൽച്ചുവട്ടിൽ ഒരു കടലാസ് കാറ്റിൽ കിടന്നു പിടച്ചു. കുനിഞ്ഞെടുത്തു.

അതേ കടലാസുകഷണം. ഏതാനും നിമിഷംമുമ്പ് സൗമ്യൻ നീലയുടെ വീട്ടിലേക്കുള്ള വഴി കുറിച്ചെടുത്ത കടലാസ്.

കഷണം കടലാസ്, പറന്നുപോയി. അതങ്ങനെയല്ലേ വരുള്ളൂ! ഇന്നല്ലെങ്കിൽ നാളെ. നീല ഉള്ളാലെ ഒന്നു ചിരിച്ചു.

വളരെനേരം കടലാസ് ചുരുട്ടിപ്പിടിച്ചു മുഷ്ടിയിൽ. പിന്നെ വഴിയിലുള്ള ലാമ്പ് പോസ്റ്റിനെ ഉന്നംവച്ച് ഒരേറുകൊടുത്തു.

സൗമ്യൻ അശ്രദ്ധകാരണം മേൽവിലാസം വഴിയിൽക്കളഞ്ഞു. കളയട്ടെ. കടലാസ് കൈയിൽവച്ചുകൊണ്ട് നടന്നാൽത്തന്നെ സൗമ്യൻ ഒരു ദിവസം തിരിച്ചുവരുമോ? അഥവാ കിനുഗോയാലത്തെരുവിലുള്ള വൃത്തികെട്ട വീട്ടിൽ നീലയെ പുതിയൊരു രൂപത്തിൽ കണ്ടെത്തുമോ?

ഇടുങ്ങി വൃത്തികെട്ട സ്ഥലം. സൗമ്യൻ ഭംഗിപിടിപ്പിച്ചു പറഞ്ഞതാണ് 'ക്വെയ്ന്റ്' എന്ന്. ഈ 'കിംഭൂത'മായ പശ്ചാത്തലത്തിൽ സൗമ്യന് നീലയെയും നിഗൂഢജീവിയായി തോന്നിയോ ആവോ?

സൗമ്യൻ ഇനി ഒരുദിവസവും വരികയില്ലെന്നു നീലയ്ക്കറിയാം. സൗമ്യനും വരില്ല, മനനനും വരില്ല, മണീശനുമില്ല. അവരുടെ അധ്യായം പോപ്പുലർ പാർക്കിൽവച്ച് അവസാനിച്ചു.

ലജ്ജാവിവശനായി പോപ്പുലർ പാർക്കിൽ അവരുടെ ഭവനത്തിന്റെ അടുത്ത് കുറെക്കൊല്ലങ്ങൾക്കുമുമ്പ് വന്ന് പാർക്കാൻ തുടങ്ങിയത് ഈ സൗമ്യൻ തന്നെയായിരുന്നു. ഇതേ സൗമ്യൻ. ഏതോ നഗരത്തിൽ ജഡ്ജിയായിരുന്നു അയാളുടെ പിതാവ്. റിട്ടയർ ചെയ്തപ്പോൾ ഇവിടെ വീടു വാങ്ങി താമസമാക്കി.

തൊട്ടടുത്തുള്ള ഭവനം. അതിൽ അംഗങ്ങളും കുറവ്. ആയ, അരിവെപ്പുകാരൻ, വിളമ്പുകാരൻ മുതലായവരെ ഒഴിവാക്കിയാൽ പിന്നെ മൂന്നുനാല് പേരേയുണ്ടാവുള്ളു ബാക്കി. ഭവനമെന്നു പറഞ്ഞാലോ? എല്ലാം കൂടി രണ്ടേക്കർ കാണും. പരിചയപ്പെട്ടു. അന്ന് നിലത്തുനിൽക്കുന്ന പുല്ലുപോലെ അത്ര വിനീതനായിരുന്നു സൗമ്യൻ. ജഡ്ജിയായാലും ബാരിസ്റ്ററായാലും ഇവിടെ പുതിയതായി വന്നവരല്ലേ? നീലയുടെ കുടുംബക്കാരുടെ സഹായം അവർക്ക് കൂടിയേ കഴിയുമായിരുന്നുള്ളൂ.

ധൈര്യപ്പെട്ടില്ല. തിരക്ക് കാട്ടിയതുമില്ല. എന്നാലും സൗമ്യന്റെ മനസ് നീലയുടെ അമ്മ കുറെയൊക്കെ അറിഞ്ഞുവച്ചിരുന്നു. വിശേഷിച്ച് ഒരു വിരോധവും ആർക്കും ഉണ്ടായിരുന്നില്ല. ഒന്നേയുണ്ടായിരുന്നുള്ളൂ സംശയം –സൗമ്യൻ വലിയ പഠിപ്പുള്ളവനായിരുന്നില്ല. അതത്ര വലിയ ഒരു പ്രതി ബന്ധമായിരുന്നില്ല. കാര്യം നടന്നുപോകുമായിരുന്നു—അതിനിടയ്ക്ക്—

അതിനിടയ്ക്കായിരുന്നു മനനന്റെ വരവ്. അമ്മയുടെ അച്ഛന്റെ വീട്ടുകാരുമായി എന്തോ ബന്ധമുണ്ട്. പക്ഷേ, അതായിരുന്നില്ല പ്രധാന സംഗതി.

മനനൻ അമേരിക്കൻ റിട്ടേൺഡ് ആയിരുന്നു. മനനൻ നീലയുടെ വീട്ടിലേക്ക് വരാൻ ഉപയോഗിച്ചിരുന്ന കാർ ഇന്നത്തേതാവില്ല, നാളെ. ആദ്യമാദ്യം നീലയെ ഇത് വല്ലാതെ അത്ഭുതപ്പെടുത്തി. കമ്പനിയുടെ ഏജന്റാണ്. അതും രണ്ടാം ലോകമഹായുദ്ധത്തിനുമുമ്പുള്ള കാര്യം. യുവതികളുടെ സാരിയുടെ ഫാഷൻ മാറുന്നതിലും വേഗത്തിലായിരുന്നു ആണുങ്ങളുടെ കാറിന്റെ മോഡൽ മാറിയിരുന്നത്. ഇന്നു രാത്രി ആധുനികത്വം എന്നു തോന്നുന്നത് പുലരുമ്പോഴേക്ക് പഴയതാവും.

പുതിയ പുതിയ മോഡലുകൾ വരും. മനനന് ട്രയൽനോക്കണം. ചിലപ്പോൾ നീലയെയും മറ്റും വണ്ടിയിൽ കയറ്റും. ഒരിക്കൽ മനനനോടൊപ്പം നീലയും അമ്മയും അസാൻസോളിലോളം പോകയുണ്ടായി.

തിരിച്ചുവരുംവഴി അമ്മ വണ്ടിയുടെ സ്പീഡിനെ പ്രശംസിച്ചുകൊണ്ട് പറഞ്ഞു "ഇതായിരിക്കും ലേറ്റസ്റ്റ് അല്ലേ മനനൻ?" മനനൻ തല തിരിക്കാതെതന്നെ ഒന്നു ചിരിച്ചുകൊണ്ടു പറഞ്ഞു:

"ആരറിഞ്ഞു ചിറ്റമ്മേ! ഒരുപക്ഷേ, കൽക്കത്തെയിലെത്തുമ്പോഴേക്ക് ഇത് പഴകിപ്പോയിരിക്കുന്നതായും കണ്ടെന്നു വരും. ആളുകൾ കഴിഞ്ഞ ശതാബ്ദത്തിലെ ഒരു പല്ലക്കിനെപ്പോലെ പുരാവസ്തുക്കളിൽ ഒന്നായി എണ്ണും?"

"എന്തെടോ പറയുന്നത്?"

ഇത്രനാളും സൗമ്യന് പ്രതീക്ഷകൾ ഉണ്ടായിരുന്നു. നീലയും മറ്റും അസാൻസോളിൽ പോയിരുന്നുവെന്ന് കേട്ടതുതൊട്ട് പോക്കുവരവ് കുറഞ്ഞു. കുറച്ചത് നന്നായി? മത്സരം ഭീരുക്കൾക്കുള്ളതല്ല. ഇതിനുപകരം സൗമ്യൻ ചെയ്യേണ്ടിയിരുന്നത് ഒരു സ്റ്റീമർ വാടകയ്ക്കെടുത്ത് നീലയെ റായ്ഗഞ്ജിലേക്ക് ക്ഷണിച്ചുകൊണ്ടുപോകയായിരുന്നു. നീല ക്ഷണം സ്വീകരിക്കില്ല എന്നു വിചാരിക്കുന്നുണ്ടോ?

അതിനുശേഷം മനനനും ഒരു ദിവസം സംഗതിയെടുത്തിട്ടു.

"പോക്കുവരവ് ഒന്നു കുറയ്ക്കാനാണ് ഞാനും വിചാരിക്കുന്നത്?"

"എന്തേ?"

"നിത്യവുമുള്ള ഈ വരവിന് എന്താണർഥം?"

"അതിനെന്ത്? നിങ്ങൾ സ്വന്തക്കാരൻ. അമ്മയുടെ അമ്മാവന്റെ"

അതു കേട്ട മനനൻ പൊട്ടിച്ചിരിക്കയുണ്ടായി. "മതി മതി. കണക്കുകൂട്ടണ്ട. എത്തുംപിടിയും കിട്ടില്ല. ബന്ധത്തിന് അകൽച്ച വളരെയുണ്ട്. ശരി നീലേ!" മനനൻ സ്വരം ഒന്നു താഴ്ത്തി ചോദിച്ചു "ഇതു വേണമെങ്കിൽ വളരെ അടുപ്പിക്കാവുന്നതേയുള്ളു."

നീല മെട്രിക് പരീക്ഷ കഴിയാൻ കാത്തിരുന്നില്ലായിരുന്നുവെങ്കിൽ ബന്ധം വല്ലാതെ അടുക്കുകയും ചെയ്യുമായിരുന്നു. പിന്നെ കഷ്ടകാലങ്ങളുടെ പുറപ്പാടായി. ഷെയർ ബാസാറിലിറങ്ങിയിരിക്കയായിരുന്നു നീലയുടെ അച്ഛൻ, വളരെനാളായി. അച്ഛന്റെ നരച്ച രോമങ്ങൾക്ക് ദിവസം ചെല്ലുംതോറും ഒന്നു രണ്ടെന്നകണക്കിന് എണ്ണം കൂടിത്തുടങ്ങി. പിന്നീടാണ് ബാങ്കു പൊളിഞ്ഞത്.

ഒറ്റ രാത്രികൊണ്ട് അച്ഛന്റെ മുടി മുഴുവൻ നരച്ചു.

പോപ്പുലർ പാർക്കിലെ ബംഗ്ലാവ് പണയത്തിലാണെന്ന് പിന്നീടാണ് മനസിലായത്. ഫർണിച്ചർ ജപ്തിചെയ്തു. ഭവാനിപ്പൂരിലെ വാടകവീട്ടിലേക്ക് താമസം മാറ്റി.

പോപ്പുലർ പാർക്കിൽനിന്ന് പോന്ന ദിവസം അവർ ഭവാനിപ്പൂരിലെ പാർപ്പിടത്തിന്റെ മേൽവിലാസം എഴുതി വാങ്ങിയിട്ടുണ്ടായിരുന്നു. മനനനും സൗമ്യനും മണീശനും ഇടയ്ക്കിടയ്ക്ക് ചെല്ലാമെന്നു വാക്കുകൊടുത്തിരുന്നു.

മറ്റൊക്കെ പോകട്ടെ. അമ്മ പോരാറായ സമയം മനനനോട് കണ്ണിൽ വെള്ളം നിറച്ചുകൊണ്ട് പറയുകയുണ്ടായി "നീ വരാതിരിക്കരുത് ട്ടോ മനനൻ! ദുരിതങ്ങൾക്കുമേൽ ദുരിതം. ഇല്ലെങ്കിൽ സംഗതി എന്നേ നടക്കുമായിരുന്നു. പോട്ടെ, ഇനി എന്തൊക്കെ അസൗകര്യങ്ങൾ ഉണ്ടെന്നിരുന്നാലും ഏതു വിധവും ഈ ആഗ്രഹായണത്തിൽ തന്നെ വിവാഹത്തിന്റെ ഏർപ്പാടുകൾ ചെയ്യുന്നതാണ്. നീ വരാതിരിക്കരുത്."

മനനൻ തണുത്തമട്ടിൽ മറുപടി പറഞ്ഞു: "അതിനെന്താണ് ചിറ്റമ്മേ?"

അമ്മ ഒരു ദിവസം ഭവാനിപുരത്തിൽ വന്നശേഷം മനനന് ആളെ അയച്ചാലോ എന്ന് ആലോചിച്ചു. അച്ഛൻ തീരെ സമ്മതിച്ചില്ല. അച്ഛനങ്ങനെ ചെയ്തില്ലെങ്കിൽ നീലതന്നെ ചെയ്യുമായിരുന്നു.

പിന്നെ ആഗ്രഹായണമാസത്തിൽ മനനൻ വീണ്ടും ബിലാത്തിക്ക് യാത്രയായി എന്നു കേട്ടു. ഇത്തവണ, കാറല്ല, ഏവിയേഷൻ എക്സ്പോർട്ട് ആയിട്ടുവരാനാണ് ഭാവം. ഇതിനുമുമ്പുതന്നെ ഒരു ഫ്ളയിങ് ക്ലബ്ബിൽ മെമ്പറായിട്ടുണ്ടായിരുന്നു അയാൾ. സ്വന്തമായി ഒരു 'മഥ്' വാങ്ങിക്കയും ചെയ്തിരുന്നു. ഇടയ്ക്ക് ദില്ലി, ബോംബെ, സമുദ്രസ്നാനത്തിനു പുരി മുതലായ സ്ഥലങ്ങളിലേക്ക് അയാൾ പറക്കാറുണ്ടായിരുന്നു.

മനനൻ മാത്രമോ? പോപ്പുലർ പാർക്കിലെ സൗരയൂഥത്തിലെ മറ്റ് അംഗങ്ങളോ? രേബ, ചിറ്റമ്മ, അചല വല്യമ്മ, മല്ലിക, ലളിത ആരുംതന്നെ വന്നില്ല. ഒരുകാലത്ത് ഏറ്റവും അടുത്ത് പെരുമാറിയിരുന്നവർ, എപ്പോഴും വേണ്ടപ്പെട്ടവരെപ്പോലെ കഴിഞ്ഞിരുന്നവർ, അവരുടെ പേര് മാത്രമേയുള്ളൂ ഇന്ന് മനസിൽ. എല്ലാവരും ഭൂതകാലത്തിന്റെ ഡയറിയിൽ ഒരു കാലത്തെ പരിചിതർ മാത്രം. എത്രയെത്ര പാർട്ടികൾ, പിക്നിക്കുകൾ, എക്സ്കർഷനുകൾ—പോപ്പുലർ പാർക്കിൽനിന്ന് ഒരൊറ്റ ക്ഷണഹസ്തവും ഇവിടത്തോളം നീട്ടുകയുണ്ടായില്ല.

എന്നിട്ടും ഭാഗ്യംതന്നെ—നീലയ്ക്ക് കോളേജിൽ പോകാൻ കഴിഞ്ഞു. വായനയിൽ മുഴുകി പലതും മറക്കാൻ കഴിഞ്ഞു.

അച്ഛൻ അപ്പോഴും പിടിച്ചുനിൽക്കാൻ കഴിയുമെന്ന് സ്വപ്നം കാണുകയായിരുന്നു. എന്നാൽ സാഹ്പുരത്തിലെ ഗോഡൗണിന് തീ പിടിച്ചതോടെ എല്ലാ ആശയും തകർന്നു. നരച്ചരോമങ്ങൾ ഓരോന്നായി കൊഴിയാൻ

തുടങ്ങി. കഷണ്ടി പ്രത്യക്ഷപ്പെട്ടു. ഗോഡൗൺ ഇൻഷർ ചെയ്തിരുന്നു. കുറച്ചു പണം കിട്ടി. അവർ ബൗബസാറിലേക്കുപോന്നു.

ഭവാനിപുരത്തെ വീടും ചെറുതായിരുന്നു. ലെയിനല്ല. ചെറുതാണെ ങ്കിലും ഒറ്റയ്ക്കുള്ളത്. ബൗബസാറിൽ നാലു മുറികൾ, അൻപതു രൂപ, തെരുവിനു നടുവിൽ. പരിസരമില്ല.

പിന്നീടാണ് കിനുഗോയാല തെരുവ്. അച്ഛൻ പറഞ്ഞു "കുട്ടികളുടെ പഠിപ്പും മറ്റും കഴിഞ്ഞാൽ വാടക അധികം ഒന്നും കൊടുക്കാനുണ്ടാവില്ല. കെട്ടിയിരിപ്പുള്ള പണം മാത്രമാണ് അവലംബം. തീരാൻ എത്രനാൾ വേണം?"

അതിനു പുറമെ ഡോക്ടറുടെ ചെലവ്. ബൗബസാറിലെ ഭവന ത്തിൽ ചെന്നതോടെ അമ്മ കിടപ്പായി. കുറേശെ ചുമ. ശ്വാസംമുട്ട്. മാറിലെ അസ്ഥിപഞ്ജരം എണ്ണിയെടുക്കാമെന്നായി.

കുറെനാൾ കഴിഞ്ഞപ്പോൾ അറിയാറായി ആസ്ത്മയാണെന്ന്. അമ്മ തീരെ കിടപ്പുതന്നെയായി.

5

ശാന്തിയുടെ ഭവനത്തിൽ കണ്ട ഇന്ദ്രജിത്തിനെ നീല പിന്നീട് പല തവണയും കണ്ടുമുട്ടി.

കവികളെ സംബന്ധിച്ച് അവൾക്ക് എന്തെങ്കിലും പ്രത്യേക താൽപ്പര്യം ഉണ്ടായിരുന്നതിനാലാണെന്നു കരുതേണ്ട. കവിതയോടുമില്ല അവൾക്ക് മമത. പാഠപുസ്തകങ്ങളിലും മാസികകളിലെ ഒഴിഞ്ഞ ഭാഗം പൂരിപ്പിക്കു ന്നതിന് എന്നപോലെ ഗദ്യരചനകളുടെ അടിവശത്തും കൊടുക്കുന്ന ചില കൃതികളിലെ വരികൾ കാണാതെ പഠിച്ച് അവൾ പല മത്സരങ്ങളിലും ചൊല്ലി സമ്മാനങ്ങൾ വാങ്ങിയിട്ടുണ്ട്—അതു സംഗതിവേറെ.

എന്നാൽ ഒരു കവിയെ നീല ആദ്യമായാണ് സ്വന്തം കണ്ണാലെ കാ ണുന്നത്. വരിയും പ്രാസവും ഒക്കെ പൊരുത്തപ്പെടുത്തി ഇത്ര നല്ല ഈര ടികൾ രചിക്കുന്നവർ എന്തുകൊണ്ട് സ്വന്തം വേഷത്തിൽ പൊരുത്തം വരു ത്തുന്നതിൽ പരാജയപ്പെടുന്നു? അതാണത്ഭുതം. പിഞ്ഞിക്കീറിയ ജുബ യും നാറി നിറംകെട്ട ദോത്തിയും. വല്ലാത്ത മട്ടുതന്നെ.

ശാന്തിയുടെ മുറിയിൽ ഏതാനും ബംഗാളിപത്രങ്ങൾ ഉണ്ടായിരുന്നു. അവ മറിച്ചുനോക്കുന്നതിനിടയ്ക്ക് ഇന്ദ്രജിത്തിന്റെ ചില കവിതകൾ നീല കണ്ടു.

"ശാന്തിയേടത്തീ ഈ ഇന്ദ്രജിത്റായി തന്നെയല്ലേ ഇവിടെ വരാറു ള്ളത്?"

"പിന്നല്ലാതെ? വേറെയാരുണ്ടാവും ഈവിധം ഉഴന്നു നടക്കാൻ? നീയാ 'വൃത്തികേടു'കളെല്ലാം വായിച്ചുനോക്കുകയാണെന്നു തോന്നുന്നു?"

'വൃത്തികേടോ' അല്ലയോ എന്നാരറിഞ്ഞു? നീലയ്ക്ക് ഒരക്ഷരം പോലും മനസിലായില്ല. ഇക്കൂട്ടരുടെ രൂപത്തിലും വേഷത്തിലും എന്തു കൊണ്ടാണ് പൊരുത്തക്കേട് എന്ന് ഇപ്പോൾ അവൾക്ക് കുറേശെക്കു റേശെ മനസിലായി.

കവിതപോലെതന്നെയായിരിക്കും കവിയും. കവിതയിൽ കവിയെ തിരക്കണം.

പക്ഷേ, ഈ ചെറുപ്പക്കാരൻ അകാലത്തിൽ പാകം വന്നവനാണ് സംശയമില്ല. എഴുതുന്നതെല്ലാംകൂടി വായിച്ചുനോക്കുമ്പോൾ ഒരർഥവും തോന്നുകയില്ല. എന്നാൽ ഓരോന്നായെടുക്കുമ്പോൾ നീലയ്ക്ക് സംഗതി പിടികിട്ടുന്നുണ്ട്. മാന്യനായ ഒരാളുടെ തൂലികയിൽനിന്ന് ഇത്തരം സംഗതികൾ പുറപ്പെടുക സാധ്യമോ? വിദ്യാസമ്പന്നനാണത്രെ. ബി എ കഴിഞ്ഞ് എം എയ്ക്കും ലോയ്ക്കും പഠിക്കയാണത്രെ. പഠിപ്പോ അല്ല, കുതിര മുട്ടയോ? കൽക്കത്തയിലെ മെസുകളിൽ താമസിച്ച് പിതാവിന്റെ മുതൽ നശിപ്പിക്കുകതന്നെ.

ശാന്തി ചിരിച്ചു. "പറയൂ കുട്ടീ. അങ്ങനെ പറയൂ. ഞാൻ പറഞ്ഞു പറഞ്ഞു തോറ്റു. ഞാൻ പറഞ്ഞാലുണ്ടോ ചെവിയിൽ കയറുന്നു! നീ കോളേജ് ഗേളല്ലേ. നീ പറഞ്ഞാൽ ചിലപ്പോൾ നേരെയായാലായി."

ആരുടെ അസാന്നിധ്യത്തിലാണോ ഇത്രയും നിശിതമായ ചർച്ചകൾ അയാൾ മുമ്പിൽ പ്രത്യക്ഷപ്പെട്ടാൽ രണ്ടുപേരും പെട്ടെന്ന് മിണ്ടാതാകും. ആദ്യം നീല ഓടിപ്പോകയായിരുന്നു പതിവ്. ഈയിടെ ശാന്തി പിടിച്ചുനിർത്തുവാൻ തുടങ്ങിയിരിക്കുന്നു.

പക്ഷേ, 'തുമ്പും വാലു'മില്ലാത്ത കവിതകൾ രചിക്കുന്നതിന് അയാളെ ശാസിക്കയോ? ശാസിക്കാൻ ഏൽപ്പിക്കപ്പെട്ട ആൾതന്നെ അൽപ്പം പരുങ്ങലിലാണ്. തല കുനിച്ചിരുന്ന് പത്രത്തിന്റെ ഏടുകൾ മറിച്ചുകൊണ്ട് കള്ളക്കണ്ണിട്ടു നോക്കും, അവൾ. ഈ ഇത്തിരിപ്പോന്ന മനുഷ്യൻ—ഇനിയും മുഖത്ത് പ്രായപൂർത്തിയുടെ സൂചനപോലുമില്ല—ഇനിയും വേണ്ട പോലെ കുരുക്കാത്ത മീശയ്ക്ക് വടിച്ചുകൊടുക്കുവാനുള്ള തുടർച്ചയായ ശ്രമത്തിൽ അവിടവിടെ മുറിച്ചുവച്ചിരിക്കുന്നു മുഖം. അയാളും ഇങ്ങോട്ടു തന്നെയാണ് നോക്കുന്നത്. പക്ഷേ, പാപമെന്തെന്നറിയാത്ത ഒരു ശിശുവിന്റെ നോട്ടമാണത്. അതിനെ കുറ്റം പറയാനാവില്ല.

എന്നാൽ അതു മുതൽ പത്രം മറിച്ചുകൊണ്ടിരുന്ന നീല ഇന്ദ്രജിത്തിന്റെ കവിത അച്ചടിച്ചിട്ടുള്ള പുറമായപ്പോൾ മറിക്കാതെ പിടിച്ചുകൊണ്ടിരിക്കയാണ്. നീലയ്ക്ക് സ്വയം മനസിലായില്ലെന്നുണ്ടോ?

"അതു വായിച്ചുനോക്കിയോ?"

ലജ്ജാലുവിന്റെ ശബ്ദം, ഉൽക്കണ്ഠാകുലമായ നോട്ടം.

നീല തിരിഞ്ഞുനോക്കിയിട്ട് പറഞ്ഞു "ഉവ്വ്".

"എന്തു തോന്നി?"

പ്രത്യാശാതരളമായ കണ്ണുകളിലേക്കു നോക്കിയപ്പോൾ ഇത്രനാളും

ഉരുവിട്ടെന്നവിധം ഒരുക്കിവച്ചിരുന്ന കൂർത്തുമൂർത്ത അഭിപ്രായങ്ങൾ തല പൊക്കാതായി.

"നന്നായിട്ടുണ്ട്." നീല കുണ്ഠിതസ്വരത്തിൽ പറഞ്ഞു "പക്ഷേ, കുറച്ചു കടുപ്പമാണ്. നന്നായിട്ട് മനസിലായിട്ടില്ല."

ഒപ്പംതന്നെ പ്രോത്സാഹനം കിട്ടിയ ഇന്ദ്രജിത്ത് കവിത ബുദ്ധി ഗ്രാഹ്യമല്ല ഹൃദയഗ്രാഹ്യമാണെന്നും മസ്തിഷ്കമല്ല മനസാണ് അതിനാവശ്യമെന്നും മറ്റും ഘനഗംഭീരമായ ഭാഷയിൽ പറഞ്ഞു ധരിപ്പിക്കുവാൻ പുറപ്പെടുമെന്നറിഞ്ഞിരുന്നെങ്കിൽ നീല യാതൊരഭിപ്രായവും പ്രകടിപ്പിക്കുവാൻ ധൈര്യപ്പെടുമായിരുന്നില്ല.

എന്നല്ല. അപ്പോഴേക്ക് ശാന്തി കടന്നുവന്നില്ലായിരുന്നുവെങ്കിൽ ഇന്ദ്രജിത്തിന്റെ പ്രസംഗമെന്ന ആ 'കുരവപ്പൂ' നിലയ്ക്കുമായിരുന്നില്ല.

"പ്രസംഗം തുടങ്ങിയിരിക്കയാണല്ലോ?" ശാന്തി കണ്ണുകളിൽ വിചിത്രമായ ഒരു ചിരിയോടെ ചോദിച്ചു. ഒപ്പംതന്നെ സൗമ്യനായി മാറുകയായിരുന്നു ഇന്ദ്രജിത്ത്.

"വിശേഷിച്ചൊന്നുമില്ല, അങ്ങനെ ചിലതെല്ലാം" എന്നു മാത്രം ഒരു വിധം പറഞ്ഞുനിർത്തി അയാൾ. പത്തി പിന്നെയുയർന്നില്ല.

ശാന്തിയെ ഇന്ദ്രജിത്തിന് ഭയമാണെന്ന് പെരുമാറ്റത്തിൽ സ്പഷ്ടം. എന്നാൽ ആ ഭയവും പ്രത്യേക തരത്തിലുള്ളതായിരുന്നു. അന്ധകാരത്തിൽ കരിമ്പൂച്ചയെക്കണ്ട് ഞെട്ടിത്തെറിച്ച് വിയർപ്പിൽ കുളിപ്പിക്കുന്ന ജാതി ഭയമല്ല, ഗംഭീരരാത്രിയിൽ നദീതീരത്തിൽ ഒറ്റയ്ക്കിരിക്കുമ്പോൾ തോന്നുന്ന ഭയം. രോമങ്ങളെഴുന്നു നിൽക്കും, പക്ഷേ, പ്രിയംകരമായി തോന്നും. അതായത് ഭയം മാത്രമല്ല വിസ്മയവും.

ഇല്ലെങ്കിൽ കായക്ലേശം സഹിച്ചും മെസിൽ കൊടുക്കാൻ കിട്ടുന്ന പണത്തിൽനിന്ന് സ്വരൂപിച്ച തുകയുമായി ആരെങ്കിലും രാത്രി ഉറക്കമിളച്ച് ചൂതാട്ടത്തിന് നടക്കുമോ? ജയിച്ചു കിട്ടിയ നേട്ടംപോലും പുലർച്ചയ്ക്ക് ഒരാളുടെ കൈയിൽ എണ്ണിക്കൊടുത്ത് ഒന്നും ഉരിയാടാതെ ഇറങ്ങിപ്പോരുമോ?

ചില ദിവസം ഇതിനിടയ്ക്ക് എവിടെയൊക്കെയോ ചുറ്റിക്കറങ്ങി വന്നുകയറും മണീന്ദ്രൻ. അന്ന് കൈയിൽ ഒരിലപ്പൊതിയോടൊപ്പം മുറിയിലേക്കു കയറിയ മണീന്ദ്രൻ പൊതി ശാന്തിയെ ഏൽപ്പിച്ച് തളർന്ന് നിലത്തുതന്നെ കിടന്നു.

"ഇരിക്കൂ നീലേ! ഇന്ദ്രജിത്ത് എപ്പോൾ വന്നു?"

"ഏതാനും നിമിഷങ്ങളേ ആയുള്ളു. ആ സംഗതി നേരെയായോ?"

മണീന്ദ്രൻ കോട്ടുവായിട്ട് കണ്ണുകൾ അടച്ചുകൊണ്ടുതന്നെ മറുപടി പറഞ്ഞു "ഇല്ല, പത്തുശതമാനം റോയൽറ്റി തരാമെന്ന്. ഒന്നും അഡ്വാൻസ് തരാൻ വയ്യെന്ന്. മാർക്കറ്റ് ഡൗണാണത്രെ."

പുതിയതായെഴുതിയ ഒരു നോവലെടുത്ത് മണീന്ദ്രൻ കുറെനാളായി പബ്ലിഷർമാരുടെ വാതിലുകൾ കയറിയിറങ്ങുന്നു. നീലയ്ക്കറിയാം ഈ സംഗതി.

"സമ്മതിച്ചുകൊടുത്തോ?"

"ഇല്ല. ആരെയും കിട്ടിയില്ലെങ്കിൽ അവസാനം നമ്മുടെ സദാനന്ദന് കൊടുക്കും. അയാൾക്ക് പബ്ലിസിറ്റിക്ക് മുടക്കുവാൻ പണമില്ല. പുസ്തകം ചെലവാക്കാൻ വേണ്ട അനുസാരികളില്ല. പക്ഷേ, അയാൾ ചതിക്കില്ല. ഭാരതീ പ്രസിദ്ധീകരണം പതിനേഴുശതമാനം വരെ എത്തിയതായിരുന്നു. പക്ഷേ, അവർ വച്ചുതാമസിപ്പിക്കുമെന്ന കാരണത്താൽ കൊടുക്കാൻ ധൈര്യം പോരാ. സ്വന്തം പ്രസില്ല അവർക്ക്. എന്നിട്ടും ഒട്ടേറെ പുസ്തകങ്ങളുടെ കോൺട്രാക്റ്റ് ഏറ്റെടുത്തിരിക്കുന്നു. അവയിൽ ജലധർ പാത്രയുടെ കുറ്റാന്വേഷണ കഥകൾതന്നെയുണ്ട്, രണ്ടെണ്ണം. "ഗുണ്ടാ ഋഷി" സീരീസിൽപ്പെട്ടത്. വിരാജ്ദത്തിന്റെ ഒരു നാടകം. ഏതാണ്.... എന്താ പറയേണ്ടത്... ആ 'രംഗപീഠ'ത്തിൽ കുളിച്ചുവരുന്നില്ലേ ഒന്ന്? അതുതന്നെ, ആദ്യം ആ വക പുസ്തകങ്ങൾ. അവസാനം എന്റേത്." കണ്ണിറുക്കിപ്പിടിച്ചുകൊണ്ടുതന്നെ അയാൾ തുടർന്നു. "ഞാനും ചിന്തിക്കയാണ് കുറ്റാന്വേഷണകഥകൾ എഴുതിയാലോ എന്ന്. പുറംകൊണ്ട് കൊലപാതകി, എന്നാൽ വാസ്തവത്തിൽ പരോപകാര തൽപ്പരൻ—അങ്ങനെ അതികായനായ ഒരു പാത്രത്തെ കൽപ്പിക്കുവാൻ കഴിയുകയില്ലേ?"

"കുറെനാൾകൂടി ക്ഷമിക്കൂ." ഇന്ദ്രജിത്ത് ദൃഢതയോടെ പറഞ്ഞു.

"അതിനുശേഷം?"

"അതിനുശേഷം നിങ്ങൾ എന്റെ പുസ്തകം അച്ചടിക്കും എങ്ങനെ?" കണ്ണുതുറന്ന് മണീന്ദ്രൻ അൽപ്പമൊന്നു ചിരിച്ചു. "കുടുംബത്തിൽനിന്ന് എത്ര പണം വരുന്നുണ്ട് നിങ്ങൾക്ക്? നാൽപ്പത്? മെസിലെ ചെലവ്, കോളേജ് ഫീസ്, സിഗററ്റ് വാങ്ങുന്ന കുറ്റിപ്പീടികക്കണക്ക്—ഇതൊക്കെ കഴിഞ്ഞ് എന്തു ബാക്കിവരുമെന്നു കണ്ടുകൊണ്ടാണ് പബ്ലിഷറാകാൻ കിനാവ് കാണുന്നത്? അതിനുപകരം...."

ശാന്തി പ്ലേറ്റിൽ പലഹാരം പകർന്ന് കൊണ്ടുവന്ന് മുമ്പിൽവച്ചു. ഒരു പ്ലേറ്റ് ഇന്ദ്രജിത്തിന്റെ നേരെ നീട്ടിക്കൊണ്ട് അവൾ പറഞ്ഞു "അതിനുപകരം ഒരു കല്യാണം കഴിക്ക്. സ്ത്രീധനം കിട്ടുന്ന പണംകൊണ്ട്."

മണീന്ദ്രൻ എഴുന്നേറ്റിരുന്നു. "വിവാഹം ചെയ്യും പക്ഷേ, സ്ത്രീധനം സ്വീകരിക്കയില്ല—ഈവിധമുള്ള അപക്വമായ ഐഡിയലിസമൊന്നും നിങ്ങൾക്കില്ല എന്ന് ഞാൻ പ്രതീക്ഷിക്കുന്നു. ഇന്ദ്രജിത്ത്."

ഏതാനും നിമിഷം മരമന്തനെപ്പോലെ ശാന്തിയുടെ മുഖത്തേക്കുതന്നെ നോക്കിയിരുന്നു ഇന്ദ്രജിത്ത്. പിന്നെ സിങാര (ഒരു പലഹാരം) കുറേശെ പൊട്ടിച്ച് വായിലിട്ടുകൊണ്ട് അയാൾ നിർജീവസ്വരത്തിൽ പറഞ്ഞു "കല്യാണം കഴിച്ചാലോ എന്നാണ് ആലോചന."

തീറ്റ കഴിഞ്ഞപ്പോൾ ഇന്ദ്രജിത്ത് പറഞ്ഞു "വരൂ മണിയേട്ടാ ഒരു കൈ കളിക്കാം."

"രണ്ടാൾ മാത്രമായാൽ കൊഴുപ്പുണ്ടാവില്ല. അതുമല്ല പണമില്ല കൈയിൽ."

"വരൂ. എന്നാൽ വെറുതെ കളിക്കാം. ബ്രിഡ്ജ്, നാലുപേരുണ്ടല്ലോ."

"എനിക്ക് കളിക്കാനറിയില്ല." നീല പറഞ്ഞു.

"എനിക്ക് തല നോവുന്നു." ശാന്തി പറഞ്ഞു.

"എന്നാൽ വരൂ. നടന്നിട്ടുവരാം. തലവേദന മാറും."

"ശരി, പുറപ്പെടാം." ഉടൻ സമ്മതിച്ചു ശാന്തി. കർട്ടനപ്പുറത്തേക്കു ചെന്ന് സാരിമാറ്റി മുടിവാരിക്കെട്ടിക്കൊണ്ട് അവൾ തിരിച്ചുവന്നു. "തീപ്പെട്ടിക്കൊള്ളി തരൂ." ഇന്ദ്രജിത്തിന്റെ നേരെ കൈ നീട്ടി അവൾ.

ഒന്നും മിണ്ടാതെ തീപ്പെട്ടി അങ്ങനെതന്നെ കൈയിൽ വച്ചുകൊടുത്തു ഇന്ദ്രജിത്ത്. ഒരു കൈയിൽ കണ്ണാടിയെടുത്ത് ജനാലയ്ക്കരികിൽ ചെന്നുനിന്നു അവൾ. സിന്ദൂരച്ചെപ്പ് തുറന്ന് ഒരു തീപ്പെട്ടിക്കൊള്ളികൊണ്ട് വലിയൊരു പൊട്ട് നെറ്റിയിൽ തൊട്ടു. പിന്നെ മിഴിച്ചുനോക്കിനിൽക്കുന്ന ഇന്ദ്രജിത്തിനോടു പറഞ്ഞു:

"വരൂ."

"എണീക്ക് മണിയേട്ടാ!"

മണീന്ദ്രൻ കോട്ടുവായിട്ടുകൊണ്ടു പറഞ്ഞു "എനിക്ക് കുറച്ചെഴുതാനുണ്ട്. നിങ്ങൾ പോയിട്ടുവരിൻ."

ശാന്തി തിരിഞ്ഞ് നീലയെ നോക്കി പറഞ്ഞു "ഞങ്ങൾ ഇപ്പോൾ വരും. നീ അതിനിടയ്ക്ക് ഒരുകാര്യം ചെയ്താൽ തരക്കേടില്ല. ഒരു കപ്പ് ചായയുണ്ടാക്കി അദ്ദേഹത്തിന് കൊടുത്തേക്കൂ."

അരമണിക്കൂർ കഴിഞ്ഞപ്പോഴേക്കും മഴ തുടങ്ങി. ജനാല തുറന്നിട്ട് മഴ ആസ്വദിക്കുവാൻ നിവൃത്തിയില്ല. കാറ്റടിച്ച് വെള്ളം അകത്തു കടക്കും. ഹരിക്കേൻ കൊളുത്തി ചായയുണ്ടാക്കാനിരുന്നു നീല. പക്ഷേ, ഇതെങ്ങനെ ചുവട്ടിലേക്ക് എത്തിക്കും? കുറച്ചുനേരം മഴ കുറയുമോ എന്നു നോക്കി നിന്നു. പിന്നെ തലയിൽ ഒരു പാത്രം മറച്ചുപിടിച്ചുകൊണ്ട് താഴേക്കിറങ്ങി.

വാതിൽ ചാരിയിരുന്നു. മണീന്ദ്രൻ എഴുതുകയാണ്. പേന താഴെ വച്ച് തലയുയർത്തി പറഞ്ഞു. "വരൂ നീലേ! ചായ കൊണ്ടുവന്നതായിരിക്കും?"

ചായക്കോപ്പ മുമ്പിൽവച്ചിട്ട് നീല പറഞ്ഞു "അതെ ശാന്തിയേടത്തി വന്നില്ലേ?"

"ഇല്ല." പുറത്തേക്ക് നോക്കിക്കൊണ്ട് അയാൾ പറഞ്ഞു "എന്തൊരു മഴ! വല്ല ദിക്കിലും കുടുങ്ങിയിട്ടുണ്ടാവും."

മഴ മാറി. മേഘം മുറിച്ച് ഒരു പാളിനിലാവ് മുറ്റത്തു വന്നുവീണു. അപ്പോഴേക്കും ഈറൻ കാറ്റ് വീശുന്നുണ്ടായിരുന്നു.

ഇന്ത്യൻ എക്കണോമിക്സ് തുറന്നുവച്ച് നീല ഇരുന്നു, ഇരുന്നിരുന്ന് ഒരു കോട്ടുവായിട്ടു. ഉറക്കംകൊണ്ട് കണ്ണുകൾ തന്നെത്താൻ അടഞ്ഞു. എണ്ണതീർന്ന ഹരിക്കേൻ ലാമ്പ് പടുതിരി കത്തി.

വിളക്ക് കെടുത്തിവെച്ച് നീല ഉറങ്ങാതെനോക്കാൻ കിണഞ്ഞു ശ്രമിച്ചു. താഴെ പതുങ്ങിച്ചെന്ന് ഒന്നു നോക്കിയാലോ എന്നു ചിന്തിച്ചു.

പക്ഷേ, ഇത്രനാളത്തെ അത്യുഷ്ണത്തിനുശേഷം പെയ്തമഴയും തണുത്തകാറ്റും ദേഹത്താകെ ഉറക്കത്തിന്റെ സ്തൂപം കയറ്റിവയ്ക്കുന്ന മാതിരി.

മച്ചിൽവീണ വെള്ളം കുഴൽവഴി ചാലിൽ ചെന്നുവീഴുന്നു. അതിന്റെ ശബ്ദം കേട്ടുകൊണ്ട് കുറെനേരം കഴിച്ചുകൂട്ടി. അതിനുശേഷം ഏതോ നിമിഷംതൊട്ട് അതേ ശബ്ദം തലയോട്ടിലെ അവസാനമായ സ്നായുക്കളുടെ 'സായ് സായ്' ശബ്ദമായിക്കലർന്ന ഏകാകാരമായി. പിന്നീട് ഒന്നും തന്നെ കേൾക്കപ്പെട്ടില്ല.

പിറ്റേദിവസം പൈപ്പിനരികിൽവെച്ച് ശാന്തിയെ കണ്ടു. തലേന്നാൾ ഉടുത്തുനടക്കാൻ പോയ സാരി സോപ്പിട്ടു തിരുമ്മുകയായിരുന്നു അവൾ.

"ഇന്നലെ എപ്പോഴാണ് വന്നത് ശാന്തിയേട്ടത്തി?"

"ഒരുപാട് നേരമായി. ഹൗ! എന്തൊരു മഴ."

"എവിടെപ്പോയി?"

"വളരെ വളരെ ദൂരം ട്രെയിനിൽ ഡയ്മണ്ട് ഹാർബർവരെ. വണ്ടിയിൽനിന്ന് ഇറങ്ങിയപ്പോൾ തുടങ്ങി മഴ. കണ്ടില്ലേ സാരിയിൽ പറ്റിയിരിക്കുന്ന ചളി! കുഗ്രാമംപോലെ ഒരിടം. നാലുപാടും ചെറ്റപ്പുരകൾ. അതിന്റെ നടുക്ക് കുടുങ്ങി ഏതാണ്ട് ഒരു മണിക്കൂർ!"

"പേടിയായില്ലേ?"

"ആരെ പേടിക്കാൻ? ഇന്ദ്രജിത്തിനെ?" ശാന്തി വായ്പൊത്തി ചിരിച്ചു.

നീല ഇഴജാതികളെ ഓർത്തായിരുന്നു പേടിയായില്ലേ എന്നു ചോദിച്ചത്. പക്ഷേ, അപ്പോഴേക്ക് ശാന്തി വീണ്ടും സംസാരിക്കാൻ തുടങ്ങി.

"എന്നാലും എം ഏക്കല്ലേ പഠിക്കുന്നത്? ഇരുപത്തിമൂന്നോ ഇരുപത്തിനാലോ വയസായിട്ടുണ്ടാവും."

"ഇരുപത്തിമൂന്നോ ഇരുപത്തിനാലോ! എന്റെ ചങ്ങാതി! നീയെന്നെ ചിരിപ്പിക്കയാണ്. വയസു കൂട്ടിപ്പറയുന്നത് ചെക്കന്മാരുടെ സ്വഭാവമാണ്. ആണുങ്ങൾ വയസ് കൂട്ടിപ്പറയും. പെണ്ണുങ്ങൾ താഴ്ത്തിപ്പറയും. രണ്ടുകൂട്ടരെയും വിശ്വസിക്കവയ്യ."

ശാന്തി ഇതുംപറഞ്ഞ് ഒന്നുകൂടി ഉറക്കെ സോപ്പ് തുണിയിൽ ഉരസിത്തുടങ്ങി. തലേന്നാൾ സാരിയിൽ പറ്റിയ ചളിയുടെ കറപോലും ബാക്കി വച്ചേക്കില്ല എന്ന പകയോടെ കൂട്ടത്തിൽ പറഞ്ഞു "അയാൾക്ക് വയസ് ഇരുപതിൽ ഒരുനിമിഷംപോലും അധികമാവില്ല. എത്ര കൂട്ടിപ്പറഞ്ഞാലും എനിക്കുറപ്പുണ്ട്. വാതുവയ്ക്കാം ഞാൻ, വേണമെങ്കിൽ."

ഈറൻതുണി മാറ്റാൻ മുറിയിലേക്കു കടക്കുവാൻ ഭാവിക്കയായിരുന്നു നീല. പൈപ്പിന്റെ ചുവട്ടിൽനിന്നുകൊണ്ട് ഈറൻ മാറുക വിഷമം. തുറന്ന സ്ഥലം. നാണമാവും. മാറ്റാതെ മടങ്ങേണ്ടിവന്നു.

പക്ഷേ വാതിൽക്കൽ പായവിരിച്ച് അച്ഛനും പ്രമഥപോദ്ദാറും കളിക്കയായിരുന്നു, ചതുരംഗം.

വരാന്തയിൽനിന്നുകൊണ്ട് അവൾ തോർത്തുകൊണ്ട് മുടി നല്ല പോലെ തോർത്തി, പിന്നെ ഏട്ടത്തിയെ വിളിച്ചുപറഞ്ഞു "ഏടത്തി, ഒരു ഉണങ്ങിയ തുണി എടുത്തുതരൂ."

വരാന്തയിൽ നിന്നുകൊണ്ട് അവൾ കേട്ടു—പ്രമഥൻ അച്ഛനോടു പറയുന്നു "ഇന്നലെ താഴത്ത് താമസിക്കുന്ന ആ മുഖശ്രീയുള്ള കുട്ടി നടക്കാൻപോയി തിരിച്ചുവന്നത് എത്ര വൈകിയിട്ടാണെന്നോ!"

" അതുശരി." ശിവവ്രതൻ തലതാഴ്ത്തിയിരുന്ന് 'പേര്' ആലോചിക്കയായിരുന്നു. പറഞ്ഞതത്ര മനസിരുത്തിയില്ല.

പ്രമഥൻ തുടർന്നു "രാത്രി അസമയമായിക്കഴിഞ്ഞിരുന്നു. വെള്ളം കുത്തിയൊലിച്ച് തെരുവിന്റെ മുക്കിൽനിന്നിരുന്ന ഗ്യാസ്പോസ്റ്റ് നിലംപറ്റിയിരുന്നു. പെട്ടെന്നുണ്ട് ആരോ മുട്ടോളം വെള്ളത്തിലിറങ്ങി 'ഛം ഛം' എന്ന് നടന്നുപോകുന്ന ശബ്ദം. ആരാണപ്പാ ഈ സമയത്ത് എന്നോർത്ത് ചെന്നുനോക്കുമ്പോഴല്ലേ ആളെ തിരിഞ്ഞത്. എന്തു പറയട്ടെ എന്റെ സാറെ, നനഞ്ഞ സാരി ഒട്ടിപ്പിടിച്ചിരിക്കുന്നു. ചെരിപ്പ് കൈയിൽ. തുടവരെ ചുരുട്ടിക്കയറ്റിയ സാരി."

"കളിക്കു പോദ്ദാർ മശായി!" ശിവവ്രതബാബു തലയുയർത്താതെ തന്നെ പറഞ്ഞു.

"ഇനിയത്തെ ചുവടെന്ത് എന്ന് ഞാൻ ആലോചിച്ചുവച്ചുകഴിഞ്ഞിരിക്കുന്നു. ഇഷ്ടരശ് അടിയറവാണ് തരാൻ പോകുന്നത് ഈ കുതിരയെക്കൊണ്ട്. ശ്രദ്ധിച്ചില്ലെന്നുണ്ടോ?"

ചതുരംഗക്കരുക്കളെല്ലാം സഞ്ചിയിൽ വാരിയിട്ടുകൊണ്ട് പ്രമഥൻ പറഞ്ഞു. "വരൂ, നമുക്ക് ഒരുദിവസം ചൂതുകളിക്കാം. ഇതിലും രസമുണ്ട്."

"ചൂത്?" ശിവവ്രതബാബു ചിരിച്ചുകൊണ്ട് പറഞ്ഞു "അത് കളിച്ചിട്ടല്ലേ യുധിഷ്ഠിരൻ തെണ്ടിപ്പോയത്?"

"അതുകൊണ്ടെന്ത്? നിങ്ങൾ യുധിഷ്ഠിരനല്ലല്ലോ. നിങ്ങൾക്ക് ഭയപ്പെടാനും എന്തുണ്ട്! യുധിഷ്ഠിരൻ കളിച്ച് പാപ്പരായി; നിങ്ങൾ പാപ്പരായി കഴിഞ്ഞശേഷം കളിക്കുന്നു. അതിനുശേഷം—എന്താ പറഞ്ഞുവന്നതെന്നുവച്ചാൽ ഒപ്പം ചെറുപ്പക്കാരനായ ഒരു വിദ്വാൻ. താഴത്തെ നിലയിൽ പാർക്കുന്ന യുവതി."

"നല്ല ശ്രീയുള്ള യുവതി." ശിവവ്രതബാബു പറഞ്ഞു.

"ശ്രീ, ശ്രീ." പ്രമഥൻ തന്നെത്താൻ ഉരുവിട്ടു. ഉള്ളാലെ ചിരിച്ചു.

"അച്ഛാ!" നീലയുടെ കണ്ഠസ്വരം പുറത്തുനിന്നു കേട്ടു.... "പറയുന്നത് കേട്ടിട്ടുപോകൂ..."

ശിവവ്രതബാബു പുറത്തേക്കു പോയ ഉടൻ അസഹ്യത തോന്നിക്കുന്ന സ്വരത്തിൽ, എന്നാൽ പ്രമഥൻ കേൾക്കാത്തവിധം പറഞ്ഞു "ആ കൊള്ളരുതാത്തവനെ അച്ഛൻ വിളിച്ച് സൽക്കരിക്കുകയാണ്! വർത്തമാനം പറയാൻ വശമില്ലാത്തവൻ."

ശിവവ്രതബാബു വല്ലാതായി. തലമുടിയിൽ കൈയോടിച്ചുകൊണ്ട് വിശദീകരണമെന്നപോലെ പറഞ്ഞു "എന്തു ചെയ്യട്ടെ മോളേ! വന്നു കയറിയാൽ എന്തു കാട്ടും? അയാൾക്ക് കളിക്കാനും വശം. എനിക്കും വേണ്ടെ എന്തെങ്കിലും രസം?" ശിവവ്രതൻ ദയനീയമാംവിധം നോക്കി, നീലയുടെ വായിൽനിന്ന് പിന്നെ ഒരക്ഷരം പുറപ്പെട്ടില്ല. അവൾ നിലാമുറ്റത്ത് തുണിയുണക്കാൻ മുകളിലേക്കു കയറിപ്പോയി.

6

മച്ചിലെ കോർണിഷിൽനിന്ന് കുനിഞ്ഞുനോക്കിയാൽ തെരുവിന്റെ മുക്കുവരെ കാണാം. ഇന്നലെ രാത്രി മഴ പെയ്തിട്ടുണ്ടായിരുന്നു. പക്ഷേ, ഇപ്പോഴും വാനം തെളിഞ്ഞിട്ടുണ്ടായിരുന്നില്ല. കിനുഗോയാലത്തെരുവിൽ ചളി കെട്ടിക്കിടക്കുന്നു.

കോളേജിലേക്ക് പോകേണ്ട സമയം ആയി. എന്നിട്ടും നീലയ്ക്ക് നനഞ്ഞൂറ്റിക്കിടന്ന താഴത്തെ മുറിയിലേക്ക് ഇറങ്ങിച്ചെല്ലാൻ മനസ് വന്നില്ല. ആഹാ, കുറച്ച് കാറ്റുകൊള്ളട്ടെ. ലേശം വെയിൽ ഏൽക്കട്ടെ!

തെരുവിന്റെ തലപ്പത്ത് വണ്ടി നിർത്തി അവിനാശൻ ഇറങ്ങി. കാർ കടക്കയില്ല, തെരുവിലേക്ക്. ഒരു കൈയിൽ ഉടുത്തിരിക്കുന്ന ദോത്തിയുടെ പുച്ഛം. മറ്റേതിൽ ചെരുപ്പ്. കൂടെ കൊണ്ടുവന്നിരിക്കുന്ന സാധനങ്ങൾ എങ്ങനെ കൈയിലെടുക്കും? അവിടെയുമിവിടെയും നോക്കി സൈ്വരം കെട്ട സ്വരത്തിൽ വിളിച്ചു "കൂലി! കൂലി!"

ഒരു കൊട്ടക്കാരൻ എവിടെനിന്നോ ചാടിവീണു. അവന്റെ തലയിൽ സാമാനങ്ങൾ ഏറ്റിവച്ച് അവിനാശൻ ഒരു നെടുവീർപ്പിട്ടു. ഉറുമാൽകൊണ്ട് മുഖം ഒന്നു തുടച്ചു. പിന്നെ കാറിന്റെ വാതിലടച്ച് തെരുവിലേക്കിറങ്ങി.

കൂലിക്കാരനോട് പുറകെ ചെല്ലാൻ ആംഗ്യം കാട്ടി, തറ്റുടുത്തിരിക്കുന്ന ദോത്തിയുടെ തുമ്പ് പൊക്കിപ്പിടിച്ച് സാവധാനം ഓരോ അടിവെച്ചടിവച്ച് അയാൾ മുന്നോട്ടുനീങ്ങി.

ഇന്ന് ഒരു കാശ്മീരി ഷാൾ പുതച്ചുകൊണ്ടാണ് അവിനാശൻ പ്രത്യക്ഷപ്പെട്ടിരിക്കുന്നത്. പത്തു വിരലുകളിലും മോതിരങ്ങൾ. വെയിലില്ല, ഇല്ലെങ്കിൽ മോതിരങ്ങളിലെ വൈരക്കല്ലുകൾ വെട്ടിത്തിളങ്ങുന്നത് കാണാമായിരുന്നു. മോതിരങ്ങളിൽ മൂന്നെണ്ണം മന്ത്രംജപിച്ച് വീര്യം വരുത്തിയവയായിരുന്നു. അതിദുർലഭങ്ങളാണ് അവയിലെ കല്ലുകൾ. ഒന്നിൽ ലക്ഷ്മിയെ ബന്ധിച്ചിരിക്കുന്നു. രണ്ടാമത്തേത് ഒരു അവധൂതന്റെ കൈയിൽനിന്ന് കിട്ടിയതാണ്. അത് നിത്യയൗവനത്തിന്റെ ഗ്യാരന്റീയായിരുന്നു.

പെട്ടെന്ന് കാൽവഴുതി മുഞ്ഞികുത്താൻ തുടങ്ങിയ അവിനാശൻ എന്തൊക്കെയോ അടവുകൾ ചവിട്ടി വീഴാതെ രക്ഷപ്പെട്ടു. എന്തൊരു ചളി! തകർന്ന ചവറ്റുതൊട്ടിയിൽനിന്ന് വെള്ളത്തിനൊപ്പം കുത്തിയൊ

ലിച്ച് പലതരം സാധനങ്ങൾ എങ്ങും ചിതറിക്കിടക്കുന്നു. അപ്പോഴെന്നു പറഞ്ഞതുപോലെ പോളിഷ് ചെയ്തതായിരുന്നു ചെരുപ്പുകൾ. ഇപ്പോൾ വെള്ളം കയറി 'പ്ലച് പ്ലച്' എന്ന് ശബ്ദിക്കുന്നു. നാശം! അവിടെയെത്തിയാൽ ആദ്യം കാൽ കഴുകണം. പുച്ഛം പൊക്കിപ്പിടിച്ചതുകൊണ്ട് നനയാതെ കഷ്ടിച്ച് രക്ഷപ്പെടുവാൻകഴിഞ്ഞു. എന്നാൽ ചളി തെറിച്ച് ദോത്തി എത്രത്തോളം വൃത്തികേടായി എന്ന് തിരിഞ്ഞുനോക്കാൻ ധൈര്യം വന്നില്ല.

വഴി അവസാനിക്കാറായി. ഇതാ ആറ് ഡി. അടുത്തത് ആറ് ഇ. അതു കഴിഞ്ഞാൽ ആറ് എഫ് ആയി. അതാ ആരാണ് മേൽത്തട്ടിൽ കോർണിഷിൽ കുനിഞ്ഞുനിൽക്കുന്നത്? മുകളിലേക്ക് നോക്കിയാൽ കണ്ണ് മഞ്ഞളിക്കുംവിധം പ്രകാശം ആകാശത്തില്ല. അതിനാൽ അവിനാശന് ആളെയറിയാൻ കഴിഞ്ഞു—നീല! അമിതയുടെ ഭർതൃസഹോദരി. നന്നായി പാടുന്ന ആ കോളേജുകുമാരി.

മുകളിലേക്കു നോക്കിക്കൊണ്ടുതന്നെ പടിപ്പുരവാതിൽ കടക്കാമെന്നു കരുതി കാൽ നീട്ടിവച്ചു അവിനാശൻ. കാൽ കല്ലിൽത്തട്ടി. കമഴ്ന്നടിച്ചുവീണില്ല. ഒരു കാലിലെ ചെരുപ്പ് തെറിച്ച് ദൂരെ വീണു. ഉടുതുണിത്തുമ്പ് പിടിവിട്ട് ചളിയിൽ പുരണ്ടു. പിന്നെ–

പിന്നെ വായ് തുറന്നുപോയതുകൊണ്ട് കൃത്രിമപ്പല്ല് സെറ്റിലെ മുകളിലെ നിര അടർന്ന് താഴെവീണു എന്ന മട്ടിലായി. അതിനുമുമ്പ് അവിനാശൻ അതിവിദഗ്ധമാംവിധം കൈനീട്ടി, അതെടുത്തു. പിന്നെ വായ് തുറന്ന് അത് യഥാസ്ഥാനം സ്ഥാപിക്കുന്നതിന് കുറച്ച് സമയമെടുത്തു.

അവിനാശൻ ത്രസിക്കുന്ന കണ്ണുകളോടെ മുകളിലേക്കു നോക്കി. യുവതി അപ്പോഴും കുനിഞ്ഞുനിൽക്കതന്നെയാണ്. കണ്ടിട്ടുണ്ടാവില്ലല്ലോ.

അത് തീർച്ചപ്പെടുത്തുന്നതിനു തന്നെയാവണം അവിനാശൻ അങ്ങോട്ടുതന്നെ സൂക്ഷിച്ചുനോക്കിനിന്നു. ചിരി മറയ്ക്കാനാവണം അവൾ മുഖം തിരിച്ചു. ചിരിക്കുക തന്നെയാണെങ്കിൽ അത് പരിഹാസച്ചിരി തന്നെയാവണം! സംശയിക്കാനില്ല.

അമിത കോണിച്ചോട്ടിൽ തന്നെ നിന്നിരുന്നു. കൂലിക്കാരോട് ചുമട് ഇറക്കിവച്ചപ്പോൾ അവൾ അത്യുത്സാഹത്തോടെ പറഞ്ഞു: "അമ്മാവൻ എന്തൊക്കെക്കൊണ്ട് വന്നിരിക്കുന്നു!"

നീല താഴത്തേക്കിറങ്ങി അമിതയുടെ പുറകിൽ തന്നെ നിന്നിരുന്നു. അങ്ങോട്ട് കള്ളക്കണ്ണിട്ട് നോക്കിക്കൊണ്ട് അവിനാശബാബു കൃതാർഥസ്വരത്തിൽ പറഞ്ഞു: "റേഡിയോവാണ് മോളേ! ബാറ്ററി സെറ്റ്."

"എന്റമ്മേ, അതാണല്ലേ!" അമിതയ്ക്ക് അടക്കം കൊള്ളാതെയായി. "അമ്മാവന്, പറഞ്ഞ ഏതൊരു നിസാരകാര്യവും ഓർമയുണ്ടായിരിക്കും. എന്നെങ്ങാനും പറഞ്ഞിട്ടുപോയ കാര്യം!"

"ഏറ്റുപോയാൽ എള്ളിട നീങ്ങില്ല മോളേ." അവിനാശബാബു പറഞ്ഞു. പറയുന്നതിനിടയ്ക്ക് ഒരിക്കൽക്കൂടെ നീലയെ നോക്കവെ അറിയാതെ തന്നെ കൈ ചുണ്ടോളം ചെന്നു—പല്ല് സെറ്റ് ശരിക്കല്ലേ ഇരിക്കുന്നത്

എന്നു നോക്കാൻ. നീലയുടെ മുഖത്തേക്ക് നേരെ കണ്ണുകൾ പതിപ്പിച്ചു. ഇല്ല, മുഖരേഖകളിൽ വൈലക്ഷണ്യം ഒന്നും കാണ്മാനില്ല. കണ്ണിലെ സ്വച്ഛ നീലമണികളിലും കൗതുകം തുളുമ്പുന്നില്ല. പക്ഷേ, ഉള്ളാലെ ചിരിക്കു ന്നുണ്ടോ എന്നെങ്ങനെയറിയും? കണ്ണട പുതിയത്, പവറും വേണ്ടത്ര ഉണ്ട്. പക്ഷേ, കണ്ണുകൾ നാൽപ്പത്തെട്ടുവർഷം പഴകിയവയാകുന്നു. പതി നെട്ടുവയസുകാരിയുടെ മനസിലെ വൃത്താന്തങ്ങൾ പഠിക്കുക നാൽപ്പതു തികഞ്ഞ കണ്ണുകൾക്കാവുന്ന കാര്യമാണോ?

ഒരിക്കൽക്കൂടി ചുണ്ടിൽ കൈവച്ചമർത്തി നോക്കി അവിനാശൻ— എല്ലാം ശരിക്കുതന്നെ.

ദേവവ്രതനോട് ബിസിനസ് സംബന്ധിച്ച സംഭാഷണം രണ്ടുമിനിട്ടു കൊണ്ട് അവസാനിച്ചു. പിന്നീട് ഒരു തലയിണ മാറിൽചേർത്ത് ചുമരിൽ ചാരിയിരുന്നു. കണ്ണുകളടച്ചുകൊണ്ട് കൽപ്പിച്ചു "ഇനി കുറച്ച് സംഗീതം കേൾക്കണം."

ദേവവ്രതൻ നീലയെ ഉറക്കെയുറക്കെ വിളിക്കാൻതുടങ്ങി. അവൾ മുറിക്കു പുറത്തുനിന്നുകൊണ്ട് പറഞ്ഞു "എനിക്ക് ക്ലാസുണ്ട്."

"ക്ലാസ്? എത്രമണിക്ക്? എന്തിന്റെ ക്ലാസ്? ഒരു പാട്ടിന് എത്രസമയം പിടിക്കും?"

"റേഡിയോ കൊണ്ടുവന്നിട്ടുണ്ടല്ലോ. അതു തുറന്നുവച്ചാൽ പോരെ?"

കുറച്ചുമുമ്പ് ഒരു ആക്സിഡന്റ് സംഭവിച്ചതാണ്. അവിനാശന് അതുകാരണം വായതുറന്ന് ചിരിക്കാൻ ധൈര്യം വന്നില്ല. "എന്താണ് പറ യുന്നത് കുട്ടീ! എന്തു പാട്ട്? റേഡിയോവിന് ഒരു നൂറുകൂട്ടം വിശേഷങ്ങളു ണ്ടായാൽത്തന്നെ അതൊരു യന്ത്രംമാത്രം. യന്ത്രസംഗീതത്തിന് വായ് പ്പാട്ടുമായിട്ടെന്തു സാമ്യം? അതുമല്ല, പാടുന്ന ആൾ അഞ്ചുമൈലോ അഞ്ഞൂറുമൈലോ അകലത്തിരുന്ന് പാടുക, ശ്രോതാവ് അയാളുടെ സ്വരം മാത്രം കേൾക്കുക, നേരിട്ട് കാണാൻ കഴിയാതെ വരിക—അങ്ങനെ യായാൽ പാട്ടിന് കൊഴുപ്പു തോന്നില്ല. മനസിന് പ്രേരണ..."

"ഒൻപതടിച്ചു, സ്റ്റേഷൻ ഇപ്പോൾ പ്രവർത്തിക്കുന്നില്ല." അമിത ഓർ മിപ്പിച്ചു.

നീല ഒരു പാട്ടുപാടി. അവിനാശൻ ശ്രദ്ധിച്ച് ലയിച്ച മട്ടിലിരുന്ന് കേട്ടു. നീല എഴുന്നേറ്റപ്പോൾ ഒന്നു കുരച്ചു അയാൾ. എന്തോ ഒന്ന് പറയാനുള്ള ഉപക്രമം. അതിനുള്ള പരുങ്ങൽ.

അമിതയെ നോക്കി ചോദിച്ചു "മോളേ, മൂന്നു നാല് പാസ് കൊണ്ടുവ ന്നിട്ടുണ്ട് സിനിമയുടെ. ഇന്ന് വൈകുന്നേരത്തെ ഷോ. നിങ്ങൾക്കൊക്കെ സൗകര്യമുണ്ടാവുമോ ആവോ."

"സത്യമാണോ അമ്മാവാ! സത്യം?" അമിത സന്തോഷംകൊണ്ട് തു ള്ളിനിന്നു. "ഹാ എത്രനാളായി സിനിമ കണ്ടിട്ട്. എന്താണ് പിച്ചർ?"

അവിനാശൻ പേർ പറഞ്ഞു. അത് അമിതയെ ഒന്നുകൂടി മത്തുപിടി പ്പിച്ചു.

"സിന്ദൂരസന്ധ്യയോ? അനവധിപേർ പുകഴ്ത്തി പറയുന്നതു കേട്ടിട്ടുണ്ട്. ഇന്നുതന്നെ സന്ധ്യക്കുള്ള ട്രിപ്?"

"ഇന്നുതന്നെ." റിസ്റ്റുവാച്ചിലേക്ക് ഒന്നു കണ്ണോടിച്ച് അവിനാശൻ നീലയെ നോക്കി "നീലയുമില്ലേ?"

"ഇല്ല"

ഇല്ല! ഉടുതുണിത്തുമ്പിൽ ചളി പുരണ്ടിരിക്കുന്നു. ഇല്ലെങ്കിൽ അവിനാശൻ കേട്ട ഉടൻ മുഖം തുടയ്ക്കുമായിരുന്നു.

ദേവവ്രതൻ പുരികം ചുളിപ്പിച്ചു ചോദിച്ചു "എന്താണ് ഇല്ലെന്ന്."

നീല ക്ഷമകേടോടെ പറഞ്ഞു "പറഞ്ഞില്ലേ ക്ലാസുണ്ടെന്ന്."

"ക്ലാസ്! അത് നാലുനാലരവരെയല്ലേയുള്ളൂ? സന്ധ്യക്ക് എന്തു ചെയ്യാനാണ് പോണത്?"

അവിനാശൻ പറഞ്ഞു "നീല കോളേജ് ഗേറ്റിൽ കാത്തുനിൽക്കൂ. ഞങ്ങൾ ആ വഴിക്കു വരാം."

"വേണ്ട. എനിക്ക് സിനിമ പിടിക്കില്ല."

അവിനാശൻ ഒപ്പം തന്നെ പിന്താങ്ങി "അതു പിടിക്കാൻ വിഷമം. അതറിയാൻ വയ്യായ്കയില്ല. ബംഗാളി ഫിലിം ഫിലിമായി കണക്കാക്കാറുണ്ടോ? നീല ഇംഗ്ലീഷ് ഫിലിമായിരിക്കും ഇഷ്ടപ്പെടുക. ശരി, എന്നാൽ ഒരു ദിവസം ഇംഗ്ലീഷ് ഫിലിമിനുപോവുക." ഒന്നു ചിരിച്ച് ഏതാണ്ട് അഭിമാനപൂർവംതന്നെ പറഞ്ഞു "എനിക്ക് ഇംഗ്ലീഷ് പിക്ചറിനുള്ള പാസും കിട്ടും. എല്ലാ സിനിമയിലുമുണ്ട് ഞങ്ങളുടെ ബിസിനസ് സ്ലൈഡ്, അറിയാമോ? അത് കൊണ്ടുവരാം. എന്തു പറയുന്നു."

"വരൂ. അപ്പോൾ നോക്കാം." നീല നിർവികാരസ്വരത്തിൽ പറഞ്ഞു. പിന്നെ അവിടുന്ന് പോന്നു.

അമിത പറഞ്ഞു "അപ്പോൾ ഇന്ന് വൈകിട്ടല്ലേ അമ്മാവാ?"

അവിനാശൻ വാച്ചിലേക്കു നോക്കി പറഞ്ഞു "നേരം ഒരുപാടായി. ഓഫീസിൽ എത്തുമ്പോൾ പതിവിലും വൈകും. എപ്പോഴാണ് അത്യാവശ്യമായ കടലാസുകൾ എല്ലാം ഒന്ന് നോക്കിയെന്നു വരുത്തി അവിടുന്ന് ഒഴിവാകാൻ കഴിയുക, ആരറിഞ്ഞു?" ഒരു കോട്ടുവായിടുവാൻ വട്ടംകൂട്ടുകയായിരുന്ന അവിനാശൻ പറഞ്ഞു "നോക്കട്ടെ പറ്റിയാൽ എത്താം."

മറുവശത്ത് ദേവവ്രതൻ നീലയുടെ അടുക്കൽ ചെന്ന് പരിഭവം പറയാൻ തുടങ്ങി.

"നിനക്ക് മര്യാദ ലേശംപോലുമില്ല, നീലേ?"

നീല ഉണ്ണാനിരിക്കയായിരുന്നു. ഉരുള കൈയിൽവച്ചുകൊണ്ട് ചോദിച്ചു. "ഉം, എന്തു പറ്റി? ഞാനെന്തപരാധം ചെയ്തു?"

"എന്തപരാധം ചെയ്തെന്നോ? അമ്മാവൻ ഞങ്ങളുടെ നന്മയ്ക്കു വേണ്ടി ചെയ്യുകയാണ് ഇതൊക്കെ. ഒറ്റവാക്ക് പറഞ്ഞപ്പോഴേക്ക് ഒരു റേഡിയോ കൊണ്ടുവന്ന് തന്നു. അങ്ങനെയുള്ള ആളെ നീ അപമാനിക്കയാണ്. പാടാൻ പറഞ്ഞാൽ 'വയ്യ', സിനിമയ്ക്കു വിളിച്ചാൽ ഇല്ല."

വെള്ളം കുടിച്ച് തൊണ്ടയിൽ കുടുങ്ങിയ ഉരുള കുതിർത്തുകൊണ്ട് നീല ചിരിച്ചു.

"ശരിയാണ് ഏട്ടാ! വല്ലാതെ അന്യായമായിപ്പോയി. ഇനി അമ്മാവൻ കാരണവരു വരുമ്പോൾ ആദ്യം തന്നെ കാൽപ്പിണച്ച് ഏത്തമിട്ട് മാപ്പിനപേക്ഷിക്കാം. പിന്നെ അദ്ദേഹത്തിന്റെ കൈപിടിച്ച് സിനിമാതിയേറ്ററിലേക്ക് ഒറ്റപ്പോക്ക്. പോരെ?"

ദേവവ്രതന് കണ്ണിൽ തീ ഉണ്ടായിരുന്നെങ്കിൽ ചാരമായിപ്പോകുമായിരുന്നു. വളരെനേരം കണ്ണിമയ്ക്കാതെ നോക്കിനിന്നശേഷം പറഞ്ഞു "നിനക്കെല്ലാം നേരമ്പോക്കാണ്. അമ്മാവൻ ഇനി ഈ കുടുംബത്തിൽ വന്നിട്ടു വേണ്ടേ?"

"വരും ഏട്ടാ, വരും." നീല പറഞ്ഞു "കോപംകൊണ്ടിട്ടാണ് പോയതെങ്കിൽ റേഡിയോ തിരിച്ചുവാങ്ങാനെന്നു പറഞ്ഞിട്ടെങ്കിലും വരും. തൽക്കാലം ഏട്ടൻ ഇവിടന്ന് പോകൂ. പെൺകുട്ടികൾ ഉണ്ണുന്നിടത്ത് പുരുഷന്മാർ നിൽക്കുക പതിവില്ല."

നീല പറഞ്ഞതുതന്നെ ശരിയെന്ന് അറിയാറായി.

രണ്ടുദിവസം കഴിഞ്ഞു. ഏതാനും കല്ലാശാരികൾ കുമ്മായവും മുളയും ഒക്കെയായിട്ട് എത്തി, പുലർച്ചയ്ക്കുതന്നെ. എന്താണിടപാട്? മുകളിലത്തെ രണ്ട് മുറിയും വെള്ളപൂശണം. ആരയച്ചു—ശ്രീമാൻ അവിനാശബാബു തന്നെ.

ദേവവ്രതൻ ചിരിച്ചുകൊണ്ട് നീലയോടു പറഞ്ഞു "കണ്ടില്ലേ? അമ്മാവന്റെ സകലമുഷിച്ചിലും ഇതിനിടയ്ക്ക് അലിഞ്ഞുപോയി."

നീലയും ചിരിച്ചു. "കോപമെല്ലാം കുമ്മായമായിപ്പോയി എന്നു പറയൂ."

പെങ്ങൾ ഇത് കോപിച്ച് പറഞ്ഞതല്ല, ഫലിതമാണെന്ന് ദേവവ്രതന് മനസിലായി. അയാളും കൂടെ ചിരിച്ചു "അമ്മാവൻ വലിയ ശുദ്ധഗതിക്കാരനാണ്. കണ്ടില്ലേ?"

അവിനാശൻ അതിനുശേഷം ആറേഴുദിവസത്തേക്ക് വന്നില്ല.

അവസാനം ദേവവ്രതൻ ഒരുനാൾ നേരത്തെ ഊണും മറ്റും കഴിച്ച് അമിതയോടൊപ്പം പുറത്തേക്കിറങ്ങി. അമ്മാവൻ വരാതിരുന്നതിന്റെ കാരണമറിയണം. ഇപ്പോഴും പരിഭവത്തിന്റെ മുള്ളുകൾ മനസിലുണ്ടോ എന്നു നോക്കണം. അതിലുമൊക്കെ അത്യാവശ്യം ബിസിനസിനെ സംബന്ധിച്ച് എന്തെങ്കിലും ഒരു തീരുമാനമെടുക്കൽ.

കോളേജ് ഒഴിവാണ്. ഉച്ചയ്ക്ക് ഒരിടത്ത് ചുരുണ്ടുകിടന്ന് കേമമായിട്ട് ഒന്നുറങ്ങണം എന്നായിരുന്നു നീല പരിപാടിയിട്ടിരുന്നത്. പെട്ടെന്ന് അവിനാശനെ കണ്ടപ്പോൾ അവൾക്ക് തോന്നിയ അത്ഭുതം–

അവിനാശന്റെ ഇന്നത്തെ വേഷവും കുറച്ചത്ഭുതം തോന്നിക്കുന്ന ഒന്നുതന്നെയായിരുന്നു. ഒരു കമ്പിളിക്കോട്ട്. കാലിൽ സോക്സ്, കഴുത്തിൽ കംഫർട്ടർ. കണ്ണുകൾ വീർത്ത് അൽപ്പം ചുവന്ന്. വന്നതുതൊട്ട്

അവിനാശൻ ചുമയ്ക്കുകതന്നെയാണ്. ഒരക്ഷരം പറയാൻ കഴിയുന്നില്ല. ഉറുമാൽ എടുത്ത് മൂക്ക് ചീറ്റിത്തുടയ്ക്കുന്നു.

വന്ന ഉടൻ ചോദിച്ചു "അമിതയെവിടെ? ദേവുവെവിടെ?"

"ഭേഷ്! നിങ്ങൾക്കറിയില്ല? അവർ ഇന്ന് പത്തുമണിയോടെ നിങ്ങളെ ത്തേടിത്തന്നെ ഇവിടന്ന് ഇറങ്ങിയതാണ്."

ഉറുമാൽ മൂക്കിൽവച്ച് അവിനാശൻ ഒന്നു തുമ്മുവാൻ ഭാവിച്ചു. പക്ഷേ, ഇതു കേട്ടിട്ടോ എന്തോ തുമ്മൽ വന്നില്ല.

"എന്താണ് പറയുന്നത്? എന്റെ അടുക്കലേക്ക്?"

"നിങ്ങൾ കണ്ടില്ല?"

"ഇല്ല. ഞാൻ ഇന്ന് പുലർച്ചയ്ക്കിറങ്ങിയതാണ് വീട്ടിൽനിന്ന്. അന വധി പണിയുണ്ടായിരുന്നു ചെയ്തുതീർക്കാൻ. പക്ഷേ, ഇത് കുറച്ചു വിഷമമായല്ലോ നീലേ! ഞാൻ അവർക്ക് രണ്ട് പാസ് കൊണ്ടുവന്നിട്ടുണ്ട്."

"രണ്ടു പാസ് മാത്രം?" നീലയുടെ മുഖം കൗതുകംകൊണ്ട് ഉജ്വല മായി "രണ്ടായിപ്പോയതെന്തേ?"

"നീലയ്ക്ക് വരാനിഷ്ടമില്ലല്ലോ?"

തൊണ്ട ജലദോഷം കാരണം കനത്തിരുന്നു. എന്നിട്ടും അവി നാശന്റെ സ്വരത്തിൽ പരിഭവം സ്പഷ്ടം.

നീല പെട്ടെന്ന് മനസുകൊണ്ട് എന്തോ ചിന്തിച്ചിട്ട് പറഞ്ഞു "എന്താണ് ചിത്രം?"

അവിനാശൻ പണക്കാരുടെ പാർപ്പിടമെന്നു പേരുകേട്ട ഒരു തെരു വിലെ തിയേറ്ററിന്റെ പേർ പറഞ്ഞു. രണ്ടാഴ്ചയായത്രേ അവിടെ ഒരു പിക്ചർ ഓടാൻ തുടങ്ങിയിട്ട്.

അവിനാശൻ പറഞ്ഞു "അന്ന് അവർക്ക് പോകണമെന്നുണ്ടായി രുന്നു. സാധിച്ചില്ല. അതാണിത്—പോകട്ടെ, ഇനിയെന്തിന്? രണ്ട് പാസു കൾ നഷ്ടപ്പെടും, അത്രതന്നെ."

നീല പറഞ്ഞു "നഷ്ടപ്പെടുന്നതെന്തിന്? വരൂ, നമുക്ക് രണ്ടുപേർക്കും പോകാം."

ചെവിയുടെ പകുതിയും കംഫർട്ടർകൊണ്ട് മറഞ്ഞിരുന്നു. അവിനാ ശന് കേട്ടതു ശരിതന്നെയോ എന്നൊരു സംശയം "എന്തു പറഞ്ഞു! നീല വരുമെന്നോ?"

"എന്താണ് വന്നാൽ?" നീല ചിരിച്ചു "നിങ്ങൾ ഈ ദേഹവുമേന്തി ബുദ്ധിമുട്ടി ഇവിടത്തോളം വന്നിട്ട് ഇനി പാസുകൾ നഷ്ടപ്പെട്ടുപോകുമെ ന്നുവച്ചാൽ..."

സ്വന്തം ദേഹസ്ഥിതിയെപ്പറ്റി പറഞ്ഞപ്പോൾ അവിനാശൻ തന്റെ വേഷം ഒന്നു നോക്കി. വാസ്തവത്തിൽ ഇന്നത്തെപ്പോലെ കെട്ടിയൊരു ങ്ങാത്ത വേഷത്തിൽ മുമ്പൊന്നും അയാൾ പുറത്തിറങ്ങിയിട്ടില്ല. പ്രായ ത്തിന്റെ ദോഷമാണ് ഇത്. എന്നാലും കഴിച്ചുകൂട്ടാം. പക്ഷേ, മഴയും മഞ്ഞും വരുമ്പോഴാണ് വിഷമം. പക്ഷേ, അയാൾ ഇന്നും മിനക്കെട്ടിരുന്ന്

മുടിക്ക് ചായംകൊടുക്കാതിരുന്നില്ല. മീശയുടെ മുന പിരിച്ചുവയ്ക്കാനും അമാന്തം കാട്ടിയില്ല. എന്നിട്ടുമില്ല മനസിന് ഒരു സമാധാനം. ചെറിയൊരു പിശകുകാരണം ചെവിത്തലപ്പ് പൂത്ത ചില വെള്ളരോമങ്ങൾ അങ്ങനെ തന്നെ നിന്നുപോയി. മൂക്കിൽനിന്ന് ഇടയ്ക്ക് തലനീട്ടുന്ന നിറം തെറ്റിയ നാരുകളും.

വാച്ചിലേക്ക് നോക്കിയിട്ടു പറഞ്ഞു "പോകാമെന്നോ! ശരി. പുറപ്പെട്ടോളൂ. സമയം അധികമില്ല. മാറ്റിനി..."

"ഇനിയുമുണ്ട് ധാരാളം സമയം." നീല ഭാവഭേദമന്യേ പറഞ്ഞു. "നിൽക്കൂ, ഒരു കപ്പ് ചായ ഉണ്ടാക്കിത്തരട്ടെ." നീല ഇഞ്ചിനീര് ചേർത്ത് ഒരു കപ്പ് നല്ല ചായ ഉണ്ടാക്കിക്കൊടുത്തു. അവിനാശൻ മീശ നനയാതിരിക്കാൻ ശ്രദ്ധിച്ചുകൊണ്ട് ചായ കുടിക്കുന്നതിനിടയ്ക്ക് നീല കെട്ടിയൊരുങ്ങി.

അമ്മ മയങ്ങുകയായിരുന്നു. വിളിച്ചു പറഞ്ഞു "ഞാൻ ഒന്ന് പുറത്തേക്ക് പോണു അമ്മേ."

നിദാനനി കണ്ണുകൾ തുറന്നു ചോദിച്ചു "എവിടേക്ക്? കോളേജ്?"

"അല്ല, വെറുതെയൊന്ന്—സിനിമയ്ക്ക്."

ആരോടൊപ്പം, എവിടേക്ക് എന്നൊന്നും തെളിച്ചു പറഞ്ഞില്ല. അവിനാശന്റെയടുക്കൽ വന്നു പറഞ്ഞു "പോകാം."

അവിനാശൻ പറഞ്ഞു "എന്താണിത്? ഈ വേഷത്തിലോ? ഒരു കമ്പിളി സ്കാർഫുപോലുമില്ല. ജലദോഷം പിടിക്കില്ലേ?"

നീല പതുക്കെ ചിരിച്ചു "എവിടന്ന് കിട്ടിയിട്ടാണ് സ്കാർഫ് ധരിക്കുക? ഇതൊന്നുംകൊണ്ടും എനിക്ക് ജലദോഷം ബാധിക്കില്ല. വരൂ."

നേർത്ത സാരി ഭംഗിയായി ചുറ്റി ഒരു യുവതി കൂസലില്ലാത്തമട്ടിൽ നടന്നുപോകുന്നു. അവളുടെ ഒപ്പം നടന്ന അവിനാശന് താൻ ഒന്നുകൂടി വൃദ്ധനായപോലെ തോന്നി. പുറത്ത് നല്ല തണുത്തകാറ്റ്. അവിനാശൻ പുതപ്പ് ഒന്നുകൂടി ഭദ്രമായി കഴുത്തിൽ ചുറ്റി. തെരുവ് അവസാനിച്ചു. കഴിയുംവേഗം കാറിൽ ചെന്നുപറ്റിയാൽ രക്ഷയായി.

കോളേജിലെ കുട്ടികൾ പുകഴ്ത്തിപ്പറയുന്നത് കേട്ടപ്പോൾ സീരിയസ് ടൈപ്പിലുള്ള മനഃശാസ്ത്ര ചിത്രമായിരിക്കുമെന്ന് നീല ധരിച്ചുവച്ചിരുന്നു. കണ്ടപ്പോഴാണ് അറിയാറായത് നേരെ മറിച്ചാണെന്ന്. ആളുകളെ ആകർഷിച്ചത് അരങ്ങും ആരോഗ്യംകൊണ്ട് ദൃഢഗാത്രങ്ങളും മധ്യവയസ്കകളുമായ സ്ത്രീകളുടെ അംഗസൗഷ്ഠവവുമായിരുന്നു. ഓരോ അടിയും അത്യന്തം ഉത്തേജകം. വില കുറഞ്ഞതെങ്കിലും കാണേണ്ട എന്ന് തോന്നിക്കാത്തത്. പിന്നെ കുറവ് നികത്താൻ അന്തരീക്ഷത്തിൽ വിമാനയുദ്ധം, നിലത്ത് റെയിൽ അപകടം, വെള്ളത്തിൽ ഏതാനും തരുണികളുടെ വിഭ്രമം സൃഷ്ടിക്കുന്ന കരകൗശലങ്ങൾ.

ഇരുണ്ട ആഡിറ്റോറിയം ഇടയ്ക്കിടയ്ക്ക് പ്രേക്ഷകരുടെ ചിരികൊണ്ട് മുഴങ്ങി. എല്ലാവരും ചിരിച്ചപ്പോൾ അവിനാശനും ചിരിച്ചുകൊണ്ടിരുന്നു. ആവേശം സഹിക്കാതാവുമ്പോൾ കൈകൊട്ടി.

എന്നാൽ അവസാനത്തെ സീനിൽ കാര്യം ഒന്ന് കടന്നുപോയി. സുന്ദരിയായ നടി ക്ലാരാഡേവിഡ് സാഗരജലത്തിൽ സ്നാനം ചെയ്ത് അഴിഞ്ഞുലഞ്ഞ മുടിയിൽനിന്ന് വെള്ളം വാർന്നുകൊണ്ട് തീരത്തെത്തി. സ്ഫടികശുഭ്രമായ ദേഹം, ചായംകൊടുത്ത നഖാഗ്രങ്ങളിൽ സൂര്യകിരണങ്ങൾ ഇടറുന്നു. ചെറുജലക്കണങ്ങൾ അപ്പോഴും നയനപല്ലവങ്ങളിൽ തങ്ങിനിൽക്കുന്നു.

ചിത്രത്തിൽ അത് സൂചിപ്പിച്ചിട്ടേയുള്ളൂ. പക്ഷേ, അവിനാശൻ അന്തംവിട്ടുപോകുമെന്ന ദിക്കായി. പെട്ടെന്ന് അടുത്ത സീറ്റിന്റെ കൈ മുറുകെപ്പിടിച്ച് നീലയുടെ ചെവിയിൽ പറഞ്ഞു "എങ്ങനെയിരിക്കുന്നു."

നീലയുടെ അപ്പുറത്ത് ഒരു പറങ്കി യുവാവ്—നീങ്ങിയിരിക്കാൻ ഉപായമില്ല. എങ്കിലും കഴിയുംവിധം അപ്പുറത്തേക്ക് ഒതുങ്ങിയിരുന്നു.

അതിനുശേഷം, ഫിലിം തീരുംവരെ അവിനാശൻ എല്ലാവർക്കുമൊപ്പം അഭിനന്ദനങ്ങൾ മുഴക്കിക്കൊണ്ടിരുന്നു. പാടുന്ന സമയം കസേരക്കൈയിൽ താളം പിടിച്ചു. ചെരുപ്പുകൊണ്ട് നിലത്ത് താളംചവിട്ടി.

അന്ന് നീല തന്നോടുതന്നെ സന്ധിചെയ്തു. ഈ പല്ലും നഖവും നഷ്ടപ്പെട്ടവനും പൗരുഷം മുരടിച്ചവനുമായ ധനികനോട് സൗഹാർദശൂന്യമായി പെരുമാറിയിട്ട് എന്തു കിട്ടാൻ? ഒരു തരക്കേടും ഈ മനുഷ്യന് ചെയ്യാനാവില്ല. ഒന്നുരണ്ട് പാട്ടു കേൾക്കണമെന്നു പറയും, സിനിമയ്ക്ക് കൂട്ടിക്കൊണ്ടുവരാൻ തരമായാൽ കൃതകൃത്യനായിക്കൊള്ളും. ദേഹസുഖമില്ല എന്നു പറഞ്ഞ് ഇഞ്ചിചേർത്ത ചായ ചോദിച്ചു കുടിക്കും. അതിലേറെയെന്ത്?

വീട്ടിലേക്കു തിരിച്ചപ്പോൾ അവിനാശൻ പറഞ്ഞു "നീലയ്ക്ക് ഇംഗ്ലീഷ് സോങ്സ് അറിയില്ലേ?" അതായത് ഇപ്പോഴും അയാളുടെ ചേതനയിൽ സിനിമാശാലയിലെ സുഗന്ധം കുമിഞ്ഞുനിൽക്കുകയായിരുന്നു.

"ബംഗാളിതന്നെ നല്ലപോലെ അറിയില്ല." നീല പറഞ്ഞു: "പഠിക്കാൻ കഴിഞ്ഞിട്ടുവേണ്ടേ?"

"സംഗീതസ്കൂളിൽ ചേർന്നാൽ മതിയല്ലോ?"

"സംഗീതസ്കൂളിൽ? കോളേജിൽ രണ്ടുമാസത്തെ ഫീസ് ബാക്കിയാണ്, അറിയാമോ?"

"ബാക്കി" പരിഭ്രമത്തോടെ അവിനാശൻ കീശയിൽ കൈ കടത്തി. ഇപ്പോൾത്തന്നെ നീലയ്ക്ക് രണ്ടുമാസത്തെ ഫീസ് കൊടുക്കുമെന്ന മട്ടിൽ. പിന്നെ ഉറച്ച സ്വരത്തിൽ പറഞ്ഞു:

"നീല സംഗീതസ്കൂളിൽ ചേര്. മറ്റൊന്നും ചിന്തിക്കേണ്ടതായിവരില്ല."

"സത്യമാണോ പറയുന്നത്?" നീലയുടെ കൃഷ്ണമണികൾ തിളങ്ങി.

"നീലയ്ക്ക് നല്ല ശാരീരമുണ്ട്, സ്വരജ്ഞാനവുമുണ്ട്. ഇനി പാട്ടിന്റെ സയൻസ്. അത് രണ്ടുദിവസംകൊണ്ട് കൈവരും. പിന്നെ റേഡിയോ, റിക്കാർഡ്—ഒന്നും ചിന്തിക്കേണ്ട. എല്ലാത്തിനും ഞാനുണ്ട്."

മുമ്പായിരുന്നെങ്കിൽ നീലയ്ക്ക് ചൂടുപിടിക്കുമായിരുന്നു. രണ്ടു നാല് വാക്ക് കണക്കിന് പറഞ്ഞു കേൾപ്പിക്കുമായിരുന്നു. പക്ഷേ, അവൾ നല്ല

മൂഢിലായിരുന്നു. നല്ല രസമുള്ള ഒരു കളിയാണ് അവൾ തുടങ്ങിവച്ചത്. അവൾ പറഞ്ഞു:

"എന്നാൽ ഈ മാസം തന്നെ ചെന്നുചേർന്നാലോ?"

ചക്രങ്ങൾക്ക് താഴെ പാഞ്ഞുപോകുന്ന മിന്നുന്ന നിരത്തിലേക്ക് നോക്കിക്കൊണ്ട് അവൾ ചിരിച്ചു. നോക്കുകതന്നെ. അമിതയെപ്പോലെ ആരോഗ്യംകെട്ട എത്ര പെൺകുട്ടികൾ ഉണ്ട്. ഇനിയും വീട്ടിൽ, തന്നെപ്പോലുള്ള വല്ല പെൺകുട്ടികളും കോളേജിൽ പഠിക്കുന്നുണ്ടോ എന്നൊക്കെ ചോദിച്ചാലോ എന്ന് അവൾ ചിന്തിച്ചു.

നേരെ മുകളിലേക്കു പോകാതെ അന്ന് നീല ശാന്തിയുടെ മുറിയിലേക്ക് കടന്നുചെന്നു.

ശാന്തിയും ഇന്ദ്രജിത്തും 'നരിയും കുറുക്കനും' കളിക്കുകയായിരുന്നു. ശാന്തി പറഞ്ഞു, "വരൂ കുട്ടീ, എവിടെയായിരുന്നു?"

"സിനിമയ്ക്കു പോയി" കട്ടിലിലിരുന്ന് വിശറിയെടുത്ത് വീശിക്കൊണ്ട് നീല പറഞ്ഞു.

ഇന്ദ്രജിത് പറഞ്ഞു "നിങ്ങൾ വരുന്ന വഴിക്ക് ഞാൻ കണ്ടു കാറിലല്ലേ പോയത്? ഒപ്പം ഒരു പ്രായം തോന്നുന്ന മാന്യനും ഉണ്ടായിരുന്നു?"

"ആരായിരുന്നു?" ശാന്തി ചോദിച്ചു.

"ഏടത്തിയുടെ അമ്മാവൻ."

"എനിക്ക് അയാൾ ഒരു വിചിത്രമനുഷ്യനാണെന്നു തോന്നി." ഇന്ദ്രജിത് പറഞ്ഞു. "മൂപ്പർ തണുപ്പു ഭയന്ന് മൂടിപ്പുതച്ചിരുന്നു. സാധിച്ചില്ലെങ്കിൽ നല്ല ചകാലസുകൊണ്ട് പുതച്ച് പുറത്തേക്കിറങ്ങുമായിരുന്നു. അയാളുടെ അരികിൽ നിങ്ങൾ—തികച്ചും സ്വച്ഛന്ദവും സംശയരഹിതവും ഉദ്ധതവുമായ ഭാവത്തിൽ."

ശാന്തി പറഞ്ഞു "എന്നിട്ട് എന്തു ചിത്രമാണ് കണ്ടത്? കഥ പറയൂ-"

ഒന്നുരണ്ട് വാചകങ്ങൾ പറഞ്ഞപ്പോഴേക്ക് ശാന്തി എഴുന്നേറ്റു. "ഞാനും ഫിലിം കാണാൻ പോകയാണ്."

"കളി മുഴുവനാക്കിയിട്ട്." ഇന്ദ്രജിത് നിർബന്ധിച്ചു.

കരുക്കൾ കുഴച്ചുമറിച്ചിട്ടിട്ട് ശാന്തി പറഞ്ഞു "ഇനിയില്ല. നിങ്ങൾ തോറ്റു. എന്നെ 'കെട്ടുവാൻ' കഴിയില്ല."

"ഇന്ദ്രജിത് ബാബു 'കുറുക്കനാ'യെന്നു തോന്നുന്നു."

"അല്ലാതെ എന്തിനു കൊള്ളാം?"

ശാന്തി ചിരിച്ചുകൊണ്ടു പറഞ്ഞു.

"നിങ്ങൾ നരിയും."

"വെറുതെ നരിയെന്നു പറഞ്ഞാൽ പോരാ. പെൺനരി. വരൂ കവി, പോകാം."

"ഇനിയിന്ന് സമയമെവിടെ?" ഇന്ദ്രജിത് ചോദിച്ചു. "ഏഴടിച്ചു."

" അതിനെന്ത്? രാത്രി ഷോ."

"മണിയേട്ടൻ വന്നില്ലല്ലോ."

" അപ്പോഴേക്ക് എത്തും. വന്നില്ലെങ്കിൽത്തന്നെ താക്കോലുണ്ട് അദ്ദേഹത്തിന്റെ കൈയിൽ. വേണമെങ്കിൽ ഒരു കുറിപ്പ് എഴുതിവയ്ക്കാം. എഴുന്നേൽക്ക്. തടസങ്ങൾ കുറെയേറെ കേട്ടുകഴിഞ്ഞു. വേഗം ചെന്ന് ടിക്കറ്റ് വാങ്ങുക. വൈകിച്ചാൽ കിട്ടില്ലാ എന്നു വരും."

ശാന്തിയുടെ കണ്ണിലേക്ക് നോക്കിയ ഇന്ദ്രജിത്തിന് ഇനി തടസം പറയുക വയ്യ എന്ന് സ്പഷ്ടം. വേഗം ചെരുപ്പെടുത്തിട്ട് പുറത്തിറങ്ങി.

മുകളിലെത്തിയപ്പോൾ ഏടത്തി വന്നുകഴിഞ്ഞെന്നു കണ്ടു.

"എവിടെ പോയിരുന്നു?"

അതിനു മറുപടി പറയാതെ നീല ചോദിച്ചു "നിങ്ങൾ എവിടെപ്പോയതായിരുന്നു. അതു കേൾക്കട്ടെ."

"സിനിമയ്ക്ക്."

"സിനിമയ്ക്ക്" നീല പ്രതിധ്വനിയെന്നപോലെ ഒപ്പം പറഞ്ഞുപോയി.

"അമ്മാവൻ പാസ് തന്നിരുന്നു. സിന്ദൂരസന്ധ്യക്ക്. എത്ര ഒന്നാന്തരമായി എന്നോ? ഞാൻ കഴിയുംവരെ ഇരുന്ന് കരയുകയായിരുന്നു. നിങ്ങളുടെ ഏട്ടൻ എന്നെ കുറെ ദേഷ്യപ്പെട്ടു അതിന്."

നീലയ്ക്ക് ദുഷ്ടബുദ്ധി തോന്നി, ചോദിച്ചു.

"നിങ്ങളുടെ അമ്മാവൻ വന്നില്ലേ?"

"എങ്ങനെ വരാൻ? വരാമെന്നു പറഞ്ഞ് സകലതും ഒരുങ്ങിയതായിരുന്നു. അപ്പോഴുണ്ട് ഫോൺകാൾ. വണ്ടിയുംകൊണ്ട് ഹുഗ്ലിക്ക് പോകേണ്ടിവന്നു."

"ഹുഗ്ലി! അപ്പോൾ ഹുഗ്ലിയിൽനിന്ന് ഇനിയും മടങ്ങിയിട്ടില്ല എന്നു തോന്നുന്നു." ചിരിയടക്കിപ്പറയുവാൻ നീലയ്ക്ക് കുറച്ചൊന്നുമല്ല വിഷമം നേരിട്ടത്.

"അതെ, ഫോൺ കിട്ടിയ ഉടൻ പുറപ്പെട്ടു. ഒന്നു നടുചായ്ക്കാൻ പോലും ഇടകിട്ടിയില്ല, ഊണുകഴിച്ചിട്ട്. ഒരു നല്ല വാർത്ത അനുജത്തി, അടുത്തമാസം തൊട്ട് നിങ്ങളുടെ ഏട്ടൻ അമ്മാവന്റെ കമ്പനിയിലാണ് പണിയെടുക്കാൻ പോകുന്നത്. ഇന്നാണ് ഒക്കെ തീരുമാനിച്ചത്. നാളെ, ഏട്ടൻ ഇപ്പോൾ പണിയെടുക്കുന്ന ഓഫീസിൽ നോട്ടീസ് കൊടുക്കും. നന്നായില്ലേ?"

"വളരെ നന്നായി."

നീലയ്ക്ക് ഇതിലേറെ തോന്നും ആനന്ദം എന്നായിരുന്നു അമിതയുടെ പ്രതീക്ഷ. അതിനാൽ അൽപ്പം നിരുത്സാഹിതയാണെങ്കിലും അതില്ലെന്നു വരുത്താൻ പറഞ്ഞു:

"ആരെങ്കിലും ഇത്തരം ഒരു സൗകര്യം ആർക്കെങ്കിലും നൽകാറുണ്ടോ? മഹാശുദ്ധഗതിക്കാരൻ. അതാണ്, അല്ലെങ്കിൽ ഞങ്ങൾ വിചാരിച്ചതെന്തായിരുന്നുവെന്നോ! എന്തൊക്കെയാണാവോ തെറ്റിദ്ധരിച്ചുവശായിരിക്കുന്നത്. വെറും ദുഷ്ടവിചാരമായിരുന്നു ഞങ്ങളുടെ. യാതൊന്നുമില്ല. സ്ലേറ്റുപോലെ ശുദ്ധം. എന്നോട് പറഞ്ഞതെന്താണെന്നോ? അമി, നിന്റെ

ഭർതൃസഹോദരി കുട്ടിയാണ്. കോളേജിൽ പഠിക്കുന്നു. അതുകൊണ്ട് ലേശം 'ചൂടാ'ണ്. അവൾ പറയുന്നത് മുഴുവൻ ഞാൻ കണക്കിലെടുക്കുമെന്ന് വിചാരിച്ചോ? ഞാൻ അത്ര കുട്ടിയല്ല അവളെപ്പോലെതന്നെ."

മറുവശത്ത് ഇന്ദ്രജിത് അപ്പോഴും വഴിയിൽ കറങ്ങി നടക്കുകയാണ്. മൂന്നുവട്ടം ഇതേ തെരുവിൽത്തന്നെ ചുറ്റി. പാർക്കിൽ പുല്ലില്ല. ബഞ്ചിൽ ചളികിടക്കുന്നു. ഇരിക്കാൻ ഇടമില്ല. ഇടയ്ക്കിടയ്ക്ക് കീശയിലേക്ക് കൈ കടന്നുചെല്ലുന്നു. ഒഴിഞ്ഞ കീശ. രണ്ടു മൂന്ന് ബീഡിയാണ് പരതുമ്പോൾ വിരലിൽ കുടുങ്ങുന്നത്.

ഇന്ന് ശാന്തിയേടത്തി എന്തൊരു പരീക്ഷണത്തിലാണ് അയാളെ കൊണ്ടുവന്ന് കുടുക്കിയത്? സിനിമയ്ക്ക് പോകാൻ അവൾക്കു മാത്രമേ മോഹമുള്ളൂവെന്നോ വിചാരം? പക്ഷേ, മാസാവസാനം, മെസിൽ കൊടുക്കാനുള്ളത് ഒരു പൈസപോലും ബാക്കിവയ്ക്കാതെ അക്കൂട്ടർ വസൂലാക്കി, കണക്കു പറഞ്ഞു. കീശയിൽ ഒന്നുമില്ല. ഫീസിന്റെ പണം 'ഭർഗി' ച്ചാണ് ഡ്രൈക്ലീനിങ്ങുകാരെക്കൊണ്ട് തുണി വെളുപ്പിച്ച് തേയ്പ്പിച്ച് വാങ്ങുന്നത്. പുറത്തേക്കിറങ്ങുമ്പോൾ മാന്യന്റെ വേഷമെങ്കിലും ആവശ്യമാണല്ലോ.

മണി എട്ടാകാറായി. ഇനി നിന്നാൽ പറ്റില്ല. എട്ടു കഴിഞ്ഞാൽ കിനുഗോയാല തെരുവിലെ ആറ്-എഫ് ഭവനത്തിന്റെ താഴത്തെ നിലയിലെ പുറംവാതിൽ അടയ്ക്കും.

ശാന്തിയേടത്തിയോട് സംഗതി മുഴുവൻ പറഞ്ഞാലോ? ഒടുവിൽ പേടിച്ച് പേടിച്ച് ഇന്ദ്രജിത് തെരുവിലേക്കു കടന്നു. ജിംനാസ്റ്റിക് കളരി. അതുകഴിഞ്ഞാൽ ഗ്യാസ് ലൈറ്റുകൊളുത്തിവച്ച സ്ഥലത്തിനരികിൽ കട. ഇന്ദ്രജിത് സൈൻബോർഡ് വായിച്ചു. 'പാരീസ് ജൂവലറി' മങ്ങിക്കത്തുന്ന വിളക്കിനു മുമ്പിൽ ഒരു മനുഷ്യൻ കുത്തിയിരുന്നു പണിയെടുക്കുന്നു. എന്തോ ചിന്തിച്ച് ഇന്ദ്രജിത് പീടികയുടെ നടക്കല്ലിൽ കയറിനിന്നു.

"വരൂ വരൂ" പ്രമഥ പോദ്ദാർ എഴുന്നേറ്റുനിന്നു. "എന്തു വേണം?"

അടുത്ത നിമിഷം ഇന്ദ്രജിത് കീശയിൽനിന്ന് പേന എടുത്ത് പോദ്ദാറിന്റെ മുമ്പിൽ പിടിച്ചു. ഉള്ളിൽനിന്നുയർന്ന പലതരം പ്രതിഷേധങ്ങളെയും പ്രതിരോധങ്ങളെയും വകവയ്ക്കാതെ അയാൾ പറഞ്ഞു: "ഇത് പണയം എടുത്ത് കുറച്ച് പണം തരാൻ കഴിയുമോ?"

"നോക്കട്ടെ." പേന വാങ്ങി വെളിച്ചത്ത് കാണിച്ച് പരിശോധിക്കാൻ തുടങ്ങി പോദ്ദാർ. അയാളുടെ മുഖത്ത് എന്ത് ഭാവമാണ് സ്ഫുരിച്ചതെന്ന് പറയാൻ വിഷമം. പിന്നെ ഗൗരവം വിടാതെ പറഞ്ഞു "ഉം. നല്ല വിലപിടിച്ചതുതന്നെയെന്നു തോന്നുന്നു."

"പണം തരാൻ വിരോധമുണ്ടോ?" അസഹ്യമായ ഉൽക്കണ്ഠ കാരണം ഇന്ദ്രജിത്തിന്റെ തൊണ്ട വിറച്ചു "ഏറെ വേണ്ട ഒരു..."

"ഇല്ല" പേന തിരികെക്കൊടുത്തിട്ട് പോദ്ദാർ പറഞ്ഞു. "ഇല്ല. ഇത്

പൊന്നിന്റെയും വെള്ളിയുടെയും കടയാണ് സാർ. ഇവിടെ പേനയും തൂവലും ഒന്നും പണയമെടുക്കില്ല."

ഒറ്റ ഊതത്തിന് കെട്ടമട്ടിലായി ഇന്ദ്രജിത്. ഒന്ന് പുറകോട്ടുമാറി വാതിൽക്കൽ കൈകുത്തി അയാൾ.

"പേന വേണ്ട?"

"വേണ്ട സർ. അതിന്റെയൊക്കെ മാർക്കറ്റ് വേറെ. ഞങ്ങളുടെ ബിസിനസ് പൊന്നുകൊണ്ട്, വെള്ളികൊണ്ട്."

ക്ഷണനേരം എന്തോ ചിന്തിച്ച ഇന്ദ്രജിത് അനാമികയിൽ കിടന്നിരുന്ന മോതിരം വലിച്ചൂരി പ്രമഥന്റെ കൈയിൽ കൊടുത്തു.

"എന്നാൽ ഇതുതന്നെയാകട്ടെ പണയത്തിനല്ല, വിലയ്ക്കുതന്നെ."

പോദ്ദാർ വീണ്ടും വിളക്കിനരികിലേക്കു നീങ്ങി. പതുക്കെ ചാണക്കല്ലെടുത്ത് രണ്ടുമൂന്നിടത്ത് വരച്ചു. പിന്നെ പറഞ്ഞു "ഉം. ശുദ്ധമാണെന്നു തോന്നുന്നു. അപ്പോൾ ഇതു വിൽക്കാമെന്നോ?"

ഈ വേണ്ടാതുള്ള അമാന്തം അസഹ്യമായി തോന്നിയ ഇന്ദ്രജിത് കാൽ നിലത്തുരച്ചുകൊണ്ട് പറഞ്ഞു "വിൽക്കാം. എത്രതരും, വേഗം പറയു."

"നിൽക്കു സാർ! ഈ വക പ്രവൃത്തികൾ അത്രവേഗം നടക്കുമോ?" ചെറിയ പണ്ടങ്ങൾ തൂക്കാനുള്ള തുലാസുകൾ പുറത്തെടുത്തു പോദ്ദാർ. വെള്ളിനാണയങ്ങൾ, എട്ടണ, രണ്ടണ, കുന്നി, മോതിരം മുതലായവ പിച്ചളത്തട്ടിൽ വച്ചു. പിന്നെ എടുത്ത് പലതരം കണക്കുകൾ കൂട്ടി തന്നോടെന്നപോലെ പിറുപിറുക്കും സ്വരത്തിൽ പറഞ്ഞു "നാലണ രണ്ട് കുന്നിയുണ്ട് പൊന്ന്. ഇന്ന് പൊന്നിന്റെ വില—വന്നിട്ട്—അപ്പോൾ നമ്മുടെ വില വന്നിട്ട്..."

ഈ ജടിലമായ ഗണിതം ഇന്ദ്രജിത്തിന്റെ തലച്ചോറിൽ കടക്കുന്ന ഒന്നായിരുന്നില്ല. പണം കൈ നീട്ടിവാങ്ങി അവിടുന്ന് തടിതപ്പിയാൽ രക്ഷയായി. അയാൾ പറഞ്ഞു:

"എന്നാൽ തരു. മോതിരത്തിന്റെ പാറ്റേൺ കുറെ പഴകിപ്പോയി. അതാണ് വിൽക്കാൻ വിചാരിച്ചത്."

ഇന്ദ്രജിത് പോയിക്കഴിഞ്ഞപ്പോൾ വാതിലടച്ച് പോദ്ദാർ വീണ്ടും വെളിച്ചത്തു വന്നിരുന്നു. മോതിരം രണ്ടുമൂന്നുതവണ തിരിച്ചും മറിച്ചും നോക്കി. ചിരിച്ചു ഉള്ളാലെ. ഇന്ദ്രജിത്തിനെ അയാൾക്ക് മനസിലായി. ഈ മനുഷ്യനല്ലേ ആറ്-എഫിന്റെ പോക്കുവശത്തുള്ളവൻ. ഇയാൾതന്നെയല്ലേ അന്ന് ആ വീട്ടിലെ ചെറുപ്പക്കാരിയോടൊപ്പം നനഞ്ഞൊലിച്ച് രാത്രി അസമയത്ത് തിരിച്ചുവന്നത്? പലതും കണ്ടുകഴിഞ്ഞിരിക്കുന്നു പ്രമഥൻ. പലതും കാണാൻ കിടക്കുന്നു, പ്രമഥന്.

പാറ്റേൺ പഴകിപ്പോയത്രെ! അതാണ് വിൽക്കുവാൻ വിചാരിച്ചതത്രെ. പ്രമഥൻ മോതിരം പെട്ടിയിൽ എടുത്തുവയ്ക്കുന്നതിനിടയ്ക്ക് വിചാരിച്ചു—ഈ വക ഒഴിഞ്ഞ കീശക്കാരുടെ 'പൊങ്ങച്ച'ങ്ങൾ എത്രയോ കേട്ടിരിക്കുന്നു. ചത്താലും പറയില്ല പണത്തിന് മുട്ടുള്ളതിനാലാണ് വന്നതെന്ന്.

പാറ്റേൺ പഴകിപ്പോയത്രെ, ഇഷ്ടാ! ആരുടെ കണ്ണിലാണ് പൊടിയിടാൻ നോക്കുന്നത്? പഴകിയെങ്കിൽ പുതിയതായി ഉരുക്കിപ്പണിയിക്കരുതോ? കുറച്ചുകൂടി പൊന്നുകൊടുക്കേണ്ടിവരും അത്രതന്നെ. അതുകൊണ്ടെന്താ? ഒന്നാന്തരമായി ഒന്ന് പണിതെടുക്കാമല്ലോ. എന്തിനീ വിൽക്കാനുള്ള ബദ്ധപ്പാട്?

7

കിനുഗോയാല തെരുവിൽ ഓരോന്നായി താമസക്കാരുടെ എണ്ണം പെരുകിവരികയാണ്. തുള്ളിത്തുള്ളിയായി തേൻ നിറയും മട്ട്.

വിളക്കോരോന്നായി കെട്ടുപൊയ്ക്കൊണ്ടിരിക്കുന്നു. ബസാക് തറവാട്ടുകാർ ഇവിടം വിട്ടുപോയപ്പോൾ ആർക്കും വാടകയ്ക്ക് കൊടുക്കുകയുണ്ടായില്ല. ഇതിനിടയ്ക്ക് കച്ചവടബുദ്ധി ഉണർന്നുവെന്നു തോന്നുന്നു അവർക്ക്. ഓരോരുത്തരായി വരാൻ തുടങ്ങി. അവരയച്ചിട്ടു വന്ന വാടകക്കാർ. ചില മുറികൾ പാർട്ടീഷൻ കൊണ്ട് മുറിച്ചു. ചിലവയിൽ തട്ടികകെട്ടി മറച്ചു.

വീണ്ടും മുറികളിൽ വിളക്ക് കത്തിത്തുടങ്ങി.

ആറ്-എഫ് ഭവനത്തിൽത്തന്നെ ആദ്യം നീലയും കൂട്ടരും എത്തി. പിന്നെ ശാന്തിയും മണീന്ദ്രസന്യാലും. അധികപ്പറ്റെന്നപോലെ ഇന്ദ്രജിത്.

ശരിക്കും നേരെയപ്പുറത്തുതന്നെയാണ് ഒരു പുര. രൂപംകൊണ്ടും വയസുകൊണ്ടും ഇതിന്റെതന്നെ മറ്റൊരു പതിപ്പ്. ശകുന്തള ആ വീട്ടിൽ കുറെനാളായി പാർപ്പു തുടങ്ങിയിട്ട്.

ഓരോ ദിവസവും നീല കോളേജിൽനിന്ന് തളർന്ന് തിരിച്ചുവരുമ്പോൾ ശകുന്തള ജനാലയ്ക്കൽ നിന്നുകൊണ്ട് അവളെ സൂക്ഷിച്ചു നോക്കും. നീല അറിയാറില്ല. അഞ്ചുമണിക്കുതന്നെ കുക്കറിൽ ആഹാരം പാകംചെയ്ത് മുടി ചീകിക്കെട്ടി ഒരുങ്ങിനിൽക്കയാവും. മാറിലൂടെ സാരിത്തുമ്പ് വലിച്ച് അരയിൽ മുറുകെച്ചുറ്റിയിരിക്കും. തലയിൽ വെള്ള ഉറുമാൽ കെട്ടിയിരിക്കും. സേവിക (നഴ്സു)മാരുടെ അടയാളം. പുത്തൻ കല്യാണപ്പെണ്ണിനെപ്പോലെതന്നെ.

ഹോസ്പിറ്റലിൽ ശകുന്തളയ്ക്ക് നൈറ്റ് ഡ്യൂട്ടിയുണ്ട്. രണ്ടു നീണ്ട കണ്ണുകൾ. രാവുകൾതോറും ഡ്യൂട്ടിക്കുനിന്ന് ആ കണ്ണുകൾ ഇടയ്ക്കിടയ്ക്ക് ചിമ്മിപ്പോവും, തളരാറില്ല. ട്രേയിൽ നിരത്തിയ ഔഷധങ്ങളും പരിവട്ടങ്ങളും. യാമംതോറും ടെംപറേച്ചർ നോക്കൽ, ചിരിച്ചുകൊണ്ട് കുശലപ്രശ്നങ്ങൾ, സന്ദർഭമനുസരിച്ചും സത്യം മറച്ചുവച്ചും ആശ്വസിപ്പിക്കൽ—ഇതാണ് പണി. അലസവും വിനിദ്രവുമായ വാസന. ഇരവുകൾ തോറും ഒരേ ശയ്യയിൽ ഒരേ ആളുടെ കൂടെയല്ല. ശതശയ്യകളുടെ സേവിക.

പുലർച്ചയ്ക്ക് വഴിയിൽ വെളിച്ചം വീശുന്നതോടൊപ്പം തിരിച്ചുവരുന്ന ശകുന്തള ഒറ്റയ്ക്കായിരിക്കും. വെളുപ്പിനു വീശുന്ന കാറ്റിൽ കൺപീലികൾക്ക് കനം വയ്ക്കും. ബെഡ് കവർ നീക്കം ചെയ്യാനുള്ള ക്ഷമപോലും ഉണ്ടാകാറില്ല. വന്ന ഉടൻ കിടക്കയിലേക്കു വീഴും. അതിൽ അവൾക്ക് കൂട്ടുകാരനായിട്ടാരുമില്ല.

ഏതാനും മിനിട്ട് തിരിഞ്ഞുമറിഞ്ഞുകിടന്നാലെ ഉറക്കം വരൂ. രണ്ടു മണിക്കൂറോളം ഉറങ്ങണം. അതു മതി ഉഷാറാവാൻ. പിന്നെയെഴുന്നേറ്റ് ഒരു കപ്പ് ചായ കുടിച്ച് കുളിക്കാൻ പോകും. തിരിച്ചു വന്നപ്പോഴേക്ക് മുറിയിൽ വെയിൽക്കീറുകൾ വീണുതുടങ്ങിയിരിക്കും. നൂലിൽ കെട്ടിയ പട്ടം പോലെ വെയിൽ ഇടയ്ക്ക് മച്ചിലും മേൽപ്പുരയിലും തട്ടി വഴുതി മുറിയിലേക്കു വന്ന് ചിതറിക്കിടക്കും. അപ്പോൾ ദേഹത്തിന് സ്നിഗ്ധത തോന്നും. കഴുകിയ നിലംപോലെ തിളങ്ങുന്നത്, സർപ്പിണി പടം പുറത്തേക്കു വന്നാലെന്നപോലെ.

ശകുന്തള വെയിലത്ത് മുടിയഴിച്ചിട്ടുനിൽക്കും. മറ നീക്കിയിട്ട് മുൻവശത്തെ വീട്ടിലെ പെൺകുട്ടിയെ നോക്കും. അവളും കുളിച്ചുകഴിഞ്ഞുവെന്നുതോന്നുന്നു. ഇനി കോളേജിലേക്ക് യാത്രയാകുമായിരിക്കും. മുടി പിന്നിക്കെട്ടുന്നു. നല്ല പാറ്റേൺ. ചങ്ങലപോലത്തെ കെട്ട്. കണ്ടാൽ നിറയെ മുടിയുണ്ടെന്നു തോന്നും. ദൂരെനിന്നു നോക്കിയാൽ അതിൽ എത്രയുണ്ട് മുടിയുടെ അംശം, എത്ര റിബണിന്റെ ഒളിച്ചുകളി എന്നറിയുവാൻ പ്രയാസം. വെള്ളം ചേർത്ത പാൽപോലെതന്നെ റിബൺ കെട്ടിയ മുടിയും തിരിച്ചറിയാൻ ബുദ്ധിമുട്ടും.

ഉച്ചയ്ക്കൂണുകഴിഞ്ഞാൽ ഒരുറക്കം കൂടി. ഗാഢമായ, നിശ്ചിന്തമായ, ഒട്ടും ബാക്കിവയ്ക്കാത്ത ഉറക്കം; ഉണർത്താൻ ആരുമില്ല. ശല്യപ്പെടുത്താൻ കുട്ടികളില്ല. പകലുറക്കം ദേഹത്തിന് ഉശിരുണ്ടാക്കിക്കൊടുക്കുന്നു. വലത്തെ കൈകൊണ്ട് ഇടതുകൈയിന്റെ മണിബന്ധം പിടിക്കും ശകുന്തള. ഇപ്പോൾ പിടിക്കാൻ കഴിയുന്നുണ്ട്. കുറെനാൾ കഴിഞ്ഞാൽ പിടിച്ചാൽ കിട്ടില്ല. ഈ സ്ഥൂലിപ്പ് ആരോഗ്യമല്ല. കുറയാതെ നിൽക്കുന്ന യൗവനം മേദസിന്റെ രൂപത്തിൽ പലിശ നൽകുകയാണ്. പ്രൗഢനും സുഖിയനുമായ പുരുഷന്റെ കുടവണ്ടിപോലെ.

വൈകുന്നേരം എത്തും ഗീത, ലളിത, അണിമ, മീന, സ്റ്റെല്ല. വന്ന ഉടൻ തുടങ്ങുകയായി കലപില ശബ്ദങ്ങൾ. സ്റ്റൗ കത്തിക്കും. രാഗാലാപം തുടങ്ങും. ഒന്നിച്ചു പണിയെടുക്കും. എന്നാൽ വയസ് ഇനിയും അവർക്ക് ഏറെയായിട്ടില്ല. പക്ഷേ, വളരെ ദുർബലകൾ, നിസാര ശമ്പളക്കാർ, കഠിനമായ അധ്വാനം. അവരുടെ ദേഹത്തിൽ ലാവണ്യത്തിന്റെ ഇംഗിതമുണ്ടെന്നു വരാം, സ്ഫുരണം ഏതായാലും ഇല്ല. മുറുക്കി മാറിൽക്കൂടെ വലിച്ചുകെട്ടിയ സാരിക്ക് ചെറിയൊരു ചുളിവ് ഉണ്ടെങ്കിലായി, അത്രതന്നെ.

ആശുപത്രി അധികാരികളോട് പറഞ്ഞിട്ടു കാര്യമില്ല. ഡോക്ടർ ഉപാധ്യായ്-അയാൾ യൂറോപ്പും അമേരിക്കയും ഒക്കെ ചുറ്റിനടന്ന് പേരി

നൊടുവിൽ ടൈറ്റിലുകളുടെ ആദ്യാക്ഷരങ്ങൾകൊണ്ട് അസംഖ്യം ഉപ മണ്ഡലങ്ങൾ കെട്ടിയുയർത്തിയിരിക്കുന്നു. വിസിറ്റിനുള്ള തുക മുന്നക്ക മുള്ളതാണ് അയാൾക്ക്. അങ്ങനെയൊക്കെ ഹരിപ്രതിമനായ ഒരാളോട് കാര്യം തുറന്നുപറയാമെന്നുവച്ചാൽ അതിനുമുമ്പ് ഒരു മണിക്കൂറെങ്കിലും മനുഷ്യത്വത്തെപ്പറ്റി പ്രസംഗിക്കുന്നത് കേൾക്കാൻ ഒരുങ്ങിക്കൊണ്ടുമാത്രം പുറപ്പെട്ടാൽമതി. നഴ്സുകൾ 'കല്യാണി'കളാണ്. പ്രൊഫഷണൽ അല്ല, മിഷനറി എന്നർഥം. ഒരു രാഷ്ട്രത്തെ അവർ രക്ഷിക്കുന്നു. നിരോഗ രാക്കുന്നു. ധാത്രി! ധാത്രി എന്ന വാക്കിന്റെ ധാതു അറിയാമോ? ചോദിക്കാനുണ്ടോ അല്ലേ? ഡോക്ടർക്ക് ഇതോടൊപ്പം ലേശം ചൂടുകേറും. "ഇതൊക്കെത്തന്നെ നിങ്ങളുടെ ദോഷം. നിങ്ങളുടെ തന്നെയല്ല, വിദ്യാഭ്യാസ പദ്ധതിയുടെയാകെത്തന്നെ. ഒരുപിടി ലാറ്റിൻ രോഗങ്ങൾ, അമേരിക്കൻ ഔഷധങ്ങൾ, ടെമ്പറേച്ചർ നോക്കാനുള്ള വശത—ഇത്രയുമായാൽ നിങ്ങളൊക്കെ നഴ്സായി."

ധാത്രി ജീവിതത്തിന്റെ തത്വകഥകൾ പറയുമ്പോഴെല്ലാം ഡോക്ടർ ഉപാധ്യായ് കണ്ണുകൾ മുഴുവൻ തുറക്കപതിവില്ല. പകുതി കൂമ്പിയിരിക്കും. പതുക്കെയാണ് വർത്തമാനം. വായ് തുറക്കില്ല. എന്നാൽ 'അരിശം' പിടിച്ചാൽ വായ് തുറക്കും, ചുവന്ന ഒരു നാവ് പുറത്തേക്കു നീളും—വെറ്റില മുറുക്കിച്ചുവപ്പിച്ച് ചോരനിറം വന്നത്.

ഗീത ചോദിച്ചു "എപ്പോഴാണ് ഇവിടെ സേവികാസദനം തുടങ്ങുക, ശകുന്തളേടത്തി! ഒന്നു പറയൂ."

"പറയാമെടീ പെണ്ണേ പറയാം. തുറന്നാൽ പോരെ? തിരക്കായാലെങ്ങനെ?" മുട്ട് റിബൺകൊണ്ട് അളന്നുകൊണ്ട് അവൾ പറയും, "ഒന്നുകൂടി തടിച്ചില്ലെങ്കിൽ എന്നെ ആരെങ്കിലും അധ്യക്ഷയായികണക്കാക്കുമോ?"

ലളിത പറയും "ശകുന്തളേടത്തി നഴ്സസ് ഹോം തുടങ്ങുവാനാണോ വിചാരിക്കുന്നത്. അതോ ആനമുട്ട പുഴുങ്ങാനോ? അജ്ഞാതവാസം നടത്തി ആരുടെയെങ്കിലും കൂടെക്കൂടി കുടുംബം സ്ഥാപിക്കാനാണ് ആരുംകേറാ മൂലയിൽ വന്നുകിടക്കുന്നത്."

ഇവരെയെല്ലാം വിളിച്ചുകൂട്ടി ഒരു നഴ്സിംങ് ഹോം തുടങ്ങാനാണ് ശകുന്തള പരിപാടിയിട്ടിരിക്കുന്നത്. ഒരു ചില്ലറ എസ്റ്റാബ്ലിഷ്മെന്റ്. പേരും ശരിപ്പെടുത്തിവച്ച് കഴിഞ്ഞു—സേവാസ്ത്രം. മാസാവസാനം ശമ്പളമല്ല, സ്വതന്ത്രജീവിതം. പ്ലാനെല്ലാം ശരിയായി. കുറച്ചുകൂടിവേണം പണം. അതിനുശേഷം ഇക്കൂട്ടരും ഓരോരുത്തരായി എത്തും. ലളിത, ഗീത, അണിമ- സ്റ്റെല്ല കൂടി.

ഒന്നേയുള്ളു സന്ദേഹം. ഈ ചെറിയ തെരുവ്. ഇവിടെ നഴ്സസ് ഹോം നടക്കുമോ? ഇവിടെ രോഗികളെ പ്രസൂതികളെയും ശുശ്രൂഷിക്കാൻ സദാ തയാറുള്ള അരഡസൻ യുവതികൾ ഉണ്ടെന്ന് ആളുകൾ എങ്ങനെ അറിയും, എന്തെങ്കിലും കിട്ടിയാൽ അവർ തൃപ്തിപ്പെട്ടുകൊള്ളുമെന്ന്?

പ്രശ്നങ്ങൾ ഉണ്ടെങ്കിൽ സമാധാനങ്ങളുമുണ്ട്. തെരുവിന്റെ കവല യിൽ ഒരു സയിൻ ബോർഡ്. അതിൽ പേര്, സ്ഥലം, ഒരു കൈയടയാളം, കൈ സേവാസത്രത്തിലേക്കു വിരൽ ചൂണ്ടിക്കാട്ടും.

യുവതികൾ പോയാൽ കെട്ടിയൊരുങ്ങി വീണ്ടും ആശുപത്രി. വീണ്ടും കർത്തവ്യനിരതമായ ഒരു രാത്രി. തുടർന്നുള്ള രാത്രികൾ പോലെതന്നെ.

കണ്ണാടിക്കുമുമ്പിൽ ചെന്നുനിന്ന് മുടി പിന്നുമ്പോൾ ശകുന്തളയ്ക്ക് ചിരിവരും. തലയിൽ നീണ്ട വെളുത്ത സീമന്തരേഖ. ഇതു കണ്ടാൽ ഇതി ലൂടെ സിന്ദൂരത്തിന്റെ ഒരു ഗാഢരേഖ പാഞ്ഞിട്ടുണ്ടായിരുന്നുവെന്ന് ആർ ക്കാണ് ഓർക്കാൻ കഴിയുക? ഇന്നത്തെ ശമ്പളമില്ലാത്ത വർത്തമാന ത്തിന് പുറകിൽ വർണോജ്ജ്വലമായ ഒരു അതീതമുണ്ടായിരുന്നുവെന്ന്? ആ നിറം എത്രതന്നെ അസ്ഥായിയായി ഇരുന്നുകൊള്ളട്ടെ.

ഒരേ ചുറ്റുവട്ടത്ത് ഭവനങ്ങൾ. തലയുയർത്തിക്കാണുന്നത് അയൽ വാസികളുടെ മുഖത്ത്. പരിചയപ്പെടാൻ എത്ര നേരം? അതിനുശേഷം നീല ഒരുദിവസം നടക്കാനിറങ്ങുകയും ചെയ്തു.

അവൾ വീടു ചുറ്റിത്തിരിഞ്ഞ് നടന്നുനോക്കിയിട്ടു പറഞ്ഞു "ഭേഷ്! എത്ര ഭംഗിയായി വീട് വെടുപ്പാക്കിയിരിക്കുന്നു."

സേവാസത്രത്തിന്റെ സ്കീം കേട്ടപ്പോൾ അവൾ പറഞ്ഞു: "എനിക്ക് നിങ്ങളെയൊക്കെ കണ്ടിട്ട് അസൂയ തോന്നുന്നു. അവനവന്റെ കാര്യം അവനവൻ നോക്കുക. ഞാൻ അച്ഛന്റെ തലയ്ക്ക് ഭാരമായി അങ്ങനെ കഴി യുന്നു."

ശകുന്തള പറഞ്ഞു "അക്കരപ്പച്ച എന്നു കേട്ടിട്ടില്ലേ? നിങ്ങൾ കോളേ ജിൽ പഠിക്കയല്ലേ?"

"വേറെയൊന്നും ചെയ്യാനില്ലാത്തതിനാൽ കോളേജിൽ പഠിക്കുന്നു. ഇല്ലെങ്കിൽ എല്ലാം എന്നേ ഇട്ടെറിഞ്ഞു പോകുമായിരുന്നു."

ശകുന്തളയുടെ മുറിയിലെ ജനലിൽനിന്ന് ശാന്തിയുടെ മുറി കാണാം. അതായത് മങ്ങിയ വെളിച്ചത്തിൽ കാണാവുന്നിടത്തോളം.

ശകുന്തള ചോദിച്ചു "ആ താഴത്തെ നിലയിൽ താമസിക്കുന്നവളും നിങ്ങളും വെവ്വേറെ വാടകക്കാരാണെന്നു തോന്നുന്നു."

"അതെ. അവർ പിന്നീട് വന്നവരാണ്. നല്ല തന്റേടക്കാരി കുട്ടി; ശാന്തി യേടത്തി അല്ലേ?"

ശകുന്തള നേരെയല്ല ഇതിനു മറുപടി പറഞ്ഞത് "ആർക്കറിയാം എന്ത് സമ്പ്രദായക്കാരിയെന്ന്. എന്നാലും എല്ലാവരോടും അടുത്ത് പെരു മാറുന്ന ശീലക്കാരിയാണെന്നു തോന്നി. വളരെ രാച്ചെല്ലുന്നതുവരെ കാണാം അവരുടെ മുറിയിൽ ശീട്ടുകളിക്കച്ചേരിയും മറ്റും. ഞാൻ ചിലദിവസം വെളുപ്പിനാകും ഡ്യൂട്ടി കഴിഞ്ഞ് മടങ്ങിവരുക. അപ്പോഴും കാണാം ആ പുരയിൽ കളിയുടെ കളരി."

നീല പറഞ്ഞു "ശരിയാണ്. ഇടയ്ക്ക് അവർ കളിക്കുക പതിവുണ്ട്.

മണിയേട്ടന് ചീട്ടുകളിയിൽ ഭ്രമം കലശലാണ്. അതിനാൽ കൂട്ടുകാരെ പിടിച്ചുകൊണ്ടുവരും."

"മണിയേട്ടൻ! അതുശരി ആ ചെറുപ്പക്കാരിയുടെ ആളെയായിരിക്കും മണിയേട്ടനെന്നു പറഞ്ഞത്." ശകുന്തള പറഞ്ഞു "അയാൾ പാർട്ടീഷന്റെ ഇപ്പുറത്ത് കിടന്ന് കൂർക്കംവലിക്കുന്നത് കാണാമല്ലോ. അയാൾ കളിക്കുന്നത് ഞാൻ കണ്ടിട്ടില്ല, കളിക്കുന്നതു മുഴുവൻ നിങ്ങളുടെ ശാന്തിയേടത്തിതന്നെ."

ശാന്തിയേടത്തി രാത്രി നാലുമണിവരെയൊക്കെയിരുന്ന് ശീട്ടുകളിക്കും? ഭർത്താവിന്റെ ചങ്ങാതിയുടെ കൂടെ? പണംവച്ച്? നീലയ്ക്ക് വിശ്വസിക്കാൻ വിഷമം തോന്നി. "നിങ്ങൾ തെറ്റിദ്ധരിച്ചതാവും."

"കണ്ടതിൽ തെറ്റൊന്നുമില്ല." ശകുന്തള പറഞ്ഞു "അത്രയ്ക്ക് തെറ്റായി ധരിക്കുന്നവളാണെങ്കിൽ എന്റെ ജോലി എത്രയോ മുമ്പേ തുലഞ്ഞുപോകുമായിരുന്നു. തെർമോമീറ്ററിന്റെ പോയിന്റ് ഡിഗ്രിയും ചേർത്ത് രോഗിയുടെ ടെമ്പറേച്ചർ അറിയേണ്ടവരാണ് ഞങ്ങൾ."

"എന്നാലും, എന്നാലും...." നീല ഒന്ന് പരുങ്ങിക്കൊണ്ടു പറഞ്ഞു "അവർ പന്തയംവച്ചു കളിക്കയാണ്."

"നിങ്ങളുടെ ശാന്തിയേടത്തി പന്തയംവച്ച് തന്നെയായിരിക്കാം കളിക്കുന്നത്. അന്ന് ദ്രൗപതിയെ പണയവസ്തുവാക്കി. ഇന്നത്തെ ദ്രൗപതി താൻ തന്നെ ഇറങ്ങിയിരിക്കുന്നു കളിക്കാൻ. അത്രയ്ക്ക് വ്യത്യാസമേയുള്ളൂ."

വ്യത്യാസം ഒട്ടൊന്നുമല്ല. നീതി, വാസന, വിദ്യാഭ്യാസം എന്നിവകളുടെ പുറംകൂട്ടിൽ നെയ്തെടുത്തിട്ടുള്ള നീലയുടെ മാനസിക സംസ്കാരം വെളുക്കുവോളം ഭർത്താവിന്റെ സ്നേഹിതനരികിലിരുന്ന് ചൂതാട്ടം നടത്തുന്നതിനെ മനസിൽ സങ്കൽപ്പിക്കുന്നതിനുപോലും അനുവദിച്ചിരുന്നില്ല.

അന്തസിനു നൂനം തട്ടാത്തവിധം അൽപ്പസ്വൽപ്പം അടുത്തു പെരുമാറുക. നിലതെറ്റാതെ നേരമ്പോക്ക് പറഞ്ഞ് ചിരിക്കുക. മാന്യത പാലിക്കാൻ അതൊക്കെ ആവശ്യമില്ലെന്നല്ല. പക്ഷേ, ശാന്തിയേടത്തിയെപ്പറ്റി ഇന്ന് താനെന്തൊക്കെയാണ് കേട്ടിട്ടു വന്നത്? എത്ര നല്ല ശാന്തിയേടത്തി! എത്ര ശാന്തപ്രകൃതി—അവൾക്കിനിയും ഒരു രൂപമോ? രണ്ട് ചിത്രങ്ങളും പൊരുത്തപ്പെടുന്നില്ല.

മനസിന് ബാധിച്ച ആശങ്ക കാരണം കുറെനാളത്തേക്ക് ശാന്തിയോട് സംസാരിക്കാൻപോലും കഴിഞ്ഞില്ല. മുഖത്തേക്കു നോക്കുവാൻകൂടി കഴിഞ്ഞില്ല. ശാന്തിയെ നാണിപ്പിച്ചേക്കാവുന്ന ചില സംഗതികൾ താനറിഞ്ഞുവെന്നത് തനിക്കുതന്നെ നാണക്കേടായി എന്നൊരു ധാരണ.

അവസാനം ഉറപ്പിച്ചു. ഈ നാണത്തിന്റെ ഭാരം വലിച്ചെറിയണം. ശാന്തിയോട് എല്ലാം നേരിട്ടു ചോദിക്കണം.

ചോദ്യം കേട്ട് ശാന്തി ഏതാനും നിമിഷം മിണ്ടാതിരുന്നു. പിന്നീട് പതുക്കെപ്പതുക്കെ പറഞ്ഞു:

"നിന്നോടെല്ലാം പറയാം കുട്ടീ, തുറന്നുതന്നെ പറയാം. ഇന്ന് ഇതു മാത്രമേ നീ അറിയേണ്ടതുള്ളൂ. മനുഷ്യൻ മാറും. അല്ലെങ്കിൽ വിശ്വസിക്കാൻ കഴിയുമോ എന്റെ കല്യാണം കഴിഞ്ഞകാലത്ത് എനിക്ക് മൂക്കിൽ പോലുമുണ്ടായിരുന്നു പണ്ടങ്ങൾ എന്ന്? പന്ത്രണ്ടാം വയസിൽ ഭർത്താവിനെ 'നിങ്ങൾ' എന്നു പറഞ്ഞ് വിളിക്കാൻതന്നെ ആറുമാസം പിടിച്ചു. നാണംകൊണ്ട് ഒരക്ഷരംപോലും ഉരിയാടാൻ കഴിഞ്ഞിരുന്നില്ല. വളരെ നാളോളം പകൽവെളിച്ചത്തിൽ, മൂടുപടത്തിൽക്കൂടെ മാത്രമേ ഭർത്താവിനെ കണ്ടിട്ടുണ്ടായിരുന്നുള്ളൂ. ഗ്രാമീണ ബാലികയായിരുന്നില്ലേ. സ്വപ്നം കണ്ടിരുന്നതെന്താണെന്നോ, ഭർത്താവ് ജോലി ചെയ്ത് പണം സമ്പാദിച്ചു കൊണ്ടുവരും. ചിന്താമുക്തയായി കുടുംബം നോക്കി നടക്കും. യാതൊരു കുഴപ്പവും ഉണ്ടാവില്ല. ഭർത്താവിനെ തിരിച്ചറിഞ്ഞപ്പോൾ അതൊന്നും നടക്കാൻ പോകുന്നില്ല എന്നറിയാറായി. ഒന്നിന്മേൽ പിടിക്കാൻ മറ്റൊന്നിന്മേലുള്ള പിടിവിടും. ചിലപ്പോൾ ഒന്നിലും പിടിക്കാതെതന്നെ പിടിച്ചിരുന്നത് വിടും. ഞാനും എന്നെ അദ്ദേഹത്തിനൊത്തവണ്ണം വാർത്തെടുക്കണമെന്നു കണ്ടു. ഇല്ലെങ്കിൽ എന്നെയും വിട്ടുകളഞ്ഞെങ്കിലോ? രൂപാന്തരപ്പെടുത്താൻ ആരംഭിച്ചു. മൂക്കുത്തി പോയി. മൂടുപടം നീങ്ങി. സങ്കോചമെന്യേ ആരോടും സംസാരിക്കാൻ പഠിച്ചു. തേയുംതോറും കല്ലിന്റെ പരുപരപ്പ് നീങ്ങുകമാത്രമല്ല ചെയ്യുക, മിന്നുകയും ചെയ്യും."

നീല പിന്നെയൊന്നും ചോദിച്ചില്ല. പക്ഷേ, സംശയം നീങ്ങിയില്ല. ശാന്തിയേടത്തിക്ക് മിനുക്കം വന്നിട്ടുണ്ട് സംശയമില്ല. എന്നാൽ സൂചീമുഖത്തിൽ തുള്ളിത്തുള്ളിയായി വിഷവും വന്നുറയ്ക്കുന്നുണ്ടെന്നു തോന്നി. മലത്തിൽനിന്ന് ഉയരാൻ കഴിയുന്നില്ല. ക്രമേണ ക്രമേണ പൂഴ്ന്നുപോകുകയാണ് ചെയ്യുന്നത്.

എന്നാൽ തൊട്ടടുത്തുതന്നെയുള്ള ശകുന്തളയും അവളുടെ സംഘത്തിൽപ്പെട്ട ഏതാനും യുവതികളും മറ്റൊരു വിധക്കാർ. അവരുടെ ഭൂതകാലത്തെപ്പറ്റി അറിയില്ല. വർത്തമാനകാലവും അന്ധകാരത്തിൽ ആണ്ടു കിടക്കയാണ്. എന്നാലും അവർ കൈ നീട്ടിയിരിക്കുന്നു മുമ്പോട്ട്. ഊർജസ്വലകളും ആരോഗ്യവതികളും ആത്മവിശ്വാസമുള്ളവരും. ശകുന്തള, ഗീത, അണിമ, സ്റ്റെല്ല അവരും തങ്ങൾക്ക് പരിവർത്തനമാഗ്രഹിക്കുന്നു. എന്നാൽ ശാന്തിയേടത്തി സ്വീകരിച്ച മാർഗത്തിലൂടെയല്ല.

അടുത്തമാസത്തിന്റെ തുടക്കത്തിൽ 'സേവാസത്രം' തുടങ്ങുന്നതിനുള്ള ഉത്സാഹവും ഒരുക്കവും തുടങ്ങി. ശകുന്തള രണ്ട് മുറികളിൽക്കൂടി വെള്ള പൂശിച്ചു. അവയിൽ ഒന്ന് ഓഫീസ്. ഒരു ടേബിൾ, ഒന്നുരണ്ട് ചെയറുകൾ, കഴിഞ്ഞു. സയിൻബോർഡ്, രണ്ട് വിളക്കുകൾ, ശകുന്തളയ്ക്ക് സ്വന്തമായി കുറച്ച് സമ്പാദ്യമുണ്ടായിരുന്നു. മറ്റു യുവതികൾ ഇതിനു പുറമെ പത്തും ഇരുപതും വീതം വരിപ്പണം കൊടുത്തു.

ലളിത ഒഴിച്ച് ബാക്കിയെല്ലാവരും. ശകുന്തള ചോദിച്ചു– "എന്തെടീ ലളിതേ, നീയൊന്നും തരുന്നില്ലേ?"

ലളിതയുടെ മുഖം മങ്ങി കൊച്ചായതുപോലെയായി.

"ഒന്നുമില്ല എന്റെ കൈയിൽ ശകുന്തളയേടത്തി!"

"നിനക്ക് സ്വന്തമായി ഒന്നുമില്ല എന്ന് എനിക്കറിയാം. പക്ഷേ, നിന്റെ ആ മെഡിക്കൽ സ്റ്റുഡന്റ് നല്ല പൈസക്കാരനാണെന്നാണല്ലോ കേൾവി. അയാളുടെ വകയായി വല്ലതും തരുവിക്കരുതോ?"

അതിസങ്കോചത്തോടെ ലളിത പറഞ്ഞു "അയാൾക്ക് ഇതിലൊന്നും വലിയ അഭിപ്രായമില്ല, ശകുന്തളേടത്തി!"

"അഭിപ്രായമില്ല" ശകുന്തള ഉറക്കെ ചിരിച്ചു—സ്ത്രീകൾക്ക് ചേരാത്ത ഒരു ജാതി സ്വരത്തിൽ "എന്തുകൊണ്ട്? വിട്ടുപോയെങ്കിലോ എന്ന പേടി? അയാൾ നിന്നെ വിവാഹം ചെയ്യാമെന്ന് ഏറ്റിട്ടുണ്ടെന്നു തോന്നുന്നു. ഏറ്റിട്ടുണ്ടോ? പറയൂ!"

ഒരു പെണ്ണാണ് ചോദ്യക്കാരി. ബാക്കിയുള്ളവർ കൗതുകപൂർവം ചോദ്യം ചെയ്യപ്പെട്ടവളുടെ മുഖത്തേക്കു നോക്കിനിൽക്കുന്നു. ലളിത വിയർക്കാൻതുടങ്ങി. മറുപടി പറയാൻ പുറപ്പെട്ടിട്ട് ചുണ്ടുകൾ ഒന്നുവിറയ്ക്കുക മാത്രമേ ചെയ്തുള്ളൂ. ശബ്ദം പുറത്തേക്കുവന്നില്ല.

ചതുരംഗം കളിക്കാൻ വന്ന പ്രമഥൻ ശിവവ്രതബാബുവിനോടു പറഞ്ഞു "ഇനിയെന്തു വേണം മിസ്റ്റർ! കിനുഗോയാല തെരുവ് നവദ്വീപായി തീർന്നിരിക്കുന്നു!"

"എങ്ങനെ?"

"എങ്ങനെയെന്നു ചോദിച്ചാൽ പോരാ. മിസ്റ്റർ, എങ്ങനെയെല്ലാം എന്നുവേണം ചോദിക്കാൻ. പലവിധത്തിലുമാണ് അത് പ്രകടമാകുന്നത്. ഒരു ദേവദാസി വന്ന് ഒരു മുറിയെടുത്ത് പാർപ്പുതുടങ്ങിയിരിക്കുന്നു. വാടകയ്ക്ക്—പത്തിരുപത് വർഷംമുമ്പ് കുസും ബായി (ബായി=വേശ്യ) പാർത്തിരുന്ന അതേ മുറി. വേറെയും പല സേവാദാസികളും വന്നിട്ടുണ്ട് എന്നു കേട്ടു."

"സേവാദാസി!" വിസ്മയത്തോടെ ശിവവ്രതബാബു തലയുയർത്തി നോക്കി. "അവരൊക്കെ നഴ്സുകളാണെന്നാണല്ലോ കേട്ടത്!"

"എന്റെ മിസ്റ്റർ. നഴ്സ് എന്നു പറഞ്ഞാൽ സേവികകൾ തന്നെ." കണ്ണ് വേഗം അടച്ചുതുറന്നുകൊണ്ട് പ്രമഥൻ പറഞ്ഞു, "സേവികകളും സേവാദാസികളും ഒന്നുതന്നെ. ക്ഷമിക്ക് കുറച്ചുദിവസം, എന്തെല്ലാം കളികൾ കാണാൻ പോകുന്നു. വഴിയിൽ ഫീറ്റൻ (കുതിരവണ്ടി) വന്ന് നിരങ്ങുവാനാണ് പോകുന്നത്. കുസും ബായിയുടെ പിന്തുടർച്ചക്കാർ തന്നെ ഇവരെല്ലാം. ഒക്കെ കാണാം. അൽപ്പം ക്ഷമിക്കൂ."

അപ്പുറത്ത് കേട്ടുകൊണ്ട് നിന്നിരുന്ന നീലയ്ക്ക് ദേഹമാകെ അങ്ങനെയങ്ങനെ കത്തിയെരിയുന്നതുപോലെ തോന്നി. ഒന്നും പറയാൻ കഴിഞ്ഞില്ല.

8

അക്കുറി ദുർഗാപൂജാമുടക്കം കഴിഞ്ഞ് നാട്ടിൽനിന്ന് തിരിച്ചെത്തിയ ഇന്ദ്രജിത് നേരെ ഈ വീട്ടിൽ വന്നുകൂടി. കിനുഗോയാലത്തെരുവിലെ ജനസംഖ്യയിൽ ഒരെണ്ണംകൂടി കൂടി. ഒന്നാംനിലയിലെ ഒരു മൂലയ്ക്കുള്ള മുറി വൃത്തിയാക്കിയെടുത്ത് അതാക്കി ആസ്ഥാനം. രണ്ടരരൂപ വിലയുള്ള ഒരു മരക്കട്ടിൽ. പാക്കിങ് ബോക്സിൽ ഏതാനും പുസ്തകങ്ങൾ, ഒരു ടിൻ സൂട്ട്കേസിൽ കുറെ വസ്ത്രങ്ങൾ. അതാണ് ആകെ മുതൽ. വാടക എട്ടു രൂപ.

ഇന്ദ്രജിത് നാട്ടിൽനിന്നു മടങ്ങിയത് വല്ലാതെ ശോഷിച്ച മട്ടിലാണ്. എന്തോ കാര്യമായ സുഖക്കേട് ബാധിക്കയുണ്ടായത്രെ അയാൾക്ക്. അയാൾ പറഞ്ഞു "ഇനി മെസ് എന്ന ചുടലയിലേക്ക് ഞാനില്ല."

ഒരു ദിവസം രാവിലെ ശാന്തി കോണിച്ചോട്ടിലുള്ള ഒഴിഞ്ഞ സ്ഥലം അടിച്ചുവൃത്തിയാക്കുന്നതുകണ്ട് നീലയ്ക്ക് വിസ്മയം തോന്നി.

"എന്താണിത് ശാന്തിയേടത്തി?"

"അരിവെയ്ക്കാനുള്ള ഏർപ്പാട്."

"അതെന്ത്? നിങ്ങൾ ആഹാരം ഹോട്ടലിൽനിന്ന് വരുത്തുകയാണെന്നാണല്ലോ കേട്ടിട്ടുള്ളത്!"

"കേട്ടതു ശരിതന്നെ. പക്ഷേ, വർക്കത്തുകെട്ട കവി വന്നുകൂടിയിരിക്കുന്നു, കണ്ടില്ലേ? അയാൾക്ക് എന്തു കൊടുക്കും തിന്നാൻ?"

"ഇന്ദ്രജിത് ബാബുവും നിങ്ങളുടെ ഒപ്പമായിരിക്കും ഉണ്ണാൻ ഭാവം?"

"അല്ലാതെ? മെസിലെ ഊണു മടുത്തുപോയതുകൊണ്ടല്ലേ ഇങ്ങോട്ടുപോന്നത്?"

നീല പല്ലുകൊണ്ട് ചുണ്ട് കടിച്ചമർത്തി. ശാന്തി തലകുനിച്ച് അടുപ്പിൽ തീയൂതിക്കത്തിക്കാൻ തുടങ്ങുകയായിരുന്നു. അതുകൊണ്ട് അതു കണ്ടില്ല. നീല പറഞ്ഞു:

"എന്നാൽ ശാന്തിയേടത്തിയോട് അടുക്കളപ്പണിക്കു പോകരുതെന്നു പറഞ്ഞിട്ടില്ലേ ഡോക്ടർ! ഹാർട്ട് ഡിസീസ്."

തലപൊക്കി നോക്കി ശാന്തി. അടുപ്പിലെ പുകകൊണ്ടോ അതോ മനസിലെ ആവേശംകൊണ്ടോ എന്തോ, കണ്ണു രണ്ടും കലങ്ങിയിരുന്നു. അവൾ പറഞ്ഞു:

"ആദ്യം വയറു നിറയട്ടെ. എന്നിട്ടാവാം ഹാർട്ടിന്റെ കാര്യം ചിന്തിക്കാൻ. ഇന്ദ്രജിത് മാസാമാസം മുപ്പതുരൂപ തരും ചെലവിന്. എല്ലാത്തരം അനിശ്ചിതത്വത്തിനും മധ്യേ ഉറപ്പിച്ചിരിക്കുന്ന ഒരു വരവല്ലേ ഇത്?"

നീലയ്ക്ക് ചോദിച്ചാലെന്തെന്നു തോന്നി—പണം വച്ച് ശീട്ടുകളിച്ചിട്ടും 'മുട്ടു' തീരാതായോ ശാന്തിയേടത്തിക്ക്? അതുകൊണ്ടാണോ എപ്പോഴും തോൽക്കാൻ ഒരുങ്ങിക്കൊണ്ടുതന്നെ കളിക്കാൻ വരുന്ന ഒരു മനുഷ്യനെ

പിടിച്ചു വലിച്ചുകൊണ്ടുവന്ന് അടുക്കൽത്തന്നെ താമസിപ്പിച്ചിരിക്കുന്നത്?

മണീന്ദ്രനെ ഈയിടെ അധികം കാണാൻ കിട്ടാറില്ല. ചായയുടെ സമയത്താകട്ടെകളിസമയത്താകട്ടെ, ഭക്ഷണസമയത്താകട്ടെ—എന്താണ് കാണാത്തതെന്നു ചോദിച്ചാൽ പറയും "വന്നിട്ടില്ല," "ഇപ്പോൾ പുറത്തേക്കു പോയി."

മണീന്ദ്രൻ എവിടെയാണ് ചുറ്റിത്തിരിയുന്നത്? ഏതു തിയേറ്ററിലാണ് നാടകക്കമ്പനിയുടെ കൂടെ ഓടിനടക്കുന്നത്?

"നാടകമെഴുതുന്നതിൽ ഏർപ്പെട്ടിരിക്കുകയാണെന്നു തോന്നുന്നു; മണിയേട്ടൻ?"

"പുതിയതല്ല, പഴയ നോവലുകളെ നാടകങ്ങളാക്കുന്നു."

"നോവലുകളെ നാടകമാക്കുകയോ അതെന്തിന്?"

"അറിയില്ലേ? നാടകത്തിന് പണം കൂടുതൽ—ഒരു നാടകം അവതരിപ്പിച്ചു തുടങ്ങിയാൽ—"

"പണമങ്ങനെ പറന്നെത്തും" എന്നു പറഞ്ഞ് വാക്യം മുഴുവനാക്കാതെ ശാന്തി നിർത്തി. പിന്നെ പറഞ്ഞു "ചെല്ലട്ടെ അങ്ങോട്ട്, കവിയെ കുളിക്കാൻ പറഞ്ഞയയ്ക്കട്ടെ."

തിയേറ്ററിൽ ഏതാനും നാൾ ചുറ്റിത്തിരിഞ്ഞ മണീന്ദ്രന് ഇത് അത്ര എളുപ്പം കടന്നുകൂടാവുന്ന ഒരിടമല്ല എന്ന് അറിയാൻ കഴിഞ്ഞു. മനം മയക്കുന്ന കഥ വേണം. കണ്ണഞ്ചിക്കുന്ന രംഗങ്ങൾ വേണം. ഞെട്ടിക്കുന്ന സിറ്റുവേഷൻസ് വേണം. ഓരോ അങ്കത്തിന്റെയും അവസാനം കൈയടി നേടണം. അഭിനേതാക്കൾക്കു ചേർന്ന പാത്രങ്ങൾ ചമയ്ക്കണം.

ഭ്രാന്തനെപ്പോലെ നടക്കുകയാണ് മണീന്ദ്രൻ. ആവശ്യപ്രകാരം അയാൾ നാടകം മാറ്റിയെഴുതി, പലവട്ടം. മിനുക്കിയും തേച്ചും പുതുമവരുത്തിക്കൊണ്ട് ചെന്നു. ഓരോ തവണയും മടക്കിക്കൊടുത്തു. പകൽ മുഴുവൻ വെയിൽകൊണ്ട് അലഞ്ഞു നടന്ന് വാടിയ മുഖവുമായി തിരിച്ചുവരും. പിറ്റേന്നാൾ പുലർച്ചയ്ക്കുമുമ്പേ പുറത്തേക്കിറങ്ങും. തിയേറ്റർ ഉടമയുടെ വീട്ടിൽ ചെന്നാൽ പറയും തിയേറ്ററിലേക്കു പോയെന്ന്. അങ്ങോട്ട് തിരിക്കും. വളരെ നേരത്തെ പ്രതീക്ഷയ്ക്കുശേഷമാണ് അണിയറയിലേക്കു കടക്കാൻ പാസ് കിട്ടുക.

നാടകത്തിലെ വേഷക്കാരും മറ്റു സ്നേഹിതരുമൊത്ത് വെടിപറയുകയാവും തിയേറ്റർ ഉടമസ്ഥൻ. ഇടം കണ്ണിട്ട് മണീന്ദ്രനെ കണ്ടെന്നു നടിച്ച് അയാൾ പറഞ്ഞു:

"വരൂ വരൂ മണീന്ദ്രബാബു! നോക്കട്ടെ സ്ക്രിപ്റ്റ് നേരെയാക്കിയിട്ടില്ലേ?"

"ഉവ്വ്." മണീന്ദ്രൻ പറയും. സ്നായുക്കളോടൊപ്പം ഹൃൽപിണ്ഡത്തിന്റെ ഗതിവേഗം ത്വരിത തരമാവുക മാത്രമല്ല തൊണ്ട വിറയ്ക്കുക കൂടി ചെയ്യുന്നുണ്ടാവും.

"വായിക്കൂ, കേൾക്കട്ടെ."

ഒന്നു വായിക്കും, തടയും, വീണ്ടും വായിക്കും. വെട്ടിത്തിരുത്തിയെഴുതിക്കും. ഒരു രംഗത്തിന്റെ അവസാനഭാഗം കേട്ട് പ്രധാന ആക്ട്രസായ ചമേലി ചിരിച്ചു ചിരിച്ചു കുഴയും "ഒന്നു നിർത്തു മണീന്ദ്രബാബു! ഇതാണ് നിങ്ങളുടെ തൂലികാവിലാസം! ചിരിച്ചു ചിരിച്ചു ഞാൻ ചത്തുപോകും."

മണീന്ദ്രന്റെ ചുണ്ടുകൾ പതുക്കെ ചലിക്കും. അസ്പഷ്ടസ്വരത്തിൽ പറയും "ഈ സീൻ റിലീഫിനുവേണ്ടി ചേർത്തതാണ്. ഇതിനുശേഷമുള്ളത് മരണരംഗമാണ്."

വാസ്തവത്തിൽ ഹാസ്യരംഗം മണീന്ദ്രനും ഒട്ടും പിടിച്ചിരുന്നില്ല. തിയേറ്ററിന്റെ സ്ഥിരം വിദൂഷകനായ അമൃതനന്ദിനുവേണ്ടി തിയേറ്ററിന്റെ ഉടമയുടെ ആവശ്യപ്രകാരം കൂട്ടിച്ചേർത്തതായിരുന്നു.

മരണരംഗം കേൾക്കാൻ നിന്നില്ല ചമേലി. ജോലിയുണ്ടെന്നു പറഞ്ഞ് മാറിക്കളഞ്ഞു. തെറ്റിയിൽ വീണുകിടന്നിരുന്ന മുടി ഒതുക്കിക്കൊണ്ട് ഡയറക്ടറുടെ നേരെ ഇടംകണ്ണിട്ടു നോക്കി അവൾ ചോദിച്ചു "സുഹാസ് ബാബു, നിങ്ങളുടെ കാർ താഴെയില്ലേ?"

സുഹാസും പുറകെ തിരിച്ചു.

ഇന്ന് തിയേറ്ററിന് ഒഴിവു ദിവസമാണ്.

എല്ലാവരും പോയിക്കഴിഞ്ഞപ്പോൾ തിയേറ്റർ ഉടമ പറഞ്ഞു "സന്യാൽ മശായി! (മഹാശയൻ) നിങ്ങളുടെ നാടകം ചമേലിക്ക് ലേശംപോലും പിടിച്ചില്ല."

"എന്തുകൊണ്ട്? സ്റ്റോറി നല്ല ഒന്നാന്തരം."

"സ്റ്റോറിക്കുവേണ്ടി ആരെങ്കിലും നിൽക്കാറുണ്ടോ? ആ മരണരംഗവും ഒഴിവാക്കണം. സീൻ തീർച്ചയായും പ്രേക്ഷകരെ തരിപ്പിച്ചുകളയും. പക്ഷേ, എന്തു ചെയ്യട്ടെ? ആ സീനിൽ അവളുടെ ഭർത്താവ് കൊല്ലപ്പെട്ടാൽ അവൾ വിധവയാവില്ലേ?"

"ആയാലോ?"

"മനുഷ്യസ്വഭാവത്തെപ്പറ്റിയുള്ള ഈ അറിവും വച്ചുകൊണ്ടാണോ നിങ്ങൾ നാടകം എഴുതാൻ പുറപ്പെട്ടിരിക്കുന്നത്? എന്റെ സാറേ, വിധവയായാൽ വെള്ളപ്പുടവ ഉടുക്കേണ്ടിവരില്ലേ? ഒന്നാമത്തെ അങ്കത്തിൽ ത്തന്നെ വിധവയാകേണ്ടിവന്നാൽ ചമേലിക്ക് അവസാനംവരെ വെള്ളപ്പുടവയുടുത്തുകൊണ്ട്അഭിനയിക്കേണ്ടിവരില്ലേ?" പതുക്കെപ്പതുക്കെ ഹുക്ക വലിച്ചുകൊണ്ട് കണ്ണുകൾ പകുതി അടച്ച് നൃപനാഥബാബു പറഞ്ഞു:

"ചമേലി ഇതിനൊരിക്കലും സമ്മതിക്കില്ല."

മണീന്ദ്രന്റെ മുഖം വാടി, "പിന്നെ"

പുക മൂക്കിലും വായിലും കൂടെ ഒപ്പമൊപ്പം ഭാഗിച്ച് പുറത്തേക്കു വിട്ടുകൊണ്ട് കണ്ണു തുറന്ന് നൃപനാഥബാബു "ഉപായം ഞാൻ തന്നെ കണ്ടുവച്ചിരിക്കുന്നു. നിങ്ങൾ ഇനി ബുദ്ധിമുട്ടാൻ പുറപ്പെടേണ്ട. പുസ്തകം ഇവിടെ വച്ചിട്ട് പൊയ്ക്കോളു, വേണ്ടതെല്ലാം ഞാൻ തന്നെയായിക്കോളാം."

നൃപനാഥബാബു ചിരിച്ചില്ല, ചിരിക്കുന്ന മുഖഭാവം കാട്ടി, അത്രമാത്രം. "എനിക്കെഴുതാൻ അറിയില്ലെന്നാ വിചാരം? എന്റെ സാറെ! വയസ് അൻ പത്തഞ്ചായി. ചുരുങ്ങിയത് നൂറുനാടകങ്ങൾ എന്റെ കൈയിൽക്കൂടെ കട ന്നുപോയിട്ടുണ്ടാവും. ധരിച്ചുവച്ചോളൂ—ആ നാടകങ്ങളുടെമുക്കാൽ പങ്കും ഈയുള്ളവന്റെ കൈയാൽ രചിച്ചതാണ്. മിസ്റ്റർ നിങ്ങൾക്കെന്താ, എഴുതി ക്കഴിഞ്ഞാൽ ഭാരം തീർന്നു. ആർട്ടുണ്ടോ ഇല്ലയോ എന്നു നോക്കും, അത്ര തന്നെ. ഞങ്ങൾക്ക് അതിലും വലിയ കാര്യങ്ങൾ നോക്കേണ്ടതുണ്ട്. ഞങ്ങളുടെ അഭിനേതാക്കളും അഭിനേത്രികളും ഇഷ്ടപ്പെടുമോ ഇല്ല യോ? ജനങ്ങൾ അംഗീകരിക്കുമോ ഇല്ലയോ? വളച്ചുകെട്ടില്ലാതെ പറയുക യാണെങ്കിൽ രൂപ..."

നൃപനാഥബാബു ഒരിക്കൽക്കൂടി നെഞ്ചുനിറയെ പുക വലിച്ച് പുറ ത്തേക്ക് വിട്ടുകൊണ്ട് പറഞ്ഞു "നിങ്ങളുടെ നാടകം വച്ചിട്ടു പോകൂ. യാതൊന്നും വിചാരിക്കേണ്ട. ഇങ്ങനെ വിചാരിക്കുക. ഭർത്താവിനെ വധി ക്കാതെ വിദേശത്തേക്ക് പറഞ്ഞയയ്ക്കുന്നു. അയയ്ക്കരുതോ?"

"അയയ്ക്കാം–" മണീന്ദ്രൻ ജീവനറ്റ സ്വരത്തിൽ പറഞ്ഞു.

"മതി. അതോടൊപ്പം തീർന്നു കുഴപ്പം. പന്ത്രണ്ട് വത്സരത്തേക്ക് ചമേ ലിക്ക് വിധവയുടെ വേഷം അണിയേണ്ട യോഗം വരില്ല. അതേസമയം ഭർ ത്താവിനെ കൈവിട്ടുപോയതിന്റെ എഫക്ട് നിങ്ങൾക്ക് കിട്ടുകയും ചെ യ്തു. വെറും ഫോർമുല—നാടകമെഴുത്ത് എന്നുവച്ചാൽ ഫോർമുലയല്ലാ തെ മറ്റൊന്നുമല്ല. 'എ'യെയും 'ബി'യെയും ഒന്നിച്ചുനിർത്തി ഹോൾ— സ്ക്വയർ ചെയ്യു. പിന്നെ സ്വയം എല്ലാമായിക്കൊള്ളും. മറ്റൊരു കുറവുകൂ ടിയുണ്ട്. നായികയ്ക്ക് നിങ്ങൾ വയസ് ഇരുപത്താറാണ് വച്ചിരിക്കുന്നത്. അത് പതിനെട്ടോ പത്തൊൻപതോ ആക്കണം."

"എന്തിന്?"

"ചമേലി ഇരുപത്തിയാറ് വയസുകാരിയുടെ പാർട്ടെന്തിനാണ് എടു ക്കുന്നത്?"

മണീന്ദ്രൻ പതുക്കെ പറഞ്ഞു "ഞാൻ കേട്ടതു ശരിയാണെങ്കിൽ അവർക്ക് വയസ്..."

"മുപ്പത്തിയാറ്." നിർവികാരനായി നൃപനാഥബാബു പറഞ്ഞു: "അവരെ ഞാൻ തന്നെയാണ് ഡിസ്കവർ ചെയ്തത്. അവർക്ക് അന്ന് വയസ് പതിനേഴ്. എനിക്ക് മുപ്പത്തിയാറ്." പറഞ്ഞുകൊണ്ടിരിക്കെ അയാളുടെ സ്വരം വിഷാദമായി. "അതൊക്കെ പോകട്ടെ. ചമേലിക്ക് പ്രായം മുപ്പത്തി യാറു വയസ്. പക്ഷേ, ഇരുപതു വയസിൽ കൂടുതലുള്ള ആരുടെയും പാർട്ട് അവർ ഇന്നോളം അരങ്ങേറിയിട്ടില്ല. നാൽപ്പതു വയസെങ്കിലും കഴി യാതെ ഈ ലൈനിൽ ആരും ചിറ്റമ്മയുടെയോ അമ്മായിയുടെയോ പാർട്ടെടുക്കാൻ സമ്മതിക്കില്ല."

സ്തംഭിച്ചിരുന്നുപോയ മണീന്ദ്രനെ നോക്കി നൃപനാഥൻ പറഞ്ഞു:

"നിങ്ങൾ ഒട്ടുംതന്നെ വിചാരപ്പെടേണ്ട കാര്യമില്ല. നിങ്ങളുടെ നാടകം സ്വീകരിക്കപ്പെട്ടതായി കരുതിക്കോളൂ."

“എന്റെ നാടകം!” നന്നെ ക്ഷീണിച്ച സ്വരത്തിലാണ് ഈ വാക്കുകൾ മണീന്ദ്രൻ ഉച്ചരിച്ചത്. താൻ മറ്റാരുടെയോ സ്വരമാണ് കേട്ടതെന്നുപോലും അയാൾക്കു തോന്നി.

“അതെ, നിങ്ങളുടെ നാടകം.” നൃപനാഥൻ പ്രസന്നമായ ഒരു ചിരിയോടെ പറഞ്ഞു “നാടകം നിങ്ങളുടേതുതന്നെ. ചുവരുകൾതോറും പോസ്റ്ററുകൾ നിങ്ങൾക്കു കാണാം. പത്രങ്ങൾതോറും ആസ്വാദനങ്ങൾ വായിക്കാം. നാടകം മുഴുവൻ റിഹേഴ്സൽ ചെയ്യുന്ന ദിവസം കുറച്ചു പണവും കൊണ്ടുപോകാം.”

അന്ന് റെസ്റ്റാറന്റിൽ മുമ്പിലിരുന്ന ചായ തണുത്തുപോകുന്നതുപോലും അറിയാതെ മണീന്ദ്രൻ ചിന്തിച്ചു-താൻ സന്തോഷിക്കയാണോ വേണ്ടത്? ചുവരുകൾതോറും പോസ്റ്ററുകൾ. പത്രപംക്തികൾതോറും അഭിനന്ദനങ്ങൾ. റിഹേഴ്സൽ ദിവസം പണക്കിഴി. തന്റെ നാടകം, തന്റേതുതന്നെ. ആർട്ട്? തണുത്ത ചായയുടെ കൂടെ ഒരു ഈച്ച വായിൽ വന്നു. അതിനെ മേശപ്പുറത്തുതന്നെ ‘ഥൂ’ എന്നു തുപ്പി ചിന്ത തുടർന്നു—അക്കാര്യം ചിന്തിക്കാതിരിക്കുകയാണ് ഭേദം. ആർട്ടിനോട് അത്രയേറെ മമതയുണ്ടായിരുന്നെങ്കിൽ മച്ചിനകത്ത് കയറിയിരുന്ന് പുല്ലാങ്കുഴൽ വായിച്ചാൽ മതിയായിരുന്നല്ലോ. അല്ലെങ്കിൽ മുറിയിൽ വാതിലടച്ചിരുന്ന് വയലിൻ മീട്ടാമായിരുന്നല്ലോ. എന്തിനീവഴിക്ക് ഇറങ്ങിത്തിരിച്ചു? നോവൽ നാടകമാക്കാൻ വിഷമം തോന്നിയില്ലെങ്കിൽ നാടകം അരങ്ങിന് ചേരുംപടി വെട്ടിത്തിരുത്തുന്നതിലെന്തിനു പരിഭ്രമം?

കേട്ടപ്പോൾ ശാന്തി അരികിലേക്കു ചേർന്നു കിടന്നു. അവളുടെ തലയിണവിട്ട് മണീന്ദ്രന്റെ തലയിണയിൽ തലവച്ചുകൊണ്ട് ചോദിച്ചു “നേരോ? നിങ്ങളുടെ നാടകം സ്റ്റേജ് ചെയ്യും. സത്യമാണോ പറയുന്നത്?”

“എന്റെ നാടകം!” ഇരുട്ടിൽ മണീന്ദ്രന്റെ ഒച്ചമാത്രമേ കേൾക്കാൻ കഴിഞ്ഞിരുന്നുള്ളു. “ആർക്കറിയാം എന്റേതുതന്നെയാണോ എന്ന്? എന്നാലും ആളുകൾ അറിയും എന്റേതായിട്ട്. പറയും എന്റേതെന്ന്.” മണീന്ദ്രന് പറയും തോറും ചൂട് കൂടിവന്നു. കണ്ണുകൾ തറപ്പിച്ചുകൊണ്ട് അയാൾ പറഞ്ഞു: “സങ്കൽപ്പിച്ചു നോക്കു ശാന്തി, നീ അമ്മയാവുന്നു. എന്നാൽ നിനക്കുണ്ടാകുന്ന സന്താനം എന്റെയല്ല. നിന്റെ മടിയിൽ കൈകാലുകൾ കുടഞ്ഞുകളിക്കുന്ന കുഞ്ഞിനെ കണ്ട് എല്ലാവരും വാഴ്ത്തുന്നു, ചിലർ കുഞ്ഞിന്റെ മുടി, കുഞ്ഞിന്റെ മൂക്ക് തുടങ്ങിയവ എന്റേതിനോട് തുലനം ചെയ്തു പറയുന്നു. എല്ലാം കുഞ്ഞിന്റെ അച്ഛന്റേതുപോലെതന്നെ. ഞാൻ ചിരിച്ചു. നാണിച്ചു, മൗനിയായി നിന്ന് എല്ലാം കേൾക്കുന്നു. എല്ലാം ഏൽക്കുന്നു. ഒന്നും ചെറുത്തുപറയാതെ. ആ സമയത്തെ എന്റെ മുഖം നിനക്ക് സങ്കൽപ്പിക്കുവാൻ....”

പെട്ടെന്ന് മണീന്ദ്രന്റെ ശബ്ദം കേൾക്കാതായി. ശാന്തി അയാളുടെ വായ ഒരു കൈകൊണ്ട് മുറുകെ പൊത്തിപ്പിടിച്ചിരിക്കുകയാണ്.

ഗീതയും അണിമയും ഈ വീട്ടിലേക്ക് വന്നു താമസമാക്കിയിരിക്കുന്നു. ലളിതയും സ്റ്റെല്ലയും അടുത്തമാസം വരും.

വീട്ടിൽ ഒരു ഈർക്കിലിക്കര ദോത്തിയാണ് ശകുന്തള ഉടുത്തുനടക്കുന്നത്. അയഞ്ഞ ഒരു ഷെമ്മീസും. അവൾ പറഞ്ഞു "ഒരുവിധം എല്ലാം ശരിപ്പെടുത്തി. ഉണ്ടായിരുന്ന ജോലിയും ഉപേക്ഷിച്ചു, നഴ്സിംങ് ഹോമിനെ വിശ്വസിച്ച്. വലിയ ഓഫീസാണ്. പക്ഷേ, ഒരു ടേബിൾ ഇല്ല. നിങ്ങൾ വല്ലതും പിരിച്ചു തരിൻ. തരരുതോ?"

"ആരു തരും നമുക്ക് പണം?"

ശകുന്തള വായ്പൊത്തി ചിരിച്ചു. "തരും തരും, എല്ലാവരും തരും. നമ്മുടെ കവി ഇന്ദ്രജിത്തുണ്ടല്ലോ നിങ്ങളുടെ പുരയിൽത്തന്നെ താമസക്കാരൻ. അയാളോട് ഒന്നു ചോദിച്ചുനോക്കൂ."

"ക്ഷോഭിക്കും ചോദിക്കാൻ ചെന്നാൽ. എവിടെന്നാണ് അയാൾക്ക് പണം കിട്ടുക? ചോദിച്ചാലും അതുതന്നെയാണ് പറയുക. ഞങ്ങൾ കവികൾ—'പക്കത്തിലൂണ്, തിണ്ണയിൽ ഉറക്കം' എന്നു പറഞ്ഞ കഥയാണ്. ഞങ്ങൾക്കെന്തു ബന്ധം പണവുമായി–അയാളുടെ കാര്യം വിടുക."

"ഊഹും" ശകുന്തള പറഞ്ഞു "അത്രവേഗം കാര്യം വിട്ടുകൊടുത്താൽ പറ്റില്ല. നിങ്ങളെക്കൊണ്ടാവില്ലെങ്കിൽ വേണ്ട, ശാന്തിയേടത്തിയില്ലേ അവളോട് പറഞ്ഞ് ചോദിച്ചുനോക്കൂ. നിങ്ങളുടെ ശാന്തിയേടത്തി വിചാരിച്ചാൽ എന്തിനും കഴിയും എന്ന് എനിക്കു തോന്നുന്നു."

ശാന്തിയേടത്തിക്കു കഴിയും. നീലയ്ക്കു പറ്റില്ല! ശകുന്തളയുടെ വാക്കുകൾ എന്തിനെയാണ് സൂചിപ്പിച്ചത് ആവോ? നീലയ്ക്ക് ഉള്ളിൽക്കിടന്ന് പുകഞ്ഞു, ഇതാലോചിച്ച്. എവിടെയോ ഒരു പരിഹാസം ഒളിഞ്ഞിരിപ്പുണ്ട് ഇതിൽ, ദ്വന്ദയുദ്ധത്തിനു പ്രേരിപ്പിക്കുംവിധം.

നീലയ്ക്ക് എന്തെന്നില്ലാത്ത അസ്വാസ്ഥ്യം തോന്നി. പെട്ടെന്ന് ഉറക്കെത്തന്നെ അവൾ പറഞ്ഞു "ഞാൻ വിചാരിച്ചാലും സാധിക്കും. ഇന്ദ്രജിത് ബാബുവിന്റെ പക്കൽനിന്ന് സേവാസത്രത്തിനു വരിപ്പണം വാങ്ങാതെ വിടില്ല."

"എന്നാലൊന്നു നോക്കൂ." ശകുന്തള അഴിഞ്ഞുകിടക്കുന്ന മുടിക്കെട്ട് പൊക്കി കഴുത്തിലുണ്ടായിരുന്ന ചുടുകുരുക്കൾ പൊട്ടിച്ചുകൊണ്ടു പറഞ്ഞു.

ഇന്ദ്രജിത്തിന്റെ വാതിൽക്കൽ രണ്ടുതവണ മുട്ടിനോക്കി, നീല. അതിനുശേഷം വാതിൽ അൽപ്പം തുറന്ന് ഒച്ചകേൾപ്പിക്കാതെ അകത്തേക്കു കടന്നുചെന്നു. മറ്റൊരു ദിവസമായിരുന്നെങ്കിൽ അവൾ കടന്നുചെല്ലുമായിരുന്നോ എന്നു സംശയമാണ്. പക്ഷേ, ശകുന്തളയുടെ പരിഹാസവചനം അപ്പോഴും അവളുടെ ചെവിയിൽ മുഴങ്ങിക്കൊണ്ടുനിന്നിരുന്നു. എന്നാൽ രണ്ടടി വച്ചപ്പോൾത്തന്നെ അവൾക്ക് പിൻവാങ്ങേണ്ടിവന്നു. വീണ്ടും വാതിൽ തുറന്ന് അവൾ പുറത്തുവന്നുനിന്നു. കണ്ണുരണ്ടും ഇറുക്കിയടച്ചു. കവിളുകളിലെ രക്തം വരണ്ട് സ്പന്ദനം നിലച്ച ഹൃൽപിണ്ഡത്തിൽ ഉറഞ്ഞുകൂടിയപോലെ തോന്നി.

അവൾ അടിയടിവച്ച് കോണിയുടെ അടുക്കലേക്കു നടന്നു. പെട്ടെന്ന് പുറകിൽനിന്ന് ആരോ പിടിച്ചുവലിച്ചു. തിരിഞ്ഞുനോക്കി—ശാന്തി! നീലയുടെ പുറകേതന്നെ അവളും പുറത്തേക്കു വന്നിട്ടുണ്ടായിരിക്കണം. കോണിച്ചുവട്ടിൽ രണ്ടുപേരും മുഖത്തോടുമുഖം നോക്കിനിന്നു. ഏതാനും തവണ നീല കണ്ണുകൾ ഇമകൂട്ടി തുറന്നു. പോളകൾ നനഞ്ഞു. ശാന്തി ഒരിക്കലെങ്കിലും ഇമ കൂട്ടാതെ നോക്കിനിൽക്കുകയാണ്. ഇരുട്ടത്ത് ചിലന്തിവലകൾ നിറഞ്ഞ കോണിൽ ചലനമറ്റ് ലജ്ജവിട്ട് ക്രൂരമായ ആ നോട്ടത്തിനു മുമ്പിൽ നിൽക്കുന്ന നീലയുടെ ദേഹം ആലിലപോലെ വിറച്ചു. ദുഃസ്വപ്നം കണ്ടപോലെ ആർത്തവും വിവർണവുമായ മുഖഭാവത്തോടെ നീല ദീനസ്വരത്തിൽ പറഞ്ഞു:

"ശാന്തിയേടത്തി! നിങ്ങൾ ഈവിധം..." പിന്നെ എന്തൊരാശ്ചര്യം, അവൾ പേടിക്കയും വെറുക്കയും ചെയ്ത ശാന്തിയെത്തന്നെ കെട്ടിപ്പിടിച്ചു.

ശാന്തി അവളെ മെല്ലെ മെല്ലെ പിടിച്ചുമാറ്റി. എന്നിട്ട് നീലയുടെ കൈ മുറുകെ പിടിച്ചു. കഠിനസ്വരത്തിൽ ശാന്തി പറഞ്ഞു:

"നീലേ, പറയുന്നതു കേൾക്കൂ. ഇവിടെ പുറത്തുനിന്നുകൊണ്ട് ഒരു കാര്യവും സംസാരിക്കാൻവയ്യ. അകത്തേക്കു വരൂ."

അകത്ത് നീലയെ കട്ടിലിൽ ഇരുത്തി ശാന്തി ഓരോ വാക്കും ശാന്തവും രൂഢവുമായ രീതിയിൽ ഉച്ചരിച്ചുകൊണ്ടു പറഞ്ഞു:

"നീ എത്രത്തോളം കണ്ടു എന്നു ചോദിക്കുന്നില്ല. എല്ലാം കണ്ടിട്ടുണ്ടാവുമെന്ന് അനുമാനിക്കുന്നു. നീ ഈ സന്ധ്യാസമയത്ത് അയാളുടെ മുറിയിലേക്ക് എന്തിനു കടന്നു എന്നതിനെപ്പറ്റിയും എനിക്കു ചോദിക്കാൻ ഒന്നുമില്ല—അതറിയാൻ സ്ത്രീസഹജമായ കൗതുകം ഉണ്ടെന്നിരിക്കിൽ ത്തന്നെയും."

ഒന്നു നിർത്തി വീണ്ടും അവൾ തുടർന്നു "നന്നായി! ഇന്നു നീ എല്ലാം അറിഞ്ഞു. കുറെ നാളായി ഞാനും നിന്നോട് എല്ലാം തുറന്നു പറയണമെന്ന് വിചാരിക്കയായിരുന്നു. പക്ഷേ, എന്തൊക്കെയായാലും തറവാട്ടിൽ പിറന്നവളല്ലേ, ഒടുക്കം സങ്കോചത്തെ കീഴടക്കാൻ കഴിഞ്ഞില്ല, മുന്നറിയിപ്പു തരണം, തരണം എന്നു വിചാരിച്ചിട്ടും തരാൻ നാവു പൊന്തിയില്ല. ഇന്ന് ഇത് എന്തായാലും വളരെ നന്നായി. ഏറെനേരം ചെല്ലുന്നതിനു മുമ്പുതന്നെ നിനക്കറിയാറായി ഈ വഴിക്കു പോയാൽ വിനാശമാണു ഫലം. എന്റേതിനെക്കാൾ നിന്റെ ഭാഗ്യം നന്ന്."

"പക്ഷേ, ശാന്തിയേടത്തി!" അനേകം നിമിഷങ്ങൾക്കുശേഷം ഇപ്പോഴാണ് നീലയ്ക്ക് വല്ലതും പറയാൻ കഴിഞ്ഞത് "മണിയേട്ടനറിയാമോ?"

"ഏതു മണിയേട്ടൻ? ഓഹോ! നമ്മുടെ കഥാകാരൻ നാടകക്കാരൻ– അയാളുടെ കാര്യമായിരിക്കും ചോദിക്കുന്നത്? ആർക്കറിയാം? എന്തായാലും അയാളെ അറിയിക്കാൻ വേണ്ടിത്തന്നെയാണ് ഞങ്ങൾ ഈ വല വച്ചിരിക്കുന്നത്."

“മണിയേട്ടനെ അറിയിക്കാൻ.”

“അതെ, ഈ ആത്മനിരതനായ ആർട്ടിസ്റ്റിന്റെ കാപട്യത്തിന് ഒരറുതിവരുത്താനാണ് ഞങ്ങൾ ഉദ്ദേശിക്കുന്നത്. ഈ വക ആർട്ടിസ്റ്റുകളെ നിനക്കറിയില്ല, നീലേ! ഇക്കൂട്ടർ ഓരോരുത്തരുടെയും കണ്ണിൽ പൊടിയിടുന്നു—പൊടിയിട്ടുകൊണ്ടേ ഇരിക്കുന്നു. ഒടുവിൽ തന്റെ തന്നെയും. ഇവരുടെ പുസ്തകങ്ങളുടെ ഏടുകൾതോറും ദുരവസ്ഥയുടെയും ദാരിദ്ര്യത്തിന്റെയും ദൈന്യത്തിന്റെയും ജയഘോഷമാണ് കാണാൻ കഴിയുന്നത്. സർവനാശത്തിലാണ് സർവോപലബ്ധി നിലകൊള്ളുന്നത് എന്ന ഹിതോപദേശമാണ് അവർ നൽകുന്നത്. എന്നാൽ സ്വന്തം ജീവിതത്തിൽ അവർക്ക് എപ്പോഴും വേണ്ടത് സുഖങ്ങളും സൗകര്യങ്ങളും. ഇവരുടെ ഈ അതിഹീനമായ ദുര നീയൊരിക്കൽ കണ്ടിരുന്നെങ്കിൽ! രൂപം, യശഃസ്, ജയം-ദേഹി ദേഹി എന്ന ഒരേയൊരു മുദ്രാവാക്യമേ ഇവർക്കുള്ളൂ. ഇവരുടെ കഥകളിൽ പതിരുകളാണ് മഹീയസികൾ. സ്ത്രീത്വം വെറും കുസംസ്കാരം. എന്നാൽ വ്യക്തിപരമായ ജീവിതത്തിൽ ഇവരുടെ സ്വഭാവം സംശയത്തിനതീതമല്ല. സ്വന്തം ഭാര്യയിൽനിന്ന് മുന്തിയ വിലയ്ക്ക് അചഞ്ചലമായ സ്ത്രീത്വത്തിന്റെ ശുൽക്കം ഈടാക്കാമെന്ന് ഇവർ വ്യാമോഹിക്കുന്നു. ഈ ഭണ്ഡത്വം കലാജീവിതവുമായി വ്യക്തിജീവിതത്തിനുള്ള ഈ വൈരുധ്യം-ഇതിനെ ഒന്നവസാനിപ്പിക്കാനാണ് ഞാൻ പുറപ്പെട്ടിരിക്കുന്നത്.”

“പക്ഷേ, സ്വന്തം മാനം സംരക്ഷിച്ചുകൊണ്ട് ശാന്തിയേടത്തി?”

“മാനം സംരക്ഷിച്ചുകൊണ്ടോ? മാനം എത്രകണ്ടൊണ്ട് ഇനി ബാക്കി?” ക്ലാന്ത സ്വരത്തിൽ ശാന്തി പറഞ്ഞു “പിറക്കുമ്പോൾ എത്ര ഒപ്പം കൊണ്ടുവന്നു? എത്ര ആർജിച്ചു? കളഞ്ഞിട്ടേ ഉള്ളൂ. വല്ലതും നേടാൻ കഴിഞ്ഞില്ല നീലേ! സ്വൈരമായൊരു ജീവിതം സ്വൈരമായിട്ടൊരു കൂട്. ഉള്ളതും നഷ്ടപ്പെടുകയേ ചെയ്തുള്ളൂ. അലസനായ ഒരു ഭർത്താവ്. സ്വയം നിർമിച്ച വികൃതവും വികലാംഗവുമായ ഒരു കലയിൽ മയങ്ങിക്കഴിയുന്നവൻ. പണമില്ല. ആഹാരത്തിനു വഴിയില്ല. അതേപ്പറ്റിയുള്ള വിചാരം, ആധി—അതെനിക്കു വിട്ടുതന്നിരിക്കുകയാണ്. ജീവിതത്തിൽ ഒന്നും കിട്ടാത്ത സങ്കടം മറന്നുകളയുമെന്നു ഞാൻ ഉറപ്പിച്ചിരിക്കുന്നു. ജീവിതത്തോട് ഒരാകർഷണവുമില്ല. അതിലൊരു സുഖവും കാണുന്നില്ല. ഇല്ലെങ്കിൽ ജീവിച്ചിരിക്കാൻവേണ്ടി മാത്രം. വെറും ജീവിച്ചിരിക്കലിനുവേണ്ടി മാത്രം ആർക്കാണോ പ്രേമം അഭിനയിക്കേണ്ടിവരുന്നത്, അവൾ ജീവിച്ചിരിക്കലിനെ എങ്ങനെ സ്നേഹിക്കുമെന്നു പറയാൻ കഴിയുമോ?”

“വെറും അഭിനയം?”

“അഭിനയം, അഭിനയം, അഭിനയം.” ശാന്തി ഇതിനിടയ്ക്ക് വീണ്ടും പരുഷസ്വരത്തിലാക്കി സംസാരം “ഇല്ലെങ്കിൽ നിനക്കു തോന്നുന്നുണ്ടോ ഈ കാശിനു കൊള്ളാത്ത—പൊട്ടക്കവിത ചമയ്ക്കുന്ന ചെക്കനെ ഞാൻ...”

കൈനീട്ടി ഒരു തലയിണ വലിച്ചെടുത്ത് മടിയിൽവച്ചു ശാന്തി. അതിൽ മുഖംപൊത്തി അവൾ പൊന്തിവന്ന പൊട്ടിച്ചിരി മറയ്ക്കുകയാണെന്നു തോന്നി.

9

എല്ലാം കണ്ടും കേട്ടും അറിഞ്ഞ അവിനാശൻ പറഞ്ഞു "ഞാൻ ടെലിഫോൺ ചെയ്യാം."

കീശയിൽനിന്ന് ചെക്ക് ബുക്ക് പുറത്തേക്കെടുത്ത് ചോദിച്ചു "എത്ര രൂപ?"

ശകുന്തള അയാളുടെ ചെയറിന്റെ കൈയിൽ ഒരു കൈവച്ച് നിൽക്കയാണ്. കുണ്ഠിതസ്വരത്തിൽ പറഞ്ഞു "നിങ്ങൾ വേണ്ടാതെ തിരക്കുകൂട്ടുകയാണ്. ഞങ്ങൾ ആര്, എന്തു തരക്കാർ, എന്നൊക്കെ അറിയുംമുമ്പ് ഇത്രയേറെ പണം!"

"ഒന്നും ആവശ്യമില്ല, യാതൊന്നും അറിയേണ്ട ആവശ്യമില്ല."

അവിനാശൻ പറഞ്ഞു "നീല എല്ലാം പറഞ്ഞുകഴിഞ്ഞിരിക്കുന്നു. ഈവക കാര്യങ്ങളിൽ എനിക്ക് പ്രത്യേകമായിത്തന്നെയുണ്ട് താൽപ്പര്യം, അറിയാമോ? അഞ്ച് 'നാരീ കല്യാണ ആശ്രമ'ങ്ങൾക്ക് ഞാൻ മാസാമാസം അൻപതുരൂപ വീതം വരിപ്പണം കൊടുക്കുന്നുണ്ട്. ഇത് ഒരു സേവനവും കൂടിയല്ലേ? കുറെക്കൂടി ഉന്നതം, കുറെക്കൂടി മഹത്, വെറും നാരീ കല്യാണം (സ്ത്രീ സമുദ്ധാരണം) മാത്രമല്ല, സകലരുടെയും സേവനം."

"അതെ, അതെ" ശകുന്തള മെല്ലെ പറഞ്ഞു. "സകലരുടെയും കുട്ടികളെ ശുശ്രൂഷിക്കാൻ ഞങ്ങൾ ഒരുക്കമാണ്. വൃദ്ധരെ—എന്തിനേറെ? നിങ്ങളെപ്പോലുള്ള പ്രായക്കാരെപ്പോലും."

"വൃദ്ധൻ!" പെട്ടെന്ന് ഹൃദയത്തിൽനിന്ന് കല്ലുപോലുയർന്ന് തൊണ്ടയിൽ തടഞ്ഞു—ഒരുവിധം അത് നിയന്ത്രിച്ചുകൊണ്ട് അവിനാശൻ പറഞ്ഞു "വളരെ ശരിയാണ് പറഞ്ഞത്—വൃദ്ധൻ." ദീർഘശ്വാസത്തോടൊപ്പം അയാൾ ശകുന്തളയോട് യോജിച്ചു. "വൃദ്ധരുടെ കാര്യം അന്വേഷിക്കാൻ ആരുമില്ല മിസ് സർക്കാർ! അപ്പോൾ ചെക്ക്..."

"നീലയുടെ കൈയിൽ കൊടുത്താൽമതി."

"അതാണ് നല്ലത്, അതുതന്നെയാണ് നല്ലത്." അവിനാശൻ എഴുന്നേറ്റു. "എന്നാൽ തൽക്കാലം ഞാൻ എഴുന്നേൽക്കട്ടെ."

"നല്ലവണ്ണം മൂടിപ്പുതച്ച് പുറത്തേക്കിറങ്ങ്. ഇന്ന് ശീതം കുറെയേറെയാണ്."

ഉപദേശം തീരെ രസിച്ചില്ല. എന്നിട്ടും കഴുത്ത് കംഫർട്ടറിൽ മൂടുന്നതിന് മറന്നില്ല. ഈ ചെറുപ്പക്കാരികൾ തന്നെപ്പറ്റി എന്തൊക്കെയാണ് ധരിച്ചുവച്ചിരിക്കുന്നത്. കഴുത്ത് കുടുങ്ങിയ കുപ്പായത്തിന്റെ മുകളി

ലത്തെ കുടുക്കിടുന്നതിനിടയ്ക്ക് അവിനാശൻ ഓട്ടക്കണ്ണിട്ടു നോക്കി– യാതൊരു കൂസലുമില്ല അക്കൂട്ടർക്ക്. മകരത്തിലെ ഈ മരംകോച്ചുന്ന മഞ്ഞിൽപ്പോലും കൈമുറിയൻ ജാക്കറ്റ് ധരിച്ചിരിക്കുന്നു. സാരി ഒരു തോളിൽ മാത്രം– മറ്റേത് നഗ്നം. കാലിൽ ചെരുപ്പ്. അവരുടെ നോട്ടത്തിൽ അവിനാശൻ മാത്രമേ മൂടിപ്പുതച്ച് നടക്കേണ്ടതുള്ളു.

വഴിയിലേക്കിറങ്ങിയപ്പോഴും അവിനാശന് ദുഃഖം മറക്കാൻ കഴിഞ്ഞില്ല. ദുഃഖത്തോടൊപ്പം അതിസൂക്ഷ്മഭാവത്തിൽ ആവേശത്തിന്റേതായ അനുഭൂതിയും കലർന്നിരുന്നു. ശകുന്തള ചെയറിന്റെ കൈയിൽ കൈകുത്തിയാണ് നിന്നിരുന്നത്. ഈ പ്രായക്കാരികളായ തരുണീമണികളുടെ ചേഷ്ടകൾ എന്താണെന്നാണ് പറയേണ്ടത്–നിമിഷത്തിനു നിമിഷത്തിന് തോളിൽനിന്ന് സാരിത്തലപ്പ് ഊർന്നു വീഴും. വീഴുമ്പോഴൊക്കെ കുനിഞ്ഞെടുത്ത് തോളിൽ വയ്ക്കും. ഒന്നുരണ്ടുതവണ തലതിരിച്ച് സംസാരിക്കാൻ മുതിർന്നപ്പോൾ ശകുന്തളയുടെ ഒന്നുരണ്ട് കെട്ടഴിഞ്ഞ മുടി, അപ്പോൾ മാത്രം ഷേവുചെയ്ത് പുറപ്പെട്ടിട്ടേയുണ്ടായിരുന്നുള്ളുവെങ്കിലും നരയുടെ രജതരേഖ തെളിയാൻതുടങ്ങിയ അവിനാശന്റെ കവിളിൽ കിടന്നടിയുകയുണ്ടായി. ഇലക്ട്രിക് കറന്റ് തട്ടിയാൽ ഷോക്ക് അടിക്കും— പക്ഷേ, ഈ പൂർണ കുന്തളങ്ങൾ തട്ടുമ്പോഴുമുണ്ടാകുമോ ഇതേ അനുഭവം ദൈവമേ! എന്നിട്ട് ആ പെൺപിറന്നവൾ പറയുന്നതു കേട്ടില്ലേ?— എന്നെ അറിയില്ല, തിരിയില്ല, എന്നിട്ടും ഇത്രയും പണം തരാനോ ഭാവം? കേട്ടറിവോ കണ്ടു പരിചയമോപോലുമില്ലാത്ത ഒരിടത്ത് അവിനാശൻ ആദ്യമായിട്ടാണ് ഇത്ര പണം മുടക്കുന്നത്. ബിസിനസിൽ റിസ്ക്, സംശയമില്ല. എല്ലാ ശനിയാഴ്ചയും എത്രയോ കുതിരകളുടെ പേരിൽ അയാൾ പന്തയം വയ്ക്കുന്നു. അതിനു മുടക്കുന്ന പണമെല്ലാം അത്രയ്ക്ക് വിശുദ്ധമെന്നോ കുലീനമെന്നോ പറഞ്ഞുകൂടാ. എന്നിട്ടും ഭാഗ്യം തെളിഞ്ഞ ദിവസമാണെങ്കിൽ ആ അവിശുദ്ധ ധനംതന്നെ കൂടുതൽ ധനം തരുന്നു.

ഇതും ഒരു ലഹരിപോലെതന്നെയായി അവിനാശന്. അവിടെയും ഇവിടെയും പണം മുടക്കുക-ഒറ്റത്തടിക്ക് ഇത്രയേറെ പണത്തിന്റെ ആവശ്യം തന്നെയെന്ത്? മുടക്കിയ പണം മുഴുവൻ വിശുദ്ധമല്ല, പ്രയത്നിക്കാതെ കിട്ടിയത്.

നമ്പർ ആറ്–എഫ് ഭവനത്തിന്റെ മുമ്പിൽനിന്ന് അവിനാശൻ—അവിടെയും ഒന്നു കയറണം. ഒരു നാശംപിടിച്ച 'കമ്പം' അവിനാശന്റെ തലയ്ക്കു പിടിച്ചിരിക്കുന്നു. അത് ചക്രംപോലെ അകത്തിരുന്നു തിരിയുന്നു.

ഇന്ദ്രജിത് പാവം? എത്ര കൊടുക്കും? അയാൾ കൊടുത്തതിന്റെ നാലിരട്ടി കൊടുത്തു അവിനാശൻ. ചെക്കിലെ തുക നീലയെ സന്തോഷിപ്പിച്ചു. ശകുന്തളയുടെ മുമ്പിൽ തലനിവർത്തി നിൽക്കാറായി. മാനം സംരക്ഷിക്കാൻ കഴിഞ്ഞുവെങ്കിലും മനസിനോട് സന്ധിചെയ്യാൻ കഴിഞ്ഞില്ല. ഇന്ദ്രജിത്തിന്റെ അടുക്കൽ പറ്റിയ പരാജയം അവിനാശനെ ജയിച്ചതുകൊണ്ട് ലഘൂകരിക്കാനാവുമോ? ആരറിഞ്ഞു?

പക്ഷേ, അത്രയ്ക്കൊക്കെ അറിയാനെന്തുള്ളൂ? കൈയോടെ കിട്ടിയില്ലേ? അതുതന്നെ മഹാകാര്യം. അവിനാശനെ രണ്ടു പാട്ട് കേൾപ്പിക്കേണ്ടിവന്നു നീലയ്ക്ക്. അത്രമാത്രം. നാളെത്തന്നെ കൊടുക്കണം, ശകുന്തളയ്ക്ക് ചെക്ക്.

വഴിയിലിറങ്ങിയ ഉടൻ അവിനാശൻ കംഫർട്ടർ അഴിച്ചെടുത്തു. ഇന്ന് എത്രവേണമെങ്കിലും തണുപ്പുകൊള്ളാൻ തയാർ. കവിളിലെ സിരകൾ കിടന്ന് വെട്ടിക്കളിക്കുന്നു. ചെവികളിലും കഴുത്തിലും കുറച്ച് തണുപ്പുകൊള്ളട്ടെ. നാളെ എന്തായാലും ച്യവനപ്രാശത്തിന്റെ മാത്ര കൂട്ടണം. പഴകിയ നെയ്യോ? അത് തൊട്ടു തിരുമ്മുന്ന സമയവും അധികമാക്കണം.

പ്രമഥന്റെ പീടികയ്ക്ക് മുമ്പിൽക്കൂടെ പോകുംസമയം അവിനാശൻ പെട്ടെന്നു നിന്നു. തട്ടികപ്പുറത്തുനിന്ന് ആരോ അയാളെ ഉറ്റുനോക്കുന്നു. മുമ്പിൽ തൂങ്ങിയിരുന്ന സൈൻബോർഡ് വായിച്ചു. എന്തു ചിന്തിച്ചിട്ടോ അകത്തേക്കു കടന്നു.

പ്രമഥൻ എഴുന്നേറ്റുനിന്ന് ഓച്ഛാനിച്ചുകൊണ്ട് പറഞ്ഞു "വരൂ, സാറേ! എന്തുവേണം?"

എന്തുവേണം? അവിനാശൻ അങ്ങുമിങ്ങും സൂക്ഷിച്ചു നോക്കി. പീടികയുടെ 'മോന്ത' കണ്ടിട്ട് ഏറെയൊന്നുമുണ്ടാവില്ല, ചോദിച്ചാൽ കിട്ടാൻ എന്നു തോന്നി. ഒന്നും നോക്കാതെ ഇങ്ങോട്ട് കടന്നതേ തെറ്റ്. പതിവ് സ്വർണക്കച്ചവടക്കാരനുണ്ടായിരുന്നു. അയാളുടെ അടുക്കൽ പോയാൽ മതിയായിരുന്നു.

മദ്യഷോപ്പിൽ കടന്നുചെല്ലുന്ന, കുടിച്ചു പരിചയമില്ലാത്തവൻ സങ്കോചത്തോടെ തൊണ്ടയേറെ തുറക്കാതെ തനിക്കു വേണ്ട മദ്യം ചോദിക്കുന്നതുപോലെ അവിനാശൻ ചോദിച്ചു "പ്രസന്റ് കൊടുക്കാൻ പറ്റിയ വല്ലതും ഉണ്ടോ?"

"ഉണ്ടു സാറേ! എന്താണ് വേണ്ടത്? മോതിരം? കമ്മൽ?"

കമ്മൽ വാങ്ങിയാൽ സംഗതി പുറത്താവും. അവിനാശൻ ഈ തെരുവിലെ ഒരു സ്വർണക്കടക്കാരനെ അത്രയ്ക്ക് അറിയിക്കാൻ ഒരുക്കമില്ല. അയാൾ പറഞ്ഞു "മോതിരമാണ് നല്ലത്."

പ്രകടമല്ലാത്ത ഒരു ചിരി പരന്നു പ്രമഥന്റെ മുഖത്ത്. പെട്ടി തുറന്നു "സൈസ്? ഈ സൈസുമതിയോ?"

സൈസിനെപ്പറ്റി അവിനാശൻ അത്ര ആലോചിച്ചിരുന്നില്ല. ചെമ്പകം പോലുള്ള ഒരു വിരലിൽ സ്വർണച്ചങ്ങല അണിയിക്കുക എന്ന സങ്കൽപ്പം കൊണ്ടുതന്നെ അയാളുടെ മനസിന്റെ നില തെറ്റിപ്പോയിരുന്നു. ഒന്നു തിരഞ്ഞെടുത്തിട്ട് പറഞ്ഞു "ഇത് പാകമാവുമെന്നു തോന്നുന്നു."

വിലയെപ്പറ്റി അവിനാശൻ പിശകുക പതിവില്ല. നീലക്കടലാസിൽ പൊതിഞ്ഞ മോതിരം ഒന്നുംപറയാതെ കീശയിൽ വച്ചു. ഒരു വലിയ ഇനത്തിൽപ്പെട്ട റിസ്ക് എടുക്കാനാണ് പുറപ്പാട്. പക്ഷേ, അതിനൊക്കെ മുമ്പേ വേണ്ടത് ചങ്കുറപ്പാണ്. സിനിമ കണ്ടു. പാട്ടു പാടി. മൊ.... മൊ... മോതിരം വാങ്ങാതിരിക്കുമോ?

വാതിൽ അടച്ച് പ്രമഥൻ വീണ്ടും ചെന്നിരുന്നു. ആരെങ്കിലും വാങ്ങാനുണ്ടാവും എന്നുവച്ചിട്ടുതന്നെയാണല്ലോ അന്ന് മറ്റൊരാളുടെ മോതിരം വിലയ്ക്ക് വാങ്ങിവച്ചത്. കൊള്ളലും കൊടുക്കലും, പിറക്കലും മരിക്കലും—പ്രപഞ്ചമെന്ന തടിനിയുടെ ഇരുതീരങ്ങൾ. ഹരികഥക്കാരൻ സ്വാമിയുടെ അടുക്കൽ ചെന്ന് പ്രപഞ്ചസത്യത്തെപ്പറ്റി വിശദമായി ഒന്ന് ധരിച്ചുകൊണ്ട് വരണം.

ഈ തട്ടികയുടെ ഇടയിൽക്കൂടെ നോക്കിയാൽ വീടുകളുടെ ജനലുകളിൽ വിവിധ വർണങ്ങളിലുള്ള സാരി തൂങ്ങിക്കിടക്കുന്നതു കാണാം.

എന്നാൽ ഗോയാല തെരുവിന്റെ ഉണങ്ങിയ ചുണ്ടിൽ പ്രാണന്റെ നിറം തെളിയുവാൻ തുടങ്ങിയിരിക്കുന്നു. നിറത്തിൽ മാത്രമല്ല പ്രാണൻ, ശബ്ദത്തിലും. സന്ധ്യക്ക് പ്രമഥൻ ലേശം 'സിദ്ധി' (കഞ്ചാവ്) സേവിച്ചിട്ടുണ്ടായിരുന്നു. അതുകൊണ്ട് മൂപ്പർക്ക് തലയ്ക്ക് ലഹരി പിടിച്ചു എന്നു പറയുക വയ്യ. എന്നിട്ടും തബലയുടെ താളത്തിന് കാലടിവയ്ക്കുംതോറും നൂപുര ശിഞ്ജിതം കേൾക്കുന്നു അയാൾ. ബസാക് ബാബുമാരുടെ വിസ്കി ബോട്ടിലിന്റെയും സോഡാക്കുപ്പിയുടെയും മൂടി തുറക്കുമ്പോൾ ഉയർന്നിരുന്ന ശബ്ദംപോലെ മയക്കംബാധിച്ച പ്രമഥൻ എന്തൊക്കെയോ കേൾക്കുന്നു. വീണ്ടും വരാൻ പോകുന്ന ദിനങ്ങൾ. അതിന്റെ സ്പഷ്ടമായ പദധ്വനി അയാളുടെ തലയോട്ടിൽ പ്രതിധ്വനിക്കുന്നു.

കയ്പ്പുറ്റ വൈരാഗ്യത്തിന്റെ നദീതടത്തിൽ തീവ്രമായ ദാഹത്തിന്റെ പ്രവാഹം കണ്ടെത്തിയ നീല വിസ്മയിച്ചുപോയി. അല്ലെങ്കിൽ അന്ന് ഇന്ദ്രജിത്തിന്റെ മുറിയിലെ കാഴ്ചകണ്ട് പിന്തിരിഞ്ഞുപോന്ന നീലയുടെ മനസ് എല്ലാവിധത്തിലും വിമുഖമാവുക എന്നതായിരുന്നു സ്വാഭാവികം. എന്നാൽ വെറുപ്പും ഒരു തരത്തിൽ അനുകമ്പ പുരണ്ടതാണ്. ഊർധ്വമുഖമായ ദീപശിഖപോലെ വിറയ്ക്കും അത്, കത്തിക്കരിഞ്ഞ് ചാരമാകാൻ ഭാവിക്കും.

കോപം വരുമോ? അന്ന് കണ്ടത് എന്തുമാകട്ടെ, കണ്ണുകൾ നൽകുന്ന സാക്ഷ്യത്തിനെക്കാൾ വലിയതായിട്ട് മറ്റൊന്നുണ്ട്; മനസിന്റെ സമ്മതം. ആ മനസ് പറയുകയാണെങ്കിലോ—ഇന്ദ്രജിത്തിന് ഒരു കുറവുമില്ല, അയാൾ ശാന്തിയുടെ നിഷ്ഠുരമായ ഒരു കളിയുടെ ഉപകരണം മാത്രം - അപ്പോൾ നീല എന്തു ചെയ്യും?

താഴത്തെ നിലയിലെ മുറി അന്ധകാരാവൃതം. കാൽകുത്തിയാൽ മരവിച്ചുപോകും. കണങ്കാൽ നനയും. തകർന്ന നിലത്തളത്തിനുള്ളിൽനിന്ന് മണ്ണിന്റെ അസംഖ്യം അദൃശ്യഹസ്തങ്ങൾ—അസ്വസ്ഥങ്ങളെങ്കിലും സ്നേഹസീമകൾ—കയറിപ്പിടിക്കും. ജന്തുശാസ്ത്രത്തിൽ എടുത്തുപറയാത്ത ഏതോ ഒരുതരം നിഗൂഢമായ രസനകൾ നക്കും.

വാതിൽ തുറന്നപ്പോൾ വലിയൊരു ശബ്ദം ഉയർന്നു. ഇന്ദ്രജിത് കണ്ണുതുറന്നു നോക്കി "ആര്!"

നീല മറുപടി പറഞ്ഞില്ല. മുമ്പോട്ടു ചെന്ന് തലയ്ക്കലുള്ള ജനൽ തുറന്നു. ചെറിയൊരു വെയിൽ പാളി അകത്തേക്കു കടന്നുവന്നു. വെയി

ലിന്റെ നിറവും തേജോഹീനം—അസ്വാഭാവികം—ക്ഷയരോഗിയുടെ നെഞ്ചുപിളർക്കുന്ന കുരയോടൊപ്പം പുറത്തേക്കു വമിക്കുന്ന ഏതാനും തുള്ളി രക്തംപോലെ.

ഇന്ദ്രജിത് വീണ്ടും ചോദിച്ചു "ആര്? ശാന്തി?"

അറിയാതെതന്നെ ചുണ്ടമർത്തിക്കടിച്ചുപോയി നീല.

"അല്ല, ഞാൻ. നിങ്ങൾക്ക് സുഖമില്ലെന്നു കേട്ടുവന്നതാണ്."

"നന്നായി. ഇരിക്കൂ. പക്ഷേ, എന്തിനാണ് ജനൽ തുറന്നത്?"

"അതു കൊള്ളാം. കുറച്ചു വെളിച്ചം കടക്കില്ലേ അതുകൊണ്ട്?"

"ഇല്ല" വീണ്ടും കണ്ണടച്ചിട്ട് ഇന്ദ്രജിത് പറഞ്ഞു "ഇരുട്ടത്തിരുന്നാലാണ് എനിക്ക് സുഖം. ഇരുട്ടുതന്നെയാണ് ലോകത്തിന്റെ ആദിമവും അകൃത്രിമവുമായ നിറം. പ്രകാശം കൃത്രിമമായ പ്രസാധനം. മീതേയിട്ടിട്ടുള്ള വെറും ഒരാവരണം. അത് എല്ലാ ദിക്കിലും എത്തുന്നില്ല."

ഇന്ന് വളരെയധികം ധൈര്യമവലംബിക്കേണ്ടിവന്നു നീലയ്ക്ക് ഈ മുറിയിലേക്കു കടക്കുവാൻ. മനസിനോടു തർക്കിച്ച് സന്ധിയിലെത്തിയ ശേഷം മാത്രം. ഇന്ദ്രജിത്തിന്റെ ഈമാതിരിയുള്ള പ്രലപനം കേൾക്കുന്നത് ആദ്യമായിട്ടല്ല. സ്നിഗ്ധമായൊന്ന് ചിരിച്ചിട്ടു പറഞ്ഞു:

"അതായിക്കോട്ടെ. ഞങ്ങൾ സ്ത്രീകളല്ലേ? ഞങ്ങൾക്ക് ആർഭാടം വേണം കുറച്ചൊക്കെ. അതിഷ്ടപ്പെടുന്നു ഞങ്ങൾ."

ഒന്നു തിരിഞ്ഞ് നീല തലയ്ക്കുള്ള ജനാലയ്ക്കൽ ചെന്നുനിന്നു. ഇന്ദ്രജിത്തിന്റെ കിടക്കയിൽ ഒരു നീണ്ടനിഴൽ വീണു. തന്റെയാ നിഴൽ നീല തിരിച്ചറിഞ്ഞു. രക്തമാംസഹീനവും കമനീയവുമായ ഒരു യുവതിയുടെ പ്രതിബിംബമല്ല, നാരീരൂപത്തിന്റെ ഒരു കരിനിഴൽ മാത്രം. ഇന്ദ്രജിത്തിന്റെ കാൽതൊട്ട് കഴുത്തുവരെ ഒരു പുതപ്പുകൊണ്ട് മൂടിയിട്ടുണ്ട്. ഇല്ലായിരുന്നെങ്കിൽ നീലയുടെ നിഴൽ അയാളുടെ മേൽതന്നെയാവുമായിരുന്നു വീഴുക.

ഇന്ദ്രജിത്തിന്റെ മുഖം ശുഷ്കിച്ചിരുന്നുവെങ്കിലും കണ്ണുകളുടെ തിളക്കം മങ്ങിയിട്ടില്ല. ഭാവത്തിലുമില്ല ദൈന്യം. ലേശം തുറന്ന ചുണ്ടുകളിൽ ചിരിയുടെ നിർമാല്യഭംഗി.

ഹൃദയത്തിന്റെ ആഴത്തിൽനിന്ന് വിറയോടുകൂടിയ ഒരു അനുഭൂതി നീലയുടെ സർവാംഗങ്ങളിലേക്കും വീശി. അതിന് പേർ വെറും കരുണയെന്നല്ല, ശുദ്ധമേ സഹാനുഭൂതിയെന്നല്ല. ഇന്ദ്രജിത്തിന്റെ നെറ്റിയിൽ കൈവച്ച് അവൾ പറഞ്ഞു "ഹൗ, എന്തൊരു പനി!"

ആ കൈയിൽ ഇന്ദ്രജിത് സ്വന്തം കത്തുന്ന ഒരു കൈവച്ച് ചോദിച്ചു "എത്രയുണ്ട് പനി?"

ക്ഷണനേരത്തേക്ക് ആത്മവിസ്മൃതിയിലേക്ക് ആണ്ടുപോയി നീല–അടുത്തനിമിഷം എഴുന്നേറ്റിട്ട് പറഞ്ഞു "നല്ല പനി. മരുന്നൊന്നും കഴിച്ചില്ലേ?"

"കഴിച്ചു. പക്ഷേ, രണ്ടാമതു കഴിക്കാൻ സമയമായെന്നു തോന്നുന്നു."

"എവിടെ വച്ചിരിക്കുന്നു മരുന്ന്?"

അവിടേക്കുമിവിടേക്കും നോക്കിക്കൊണ്ട് അയാൾ പറഞ്ഞു "നിങ്ങളെക്കൊണ്ടാവില്ല. ശാന്തി, ശാന്തിയേടത്തി—അവർക്കേ അറിയാവൂ. അവരാണുവച്ചിരിക്കുന്നത്? അവരെ വിളിച്ചുകൊണ്ടുവരൂ."

ദീപ്തിഹീനമായൊരു ജ്വാല നീലയുടെ കണ്ണുകളിൽ ഒരു നിമിഷത്തേക്ക് കത്തി പൊലിഞ്ഞു.

"ശാന്തിയേടത്തി വീട്ടിലില്ലല്ലോ."

"ഇല്ല? എവിടെ പോയി?" അമ്പരന്നമട്ടിൽ ഷേവുചെയ്യാത്ത താടിയിൽ കൈ ഓടിച്ചുകൊണ്ട് ചോദിച്ചു അയാൾ. "ശരി, പിന്നെ നോക്കാം. നിങ്ങൾ എനിക്ക് തൽക്കാലം ഒരു ഗ്ലാസ് വെള്ളം തരൂ."

താഴെവന്നു നോക്കിയപ്പോൾ നീല ശാന്തിയുടെ മുറി വാതിൽക്കൽ തൂങ്ങുന്ന താഴ് കണ്ടില്ലായിരുന്നുവെങ്കിൽ അവൾക്ക് ഇത്ര ധൈര്യമുണ്ടാകുമായിരുന്നോ എന്നു സംശയം. നിശ്ചയമായും കാണാൻ ചെല്ലുന്നത് ഒരു ദുർബലതയാകുന്നു. ചോരസഹജമായ ഒരു പതുങ്ങൽ-സതർക്കത-ആവശ്യമാണ്. എന്നിട്ടും നീല ആ വക ഭാവങ്ങൾക്കു വിധേയമാകാതെ തന്നെയാണ് കടന്നുചെന്നത്.

വെള്ളം കൊണ്ടുവന്നു കൊടുത്തിട്ടു ചോദിച്ചു "ഇനിയെന്താണ് വേണ്ടത്?"

ഗ്ലാസിലെ വെള്ളം മുഴുവൻ ഒറ്റവലിക്ക് കുടിച്ചിട്ട് അയാൾ പറഞ്ഞു "ഒന്നുംതന്നെ വേണ്ട. ആ പെട്ടി തുറന്ന് ഒരു പുസ്തകം എടുത്തുതരൂ, നോക്കട്ടെ. കവിത വായിച്ചു കേൾപ്പിക്കാൻ പറയുമായിരുന്നു. പക്ഷേ, നിങ്ങൾക്ക് കവിത പിടിക്കില്ലല്ലോ." ചുറ്റും ഒന്നു നോക്കിയിട്ട് വീണ്ടും ചോദിച്ചു "പക്ഷേ, ആ വീട്ടുകാരൊക്കെ എവിടെപ്പോയി? എനിക്ക് മരുന്ന് തരണം, ബാർലി വേണം, ഈ വിരിപ്പ് മാറ്റണം."

"എവിടെയിരിക്കുന്നു പുതപ്പ്? മാറ്റി വിരിച്ചുതരാം."

അയാൾ അസഹായവും വിഷാദമലീനവുമായ ചിരിയോടെ പറഞ്ഞു "എനിക്കറിയില്ല, ശാന്തിയേടത്തിക്കേ അറിയൂ."

വീണ്ടും നീല ചുണ്ടുകടിച്ചു. അവൾ ഒരു വലിയ മത്സരത്തിനിറങ്ങിയിരിക്കുകയാണ്. ശകുന്തള അന്ന് ആ നേരമ്പോക്ക് പറയാതിരുന്നെങ്കിൽ!

മെല്ലെ വാതിലടച്ച് അവൾ പുറത്തേക്കു പോന്നു. പക്ഷേ, അവളുടെ പ്രതിജ്ഞയ്ക്ക് ഒന്നുകൂടി ഉറപ്പുകൂടുകയേ ചെയ്തുള്ളൂ. ഇന്ദ്രജിത്തിനെ രക്ഷിക്കതന്നെ വേണം. ശാന്തിയുടെ വിനാശകരമായ മോഹത്തിന്റെ ഊർണാജാലത്തിൽ കുടുങ്ങിക്കിടക്കുന്ന ഈ മക്ഷികയെ മോചിപ്പിക്കതന്നെവേണം.

"ജനൽ അടച്ചേക്കൂ. വെളിച്ചം ആവശ്യമില്ല–" ഇന്ദ്രജിത്തിന്റെ രോഗാതുരമായ വാക്യം കാതിൽ അപ്പോഴും മുഴങ്ങിക്കൊണ്ടുനിന്നു. ശാന്തിയുടെ വാക്കുകൾ ഓർത്തുപോയി. വിചിത്ര രീതിയിലുള്ള ഒരു ആർട്ടിസ്റ്റാണ് ഇയാൾ. ജീവിതത്തിൽ ദുഃഖമേയുള്ളൂ, വിഷാദമേയുള്ളൂ. ജീവിതം ക്ഷയ

ഗ്രസ്ഥം. അതിനാൽ താനും ക്ഷയരോഗത്തിൽ നാമാവശേഷനാവുമെന്ന് പ്രതിജ്ഞ ചെയ്തിരിക്കുന്നു. താഴത്തേക്കിറങ്ങി. ഓടി ഗുഹയുടെ ആഴത്തിൽ പതുങ്ങി മുകളിൽ പാഷാണാവൃതമായ ഭൂമിയുടെ രൂക്ഷസ്പർശത്തിൽനിന്ന് രക്ഷപ്പെടുവാൻ നോക്കുന്നു. നിരാലംബമായ ആകാശത്തിൽ – അഗാധമായ പാതാളത്തിൽ നിവർന്നുനിന്ന് ജീവിതത്തെ അഭിമുഖീകരിക്കുകയില്ല. തല താഴ്ത്തി ഓടിക്കളയാൻ വഴിതേടും. സ്വന്തം അസ്വസ്ഥമായ മനോവികാരത്തിൽ അശരീരിയായ, രക്തമാംസാസ്ഥിസമന്വിതവും സ്ഥൂലവുമായ രൂപത്തിലല്ലാത്ത, ഒരു മഞ്ഞനിറംപൂണ്ട ഇംപ്രെഷനെ മാത്രം പരമസാരസ്വതമായി കരുതപ്പെടുന്ന ഒരു ലോകം സൃഷ്ടിക്കും. മറ്റൊരു ലോകത്തിനു നേരെ കണ്ണുതുറന്നു നോക്കാൻ ധൈര്യപ്പെടില്ല. വെയിലത്ത് പൊരിഞ്ഞ് വെറും പാറയാവാത്ത, പൂവുകൾ വിടരുകയും വെയിൽ ചിരിക്കുകയും മഞ്ഞലിയുകയും ചെയ്യുന്ന വെളിച്ചത്തിൽ, പ്രിയ സമാഗമത്തിന്റെ സഹനാതീതമായ സുഖത്തിൽ ഉജ്വലമായിരിക്കും ആ ലോകം. ആ സുഖം നേടിയെടുക്കുന്നതിനുവേണ്ട കരുത്തില്ല ഇത്തരക്കാർക്ക്. ഇടയ്ക്കിടയ്ക്ക് ഗുഹയിൽനിന്ന്, അഥവാ ജീവിതമെന്ന വഞ്ചനയിൽനിന്ന് നീല ഇന്ദ്രജിത്തിനെ രക്ഷിക്കും.

സന്ധ്യക്കുശേഷം സംഗീതസ്കൂളിലേക്കു പോകുന്നവഴി ശാന്തിയെ താഴത്ത് കണ്ടുമുട്ടി.

"ശാന്തിയേടത്തി എപ്പോൾ തിരിച്ചുവന്നു?"

"ദാ, കുറച്ചുമാത്രം."

"എവിടെ പോയിരുന്നു?"

"അദ്ദേഹത്തിന്റെ തിയേറ്ററിൽ റിഹേഴ്സലായിരുന്നു. ഇന്ന് ഫുൾ റിഹേഴ്സലായിരുന്നില്ലേ? സ്പെഷ്യൽ ക്ഷണം ഉണ്ടായിരുന്നു." സ്വരത്തിൽ കാഠിന്യം കലർന്നു "നിങ്ങൾ തിയേറ്ററിൽ പോയി അല്ലേ? ഇവിടെ ഇന്ദ്രജിത് ബാബു ഒറ്റയ്ക്ക് പനിപിടിച്ച് പഞ്ഞിപുറത്തേക്കു തുറിച്ച കിടക്കയിൽ നിന്ന് നാറിക്കീറിയ വിരിപ്പെടുത്ത് ദേഹം പുതച്ചുകിടന്ന് വിറയ്ക്കുന്നു എന്നല്ലേ പറയാൻ ഭാവിച്ചത്? പക്ഷേ, നോക്കാനും പറയാനും ആളെ ഏർപ്പാട് ചെയ്തിട്ടുതന്നെയാണ് പോയത് തോഴി!"

"നോക്കാനാളോ?" നീലയ്ക്ക് മനസിലായില്ലെന്നു നടിച്ചു "അതാര്?"

മറുപടി പറയാതെ ശാന്തി ഒരു സേഫ്റ്റിപിൻ നേരെ നീട്ടി "ദാ, വാങ്ങിക്കോളൂ. നോക്ക് നിന്റെ തന്നെയല്ലേയെന്ന്. ഇന്ദ്രജിത്തിന്റെ വിരിപ്പ് മാറ്റാൻ ചെന്നപ്പോൾ താഴെക്കിടന്നു കിട്ടി."

ശാന്തിയുടെ മുഖത്തേക്കു നോക്കാൻ നീലയ്ക്ക് ധൈര്യം വന്നില്ല. അനക്കം കെട്ടമട്ടിൽ കൈനീട്ടി യന്ത്രംപോലെ വാങ്ങി മുടിയിൽ പിന്നിവച്ചു.

നീലയുടെ ഇരുട്ടിൽ അകന്ന് മങ്ങിയ നിഴലിലേക്ക് കുറെനേരം അനങ്ങാതെ നോക്കിനിന്ന് ശാന്തി ഒന്നു ചിരിച്ചു. ഈ കുട്ടിയുടെ മുൻകോപം കണ്ടിട്ട് നല്ല രസം തോന്നുന്നു. പെട്ടെന്ന് പിടിക്കപ്പെട്ടതിലുള്ള നാണം. ശാ

ന്തിക്ക് വയസ് കുറച്ചായി. ഈ പ്രായത്തിൽ അവൾക്ക് പ്രേമത്തിൽ വിശ്വാസമില്ലാതായി–പക്ഷേ, പ്രേമിക്കാത്തവളല്ല അവൾ. ഇവൾക്ക് പ്രായം കുറവാണ്. അതിനാൽ പ്രേമത്തിലേക്ക് കടക്കുന്നതേയുള്ളു. രണ്ടും ഒന്നായിക്കാണുന്നു പാവം.

10

ശാന്തി, പക്ഷേ, നാടകം മുഴുവൻ കാണുംമുമ്പുതന്നെ തിരിച്ചു പോന്നു. പോരാതെയെന്തു നിവൃത്തി?

ഇങ്ങനെ ഒന്നു സംഭവിക്കും എന്ന് അവൾ അറിഞ്ഞിരുന്നുവെന്നു തോന്നുന്നു. നേരത്തെതന്നെ ലക്ഷണം കണ്ടിരുന്നുവെന്നു തോന്നുന്നു. അമംഗളം സംഭവിക്കാറാവുമ്പോൾ ഇടതു കണ്ണു തുടിക്കുന്നതുപോലെ, കണ്ണാടി കൈയിൽനിന്നു വഴുതി താഴെ വീഴുംപോലെ, സ്ത്രീസഹജമായ–ഒന്നു തിരുത്തി പറയുകയാണെങ്കിൽ ജന്തുസഹജമായ, ഒപ്പം വിറയ്ക്കുന്നതെങ്കിലും പിഴയ്ക്കാത്ത അഭൗമമായ ഒരു ഘ്രാണേന്ദ്രിയം.

ഇല്ലെങ്കിൽ പകലത്രയും മണീന്ദ്രൻ കർട്ടന്റെ അപ്പുറത്ത് കമഴ്ന്നു കിടന്നുകൊണ്ട് നാടകമെഴുതും. കത്താൻ ബാക്കിയില്ലാത്ത മട്ടിലായിക്കഴിഞ്ഞ ബീഡി സിഗററ്റുകുറ്റികൾ മുറിയാകെ ചിതറിക്കിടക്കെ, ഒരിക്കലും തോന്നുകയുണ്ടായില്ലല്ലോ ചെന്ന് എന്താണ് ചെയ്യുന്നത് എന്ന് നോക്കിക്കളയാമെന്ന്. അഥവാ മണീന്ദ്രൻ സ്ഥലത്തില്ലാതിരിക്കെ നാടകപുസ്തകം ഒരുതവണയെങ്കിലും മറിച്ചുനോക്കണമെന്നു തോന്നിയില്ലല്ലോ. അപ്പോഴൊക്കെ ഇറപ്പുറത്തിരുന്നു 'പുലിക്കളി' കളിച്ചു–കളിയിൽത്തന്നെ മയങ്ങിക്കിടന്നു.

എന്നാൽ ഇന്നു വൈകുന്നേരം അദ്ദേഹത്തിന്റെ ബന്ധു സദാനന്ദൻ വന്ന് നാടകത്തിന്റെ മുഴുവൻ റിഹേഴ്സലും കാണാൻ പോകേണ്ട കാര്യം എടുത്തിട്ടപ്പോൾ എന്തുകൊണ്ടോ കൗതുകം ജനിച്ചു. തുടങ്ങുംമുമ്പ് നൃപനാഥബാബുവിനോടു സംസാരിച്ചു—തിയേറ്റർ ഉടമസ്ഥൻ നൃപനാഥ ബാബു. വേറെയും രണ്ടുമൂന്നുപേർ. എല്ലാവരും ചോദിച്ചു നാടകം നേരത്തെ വായിച്ചിട്ടില്ലേ എന്ന്. തങ്ങൾ അത് ഏതു രൂപത്തിലാക്കിയെടുത്തിരിക്കുന്നുവെന്ന് നോക്കാൻ വേണ്ടിയുള്ള ചോദ്യമായിരുന്നു അത്. ശാന്തി ഒന്നും പറഞ്ഞില്ല. ചിരിച്ചുകൊണ്ട് ഇരുന്നുകളഞ്ഞു.

പിന്നെ ആരംഭിച്ചു. ഓഡിറ്റോറിയം അന്ധകാരാവൃതം–അടുത്തുതന്നെ മണീന്ദ്രൻ, അപ്പുറത്ത് സദാനന്ദൻ. ആദ്യത്തെ അങ്കം അവൾ നിശ്ചേഷ്ടം ഇരുന്നു കണ്ടു; ആശ്ചര്യം! ഈ നാടകം മുമ്പു കണ്ടിട്ടില്ല. ഇതിലെ സംഭവങ്ങളെപ്പറ്റിയും അവൾക്കറിയില്ല. എന്നിട്ടും ഇതു തനിക്കറിയാവുന്ന വിധമായിരിക്കുന്നുണ്ടല്ലോ എന്ന് അവൾക്കു തോന്നി. കെട്ടിയണിഞ്ഞ് കൈയും കലാശവും കാട്ടി അരങ്ങത്തുവന്നു 'സ്പീച്ച്' ചെയ്യുന്ന

അക്കൂട്ടരെ ശാന്തി ഒന്നാമതായിട്ടല്ല കാണുന്നത്. വേണമെങ്കിൽ അവരുടെ സംഭാഷണങ്ങൾ നേരത്തെകൂട്ടി അവർക്ക് പ്രോംപ്റ്റ് ചെയ്തുകൊടുക്കാം എന്ന് കൂട്ടത്തിൽ തോന്നി.

ഒന്നാമങ്കത്തിനുശേഷം മണീന്ദ്രൻ എഴുന്നേറ്റുപോയി. അണിയറയിലേക്ക് അയാളെ വിളിച്ചുകൊണ്ടുപോയതായിരുന്നു. നാടകം പുരോഗമിക്കുന്തോറും ശാന്തിയുടെ ഉദ്വേഗം വർധിച്ചുകൊണ്ടിരുന്നു. അടുത്ത സീറ്റ് കാലി. അതിനപ്പുറത്ത് സദാനന്ദൻ–നാടകം കണ്ടു രസിച്ചിരിക്കുന്നു.

രണ്ടാമങ്കം കഴിഞ്ഞിട്ടും മണീന്ദ്രൻ വന്നില്ല. ഇരുട്ടിൽ ശാന്തിയുടെ രണ്ടു കണ്ണും ജ്വലിച്ചു. വരില്ല, അവൾക്കറിയാം–ശാന്തിയെ അഭിമുഖീകരിക്കുവാൻ അയാൾക്കു ധൈര്യമില്ല.

അപ്പോഴേക്ക് ശാന്തിയുടെ നെറ്റിയിൽ വിയർപ്പുതുള്ളികൾ പൊട്ടിനിറഞ്ഞു—പലതവണ ഉറുമാൽകൊണ്ട് തുടച്ചിട്ടും ദേഹത്തെയും മനസിനെയും ബാധിച്ചിരുന്ന സ്വേദരോമാഞ്ചങ്ങൾ തടഞ്ഞുനിർത്തുവാൻ കഴിഞ്ഞില്ല. ഇതിനിടയ്ക്ക് നാടകത്തിലെ പാത്രങ്ങൾ സുപരിചിതമാണെന്നു തോന്നാൻ കാരണമെന്ത്? ആദ്യംതൊട്ടേ നാടകത്തിലെ സംഭവങ്ങൾ തനിക്ക് അറിയാമെന്ന് എന്തുകൊണ്ട് തോന്നി എന്ന് ശാന്തിക്ക് മനസിലാക്കാൻ കഴിഞ്ഞു.

നാലാമങ്കം തുടങ്ങിയതോടെ ഇനി വയ്യ എന്നു തോന്നി. ശാന്തി പെട്ടെന്ന് സീറ്റിൽനിന്ന് എഴുന്നേറ്റ് സദാനന്ദനോടു പറഞ്ഞു "എനിക്ക് വല്ലാതെ തല നോവുന്നു. ഒന്നു വീട്ടിൽ കൊണ്ടുപോയി വിടുമോ?"

സദാനന്ദൻ ലയിച്ചിരിക്കുകയായിരുന്നു. വിസ്മയത്തോടെ ചോദിച്ചു "കാണണ്ടേ?"

"വേദന സഹിച്ചുകൂടാ, സദാനന്ദബാബു! മുഴുവൻ കാണാനിരുന്നാൽ ഞാനിവിടെ വീഴും."

ശാന്തി തണുത്ത് ജീവനറ്റ സ്വരത്തിലാണ് പറഞ്ഞത്—ലേശവും ക്ഷോഭം പ്രകടിപ്പിച്ചില്ല. എന്നിട്ടും സദാനന്ദന്റെ ചെവികൾക്ക് അതു വിചിത്രവും അപസ്വരവുമായി തോന്നി. അയാൾ ശാന്തിയെ സൂക്ഷിച്ചുനോക്കി.

മിക്കവാറും ഇരുട്ടാണ് ഹാളിൽ, ഒന്നും തെളിഞ്ഞു കണ്ടുകൂടാ. എന്നിട്ടും ശാന്തിയുടെ മുഖം ചുളിവോ കുറവോ പറ്റാത്ത ഒരു കൽചുവരുപോലെ തോന്നി സദാനന്ദന്. അതിൽ സുഷിരങ്ങൾ പോലെ രണ്ട് ഇരുണ്ട കണ്ണുകൾ. വിറയ്ക്കുന്ന ചുണ്ടുകൾ.

"മണീന്ദ്രനെ വിളിക്കട്ടെ?" സദാനന്ദൻ ചോദിച്ചു.

"എന്തിനു ബുദ്ധിമുട്ടിക്കുന്നു?" ശാന്തമായ ചിരിയോടെ ശാന്തി പറഞ്ഞു. "നല്ല തിരക്കിലാവും തീർച്ച. നിങ്ങൾ എന്നെ വീട്ടിൽ വിട്ട് തിരിച്ചുവന്നിട്ട് പറഞ്ഞാൽ മതി–ഞാൻ സുഖമില്ലാതെ പോയതാണെന്ന്."

തിയേറ്ററിലെ അഭിനയം കഴിഞ്ഞത് ആറരയ്ക്കാണ്. പക്ഷേ മണീന്ദ്രൻ മടങ്ങിയത് ഒരുമണിക്ക്.

പതുക്കെ വാതിലടച്ച് കിടക്കയിൽ വീഴാനാണ് മണീന്ദ്രൻ വിചാരിച്ചിരുന്നത്. എന്നാൽ ശാന്തി അപ്പോഴേക്ക് എഴുന്നേറ്റിരുന്നുകഴിഞ്ഞിരുന്നു.

"അല്ലാ നീ ഉറങ്ങിയില്ലേ?"

"ഇല്ല" എന്നു പറഞ്ഞെഴുന്നേറ്റ്, ഊർന്നുവീണ സാരിയും ഉതിർന്നു വീണ മുടിയുമായി ചെന്നു വാതിൽ ചേർത്തടച്ച് സാക്ഷയിട്ടിട്ടു വന്നു.

"നിനക്കു പെട്ടെന്നു സുഖമില്ലാതായെന്നു സോമനാഥൻ പറഞ്ഞു. അതുകൊണ്ട് മുഴുവൻ കാണാൻ നിൽക്കാതെ—"

"അതു കേട്ടിട്ടായിരിക്കും ഇത്രവേഗം വീട്ടിലേക്കു പോന്നതെന്നു തോന്നുന്നു. എങ്ങനെയുണ്ട് കാണാൻ?" ആ ഇരുട്ടിൽ ശാന്തിയുടെ ശബ്ദം പതിവിലുള്ള വിധത്തിലല്ല കേൾക്കപ്പെട്ടത്. അവൾ മുഖത്ത് മൂടി ധരിച്ചിട്ടുണ്ടെന്നു തോന്നും. നോക്കിനിൽക്കെ മുഖംമൂടിയുടെ അടിയിലെ വക്രത കാണാതായി. തിരിച്ചുവന്ന് മണീന്ദ്രനെ വരിഞ്ഞുകെട്ടിപ്പിടിച്ചുകൊണ്ട് ശാന്തി പറഞ്ഞു "നിങ്ങളുടെ നാടകത്തിൽ എനിക്കും ഒരു പാർട്ട് തരൂ."

മണീന്ദ്രൻ വല്ലാതായി. കണ്ഠാശിഷ്ടയായ ശാന്തിയെ പിടിച്ചു നീക്കിക്കൊണ്ട് അയാൾ പറഞ്ഞു, "എന്താണ് നീ ഈ പറയുന്നത്?"

ശാന്തി പിന്നെയും ചെന്നു അടുക്കലേക്ക്. മുഖംമൂടി മുമ്പത്തെ രണ്ടു ചുണ്ടുകളും കഠിനങ്ങളും അൽപ്പം വക്രങ്ങളുമായി "എന്തോ? എന്റെ തന്നെ ജീവിതം, എന്റെ തന്നെ സ്വഭാവം–ഞാൻ വേഷം കെട്ടിയാൽ എന്താണ് തരക്കേട്?" ഇപ്പോഴലിയുമെന്നു തോന്നിക്കുന്ന സ്വരത്തിൽ തുടർന്നു, "നിങ്ങളുടെ ചമേലി, ഭാമിനി, ചപല മുതലായവരെക്കാൾ എനിക്ക് എത്രയോ മെച്ചമായി അഭിനയിക്കാൻ കഴിയും നാടകം, നോക്കിക്കോളൂ."

ഇമകൂട്ടാൻപോലും മറന്നുനിന്നിരുന്ന മണീന്ദ്രൻ പെട്ടെന്ന് ശാന്തിയുടെ ചിരി കേട്ടു. നേർത്ത് നീരുറവിനു തുല്യമായ ചിരി "നിങ്ങൾ മിനഞ്ഞെടുത്ത കുടുക്ക് എന്തായാലും മോശമില്ല. വീട്ടുകാര്യങ്ങളെടുത്തു നാടകമെഴുതുക. പണംവാരാൻ ഈ പണി കൊള്ളാം. പക്ഷേ, എന്റെ പാർട്ട് എനിക്കുതന്നെ തരാനെന്താണ് സങ്കോചം കാട്ടുന്നത്? തരൂന്നേ!" പ്രഗത്ഭവും ദ്രുതവും തരളവുമായ സ്വരത്തിൽ ശാന്തി പറഞ്ഞുകൊണ്ടേപോയി "തരൂന്ന്! അതുകൊണ്ട് ഇപ്പോൾ കിട്ടുന്നതിലധികം പണം കിട്ടുമല്ലോ. വീട്ടിലെ കഥയല്ലേ? അതിന്റെ പണം എന്തിനു പുറത്തുള്ളവർക്കു കൊടുക്കുന്നു!"

കേൾക്കവയ്യ ഇനി, ഈ ശാന്തിയുടെ നിഷ്ഠൂരവും നിരങ്കുശവുമായ പ്രലാപം. വാതിൽ തുറന്ന് അയാൾ പുറത്തേക്കു പോയി. നെറ്റിയിലെ രണ്ടു ഞരമ്പുകൾ കടുന്തുടി കൊട്ടുന്നു. കുറച്ചു തണുത്ത കാറ്റേൽക്കട്ടെ.

ശാന്തി ശ്വാസംമുട്ടിക്കുന്ന മുറിയിൽ കിടക്കയിൽ കമഴ്ന്നുകിടന്ന് തലയിണയിൽ മുഖം പൂഴ്ത്തി. കണ്ണുനീർകൊണ്ട് എല്ലാം നനയുന്നു. നനയട്ടെ. ദേഹമാകെ ആകുലവും അശ്രുമയവുമായ ഒരു ചേതന മുരണ്ടു നടക്കുന്നു. ഭാഗ്യംകെട്ട കണ്ണുകളിൽക്കൂടെ അതിനെത്രത്തോളം പുറത്തേക്കൊഴുകാൻ കഴിയും?

എല്ലാം വ്യർഥമായി, സംശയമില്ല. മണീന്ദ്രന്റെ മുമ്പിൽവച്ച് ശാന്തി ഇതേവരെ കാട്ടിക്കൂട്ടിയിരുന്നതെല്ലാം വച്ചുനോക്കുമ്പോൾ മണീന്ദ്രന്റെ സ്ഥാനത്ത് വേറെ വല്ലവരുമായിരുന്നെങ്കിൽ ഭ്രാന്തുപിടിച്ചു പോകുമായിരുന്നു. എന്നാൽ മണീന്ദ്രൻ എല്ലാം അറിഞ്ഞിരുന്നു. കണ്ണുകൾ തുറന്നുതന്നെയാണ് അയാൾ വച്ചിരുന്നത്. പക്ഷേ ആ കണ്ണുകളിൽനിന്ന് നാളം പുറപ്പെട്ടിരുന്നില്ല. എല്ലാം അകത്തേക്ക് ആഹരിക്കമാത്രമേ ചെയ്തിരുന്നുള്ളൂ. അതെല്ലാം മണീന്ദ്രൻ ഇത്രകാലങ്ങൾക്കുശേഷം നാടകത്തിൽ ഉൾക്കൊള്ളിക്കയും ചെയ്തു.

ഇത്രയും നാളുകൾക്കുശേഷം ഇന്നാണ് ശാന്തിക്കു തോന്നിയത്—മണീന്ദ്രൻ ഇഷ്ടംപോലെ നടക്കാനുള്ള സ്വാതന്ത്ര്യം നൽകി. കണ്ടിട്ടും കണ്ടില്ലെന്ന്, അറിഞ്ഞിട്ടും അറിഞ്ഞില്ലെന്ന് നടിച്ചു നടന്നിരുന്നതിന്റെ പുറകിൽ സുപരികൽപ്പിതമായ ഒരാസൂത്രണം ഉണ്ടായിരുന്നു. ഒരുപക്ഷേ, ഇങ്ങനെയൊരു പാത്രത്തിന്റെ രൂപം മണീന്ദ്രൻ ഉള്ളിൽ കണ്ടിരുന്നിരിക്കാം. പക്ഷേ, അത് വേണ്ടത്ര പൂർണമായിരുന്നിരിക്കില്ല. ശാന്തിയെ അവളുടെ വഴിക്ക് നടക്കാൻ വിട്ടിട്ട് അവളെ സ്വന്തം പാത്രത്തിന്റെ കുറവു നികത്താനായിരുന്നു ശ്രമം.

റിയലിസ്റ്റ് ആർട്ടിസ്റ്റാണ് മണീന്ദ്രൻ. ഹൃദയഹീനനായ ചിന്താശീലനായ കലാകാരൻ. ശാന്തി അയാളുടെ രസസൃഷ്ടിക്കുള്ള രസായനത്തിൽ വെറുമൊരു ഗിനിപ്പന്നി.

അവസാനത്തെ ഒരു ദീർഘനിശ്വാസത്തോടൊപ്പം ശാന്തിയുടെ കരച്ചിൽ നിന്നപോലെ തോന്നി. തലയിണയിൽനിന്ന് പതുക്കെ തലപൊക്കി. മുഖമാകെ നനഞ്ഞിരിക്കുന്നു. കവിളിൽ രണ്ട് പഞ്ഞി പറ്റിപ്പിടിച്ചിട്ടുണ്ട്. രണ്ടുമൂന്ന് മുടികളും. സിന്ദൂരപ്പൊട്ടലിഞ്ഞ് നെറ്റിയിലാകെ പരന്നു.

ചെറിയ ഒരു ചിരി ചുണ്ടിൽ പൊട്ടി. ഇത്ര വലിയ തെറ്റ് മനുഷ്യൻ ചെയ്ത പതിവുണ്ടോ? അവൾ വിചാരിച്ചത് മണീന്ദ്രന് ഇന്ദ്രജിത്തിനോട് അസൂയ തോന്നുമെന്നായിരുന്നു. ഇത്രയും നാളത്തെ അലട്ടിനുശേഷം മണീന്ദ്രന്റെ മനസ് നല്ലപോലെ ഉറച്ചിരിക്കുന്നു. ഇപ്പുറത്തിരുന്ന് ശീട്ടുകളിക്കുമ്പോഴും പുലികളിക്കുമ്പോഴും ഒരുസമയം മണീന്ദ്രൻ കർട്ടനിടയിൽക്കൂടെ നോക്കിയിരുന്നിരിക്കണം. ഒരു വളർത്തുപൂച്ചയെ ശാന്തി ലാളിക്കയാണെന്ന മട്ടിൽ. മണീന്ദ്രന് ആ സമയം മുഖം പ്രസന്നമായിക്കൊണ്ടിരുന്നിരിക്കും.

ശാന്തിയുടെ കൈയിൽ കുരങ്ങാണ് ഇന്ദ്രജിത്. ശാന്തി മണീന്ദ്രന്റെ കൈയിലെ കുരങ്ങും. വട്ടം ചുറ്റിക്കളിക്കാനുള്ള വാസന.

ശാന്തി മുഖം സാരിത്തുമ്പുകൊണ്ട് തുടച്ചു. വസ്ത്രങ്ങൾ ശരിയാക്കി മുടി കെട്ടിക്കിടന്നു. അവൾ അത്രവേഗം തോൽവി സമ്മതിക്കില്ല—കളി ഒറ്റക്കളംകൊണ്ട് അവസാനിക്കില്ല.

11

പകൽമുഴുവൻ എല്ലാവരും അവരവരുടെ വഴിക്കു തിരിഞ്ഞുപോകും. സന്ധ്യയാകുമ്പോൾ ഓരോരുത്തരായി വന്നുചേരും. ആ സ്ഥാനത്ത്— കിനുഗോയാല തെരുവിലെ സേവാസത്രത്തിൽ.

സ്റ്റൗവിൽ വെള്ളം തിളപ്പിക്കാൻ വച്ച് ശകുന്തള മുമ്പിൽ ഇരിക്കുന്നു. ശകുന്തളയെ വളഞ്ഞ് ചുറ്റും ഇരിക്കുന്നു, യുവതികൾ—അണിമ, ഗീത, സ്റ്റെല്ല. ചിലദിവസം കോളേജിൽനിന്നു വന്നാൽ നീലയും കൂട്ടത്തിൽ കൂടും.

വെള്ളത്തിൽ ചായയില ഇട്ട് പാത്രം നല്ലപോലെ അടച്ചിട്ട് ശകുന്തള പറഞ്ഞു "എന്തുണ്ട് നിങ്ങളുടെ കൈയിൽ? കണക്കു തരുവിൻ ഓരോരുത്തരായി."

"ശകുന്തളേടത്തി കാബൂളിവാലയെപ്പോലെയാണല്ലോ സംസാരിക്കുന്നത്. നിൽക്കൂ, ചായ കുടിച്ചിട്ടു തരാം."

അണിമയ്ക്കും ഗീതയ്ക്കും ഇന്ന് അയ്യഞ്ചുരൂപ കിട്ടി. സ്റ്റെല്ലയ്ക്ക് കുറച്ചധികം—പത്ത്.

ഇരുപതുരൂപ മടിത്തുമ്പിൽ കെട്ടിക്കൊണ്ട് ശകുന്തള പറഞ്ഞു "തുടക്കം മോശമില്ല. എന്നാലും ഇതൊന്നും പോര. വീട്ടിൽ ചില മരാമത്തുകൾ ഒക്കെ വേണം. പത്രത്തിൽ ഒരു പരസ്യം കൊടുക്കുന്നതും നന്ന്."

"എല്ലാം പതുക്കെപ്പതുക്കെ നടക്കും, ശകുന്തളേടത്തി."

നടക്കും, അതു ശകുന്തളയ്ക്കും അറിയാം. പലതും നഷ്ടപ്പെട്ടിട്ടും ഈ ആശ ഉണ്ടായിരുന്നതുകൊണ്ടുതന്നെയാണ് ഇന്ന് ഈ ഏതാനും പെൺകുട്ടികളെ സംഘടിപ്പിക്കാൻ കഴിഞ്ഞത്. ഒഴുക്കിൽപ്പെട്ട് അടിപതറി ബഹുദൂരം ഒലിച്ചുപോയശേഷമാണ് കാലിന് കുത്തിനിൽക്കാവുന്ന ഒരുറച്ച ഭൂമി കിട്ടിയത്. നഴ്സുകളുടെ ജീവിത മഹാവ്രതത്തെപ്പറ്റി പറയുമ്പോഴൊക്കെ ഗദ്ഗദം കൊള്ളാറുള്ള ഡോക്ടർ ഉപാധ്യായയുടെ സംഘത്തിൽ നിന്ന് ഈ യുവതികൾക്കു കിട്ടാതെപോയ ബഹുമതികളും അഭിനന്ദനങ്ങളും താൻ ഈ പുതിയ ജീവിതത്തിൽ നിന്ന് വാങ്ങിക്കൊടുക്കുമെന്ന് ശകുന്തള പ്രതിശ്രുതി ചെയ്തു.

കൺമുമ്പിൽ ആശുപത്രിയുടെ ചിത്രങ്ങൾ ഓരോന്നായി ഒരു യാത്രയായി കടന്നുപോകുന്നു. വേതനം സ്വൽപ്പം, പ്രയത്നം അധികം, ചാടിക്കടിക്കുന്ന സ്വഭാവവുമായുള്ള രോഗികളുടെ കട്ടിലുകൾക്കിടയിലൂടെ ചുറ്റിനടക്കൽ, ദീർഘരോഗശീർണരും പെറ്റവരെയും ഉറ്റവരെയും വിട്ടുപോന്നവരും കട്ടിൽ അവലംബമാക്കിയവരുടെ ആതുരരുടെ കരുണവും രുഗ്ണവുമായ നോട്ടം. മമതാകോമളമായ സ്പർശമായിരിക്കും അവർ പ്രതീക്ഷിക്കുന്നത്. കിട്ടുന്നതു തട്ടിക്കയറ്റം. തങ്ങൾ വഞ്ചിക്കപ്പെടുന്നു. മറ്റുള്ളവരെയും വഞ്ചിക്കുന്നു. പക്ഷേ, വലിയ മോശമുണ്ടായിരുന്നില്ല. ഡോക്ടർ ഉപാധ്യായയുടെ പൊള്ളയെങ്കിലും വലുപ്പക്കുറവില്ലാത്ത 'ബഡായി വാക്കുകൾ' ആ വഞ്ചനയുടെ വാനത്തു പറന്നുനടക്കും.

അതിലും ഭേദംതന്നെ ഇത്. ഇതും വളയമില്ലാത്ത ചാട്ടമല്ല. ഇവിടെയും ആവശ്യമാണ് ഉറുപ്പികയും പൈസയും. പക്ഷേ, ഇവിടത്തെ ആഹാരത്തിനു രുചി കൂടും. ഇവിടെ വാങ്ങുന്നുണ്ടെങ്കിൽ മറ്റുള്ളവരുടെ ആവശ്യങ്ങൾ നിർവഹിക്കുകയും ചെയ്യുന്നുണ്ട്.

മുഖം കഴിയുന്നതും കുറച്ചു തുറന്ന് ഒരു കോട്ടുവായിട്ടു ശകുന്തള. ഉച്ചയ്ക്കു മുഴുവൻ കിടന്നുറങ്ങിയതുകാരണം ദേഹത്ത് ഒരു ജാതി 'മേദോമത്സരത' ബാധിച്ചിരിക്കുന്നു. അവളുടെ ഉറക്കമുണർന്ന മുഖം കണ്ടാൽ ശരിക്കും പെൺനരിയെപ്പോലെയിരിക്കുമത്രേ. അങ്ങനെയാണ് കൂട്ടുകാരികൾ പറയുന്നത്. എത്ര നരികളെ കണ്ടിട്ടുണ്ട് നിങ്ങൾ? കൽക്കത്താമഹാനഗരമല്ലാതെ വല്ലയിടവും കണ്ടിട്ടുണ്ടോ? ഫുട്പാത്തിൽനിന്ന് ട്രാമിലേക്ക്, ട്രാമിൽനിന്ന് ഫുട്പാത്തിലേക്ക്.

ചായ ഒന്നു 'മൊത്തി'ക്കുടിച്ചിട്ട് ശകുന്തള പറഞ്ഞു "നീ ഇന്നു വരാൻ വൈകുന്നതു കണ്ടപ്പോൾ ഒന്നുപേടിച്ചു ഗീതേ! വൃദ്ധനായ ഖോക്ക (കുട്ടൻ എന്ന വാക്കിനുപകരം ബംഗാളികൾ ഉപയോഗിക്കുന്ന വാക്ക്) വിട്ടില്ല അല്ലേ?"

"അല്ല ശകുന്തളേടത്തി, മരുന്നുകൊടുത്ത് കമ്പിളി പുതപ്പിച്ചു പുറപ്പെട്ടതായിരുന്നു. അപ്പോഴുണ്ട് വൃദ്ധൻ തിരികെ വിളിച്ചുപറയുന്നു, പുസ്തകം വായിച്ചു കേൾപ്പിക്കാൻ."

"എന്നിട്ട് നീ കേൾപ്പിക്കാനിരുന്നു?"

"ഇല്ലാതെ പറ്റുമോ? ദിവസവും രൂപ അഞ്ചുവീതം—വൃദ്ധന് എന്നെയൊഴിച്ച് മറ്റാരെയുമില്ല വിശ്വാസം. മകൻ, പുത്രവധു, പൗത്രന്മാർ ആരെയും തന്നെ പറയുന്നതെന്തെന്നോ? സുഖക്കേടൊക്കെ മാറിയാൽ എന്നോടൊപ്പം തീർഥയാത്രയ്ക്കു പോകാൻ വിചാരിക്കുന്നത്രേ."

"നീയീ പറയുന്നതെന്താണ്? ഇവിടുന്ന് തെറ്റിക്കളയാനോ ഭാവം?"

"അല്ല. വൃദ്ധന്റെ മനസ്സ് നല്ല പട്ടാണ്. അയാൾ എനിക്ക് ഒരാളെ അന്വേഷിച്ചു തരാനാണ് പോണത് ശകുന്തളേടത്തി!"

"നിന്റെ അധഃപതനം കണ്ടിട്ട് സങ്കടം തോന്നുന്നു ഗീതേ! തന്നത്താൻ ഒരാളെ പിടിച്ചെടുക്കാൻ നിന്നെക്കൊണ്ടായില്ല. അവസാനം ഒരു വൃദ്ധനെ പിടികൂടി 'സമ്മന്ത'ത്തിന് ആളുണ്ടാക്കാൻ."

തോളിൽ ഒരു തോർത്ത് എടുത്തിട്ട് ശകുന്തള കുളിക്കാൻ പുറപ്പെട്ടു.

"ഞാൻ ഒരുക്കം കൂട്ടട്ടെ. നിങ്ങൾ കുറച്ചിരിക്കിൻ. എനിക്ക് നൈറ്റ് ഡ്യൂട്ടിയാണ്."

രാത്രിയിലെ പണികൾ ശകുന്തളതന്നെ ചെയ്യുന്നു. അവൾ പറയും—"രാത്രി നിങ്ങളെ അയയ്ക്കാൻ വിശ്വാസമില്ല. ചെറുപ്രായമാണ് എല്ലാവർക്കും. വരാൻ സമ്മതിച്ചില്ലെങ്കിലോ?"

ശകുന്തള ഉത്തരവാദിത്വബോധം കാരണമാണ് ഇങ്ങനെ ചെയ്യുന്നത് എന്ന് എല്ലാവർക്കുമറിയാം. അവർ ഇനിയും കുട്ടികൾ–പകൽ മുഴുവൻ പണിയെടുത്ത് നേടിക്കൊണ്ട് വരുന്നതുതന്നെ ധാരാളം. ഉറക്കമിളയ്

ക്കുന്ന പണി അവരെ കെട്ടിയേൽപ്പിച്ചിട്ട് എന്തു പ്രയോജനം? 'ഫുൾശയ്യ' (പുഷ്പശയ്യ=പ്രഥമ സമാഗമ രാത്രി) ഇല്ല. പക്ഷേ, ജാഗരണം (പുഷ്പ ശയ്യ നാളത്തെ) ഏതായാലുമുണ്ട്.

കുളികഴിഞ്ഞ് തിരിച്ചുവന്നു ശകുന്തള. ഇപ്പോഴും അൽപ്പാൽപ്പം വെള്ളം പറ്റിയിരിപ്പുണ്ട് കൺപീലികളിൽ, സീമന്തരേഖയിൽ. ചെവിത്തട്ടിനു താഴെ രണ്ടു തുള്ളികൾ 'തസുംകി' പോലെ അപ്പോഴും തൂങ്ങിക്കിട ക്കുന്നു. ഉണങ്ങിവരുന്ന സോപ്പിൻപത കഴുത്തിനു പുറകിൽ, കർണമൂല ത്തിൽ മൂക്കിനറ്റത്ത്.

അയഞ്ഞ ഷെമ്മീസിനു മുകളിൽ ഉണങ്ങിയ ഒരു സാരികൊണ്ട് ഒരു ചുറ്റുമാത്രം ഉടുത്തുകൊണ്ടാണ് ശകുന്തള കുളിമുറിയിൽനിന്ന് പുറത്തു വന്നത്. ഇത് കലർപ്പില്ലാത്ത സ്ത്രീരാജ്യം. ഇവിടെ അത്രയ്ക്കൊന്നും നാണം ആവശ്യമില്ല.

ഉണങ്ങിയ തുണികൊണ്ട് മുഖം തുടയ്ക്കുന്നതിനിടയ്ക്ക് ശകുന്തള എല്ലാവരുടെയും മുഖത്തേക്ക് മാറിമാറി നോക്കി.

"എന്താണ് നോക്കുന്നത് നിങ്ങൾ വാ പിളർന്നുകൊണ്ട്?"

വായ് സാരിത്തുമ്പാൽ പൊത്തിക്കൊണ്ട് ചിരിച്ചു കുഴഞ്ഞ് അണിമ പറഞ്ഞു "നിങ്ങളെത്തന്നെ. നിങ്ങളെയും പുറത്തേക്കയയ്ക്കാൻ വിശ്വാ സമില്ല ശകുന്തളേടത്തി! ഈ സൗന്ദര്യത്തിന്റെ ഒരംശമെങ്കിലും ഞങ്ങൾ ക്കുണ്ടായിരുന്നെങ്കിൽ..."

"അംശം!" സാരികൊണ്ട് ഡോലിപോലെ ദേഹം ചുറ്റി പല്ലുകൊണ്ട് 'മുന്താണി' (സാരിയുടെ തോളിലിടുന്ന അറ്റം) കടിച്ചുപിടിച്ച് ബ്ലൗസ് ഇടു വാൻ തുടങ്ങി ശകുന്തള–തിരിഞ്ഞുനിന്ന്. പിന്നെ കഴുത്ത് തിരിച്ച് നോക്കി ക്കൊണ്ട് പറഞ്ഞു "ഒരംശം എന്നാക്കിയതെന്തേ? അരഅംശം ഉണ്ടായാൽ ത്തന്നെ കൃതാർഥത തോന്നണം. പക്ഷേ, പണമുണ്ടായാൽത്തന്നെ എല്ലാ സുഖവുമായെന്നാണ് വിചാരം. കണ്ടില്ലേ ഉരുണ്ടുകൊഴുത്ത് വരുന്നത്?" രോമംനിറഞ്ഞ ധൂസരമായ തടിച്ച കൈനീട്ടിക്കൊണ്ട് പറഞ്ഞു "ഇതൊ ക്കെ കണ്ടിട്ടും ആരെങ്കിലും എന്റെ അടുക്കൽ വരാൻ സാഹസപ്പെടുമെന്ന് വിചാരിക്കുന്നുണ്ടോ? പ്രിയമില്ലെങ്കിൽ വേണ്ട, ഈ കൊഴുപ്പുകണ്ടാൽ ത്തന്നെ ദൂരെനിന്ന് നമസ്കരിക്കുമല്ലോ."

ശകുന്തള ഉടുത്തൊരുങ്ങി പുറപ്പെടാൻ ഭാവിച്ചപ്പോഴാണ് ലളിതയു ടെ വരവ്. വരുമ്പോഴൊക്കെ ഇതേവിധം അനക്കം കേൾപ്പിക്കാതെയാണ് വരുക. വാതിലിനു പുറത്തുനിന്ന് ഒറ്റക്കാലിൽനിന്ന്, കട്ടിളയിൽ പിടിച്ച് ഒരു കാലിലെ ചെരിപ്പ് ഊരി. കൃശശ്യാമമായ മറ്റേക്കാൽ എല്ലാവരുടെയും കണ്ണിൽപ്പെട്ടു. ലളിത അതു മനസിലാക്കി. നാണംകൊണ്ട് അവൾക്ക് തല പൊക്കാൻ കഴിഞ്ഞില്ല.

ശകുന്തള പറഞ്ഞു "ചെരിപ്പിട്ടുകൊണ്ടുതന്നെ അകത്തേക്ക് കടക്ക രുതോ നിനക്ക്, ലളിതേ! ഇത് നിഷ്ഠക്കാരിയായ വല്ല വിധവയുടെയും മുറിയൊന്നുമല്ല, ജാതി പൊയ്ക്കളയും എന്നു വിചാരിക്കാൻ."

ലളിത ഒന്നുകൂടി സങ്കോചപ്പെട്ടുപോയി—ശീർണവും ശ്യാമളവുമായ കപോലത്തിൽ ലജ്ജോത്ഭിന്നമായ രക്തത്തിന്റെ കലവി തെളിഞ്ഞു.

അണിമ പറഞ്ഞു "ലളിത ഓടിപ്പോന്നതാണെന്നു തോന്നുന്നു."

ഇപ്പോഴാണ് ലളിത കണ്ണുതുറന്ന് നോക്കിയത് "എന്തേ? അല്ലാതെ വരാൻ പറ്റില്ലേ എനിക്ക്?"

ശകുന്തള ദീർഘമായി ശ്വസിച്ച് കപടക്രോധം പ്രദർശിപ്പിച്ചുകൊണ്ട് പറഞ്ഞു "ഉവ്വ്. വരാൻ പോണു ലളിത. നിന്റെ ആ മെഡിക്കൽ സ്റ്റുഡന്റിനെ കിട്ടിയാൽ നീ വരുമോ? എനിക്ക് എങ്ങുമില്ലാത്ത 'കുനിഷ്ഠാ'ണ് തോന്നുന്നത്. നീയെന്നെങ്കിലും അയാളുമായിട്ടൊരൊത്തുതീർപ്പിലെത്തും, സംശയമില്ല. ഒന്നുകേൾക്കട്ടെ, എന്തു കണ്ടിട്ടാണ് നീ മതിമറന്നത്? അയാൾ സുന്ദരനോ?" ഗ്രീവാഭംഗത്തോടെ ശകുന്തള ഒന്നുനോക്കി.

സ്നാനമസൃണമായ മുഖം, വളഞ്ഞു വരപോലുള്ള പുരികങ്ങൾ, മുറുകെക്കെട്ടിയ മുടി. അങ്ങോട്ടു നോക്കി സംസാരിക്കാൻ തുടങ്ങിയ ലളിതയ്ക്ക് തൊണ്ടയിടറി—ഇപ്പോൾ കരയുമെന്ന മുഖഭാവത്തോടെ പറഞ്ഞു "എന്താണ് ശകുന്തളേടത്തി! ഞാൻ വരുന്നുണ്ടല്ലോ സൗകര്യപ്പെടുന്ന നിമിഷം വരുന്നുണ്ട്."

"ഈ സൗകര്യം തന്നെയാണ് ഈയിടെ കുറെ കമ്മിയായിത്തുടങ്ങിയിരിക്കുന്നത് എനിക്ക്, ലളിതേ! എല്ലാവർക്കും ഒപ്പം എത്തിക്കോളാം എന്നല്ലേ പറഞ്ഞിരുന്നത്? ഇന്നും വന്നില്ല. ഞങ്ങളെല്ലാവരും മുൻ വാതിലിൽക്കൂടെ നേരെ നടന്ന് വഴിയിലിറങ്ങി. നീ പിൻവാതിൽക്കൽ ചെന്നു മുട്ടുകയാണ്. എപ്പോഴാണ് തുറക്കുക ആവോ എന്ന വേവലാതിയോടെ."

ശകുന്തളയ്ക്ക് പോകാൻ സമയമായിക്കഴിഞ്ഞിരുന്നു. അതുകൊണ്ടാണ്. ഇല്ലെങ്കിൽ ഏതാനും നിമിഷങ്ങൾകൂടി അവളുടെ കൊള്ളിവാക്കുകൾ കേൾക്കേണ്ടിവന്നെങ്കിൽ ലളിത പൊട്ടിക്കരഞ്ഞുപോകുമായിരുന്നു.

ഉത്തരം മുട്ടുക. മനസുമുഴുവൻ തപ്പിനോക്കിയിട്ടും തക്കതായ വിശദീകരണം നൽകാൻ കഴിയാതെ വരുക—കരച്ചിൽ വരുന്നത് അപ്പോഴാണ്. ലളിതയ്ക്കും ഉള്ളിൽ സമ്മതിക്കേണ്ടിവന്നു. എത്ര തറയ്ക്കുന്ന വാക്കുകളായാലും ശകുന്തള പറഞ്ഞതിൽ ഒട്ടും കളവില്ല.

എന്നാൽ പ്രാണൻ പോയാലും ലളിത ഇവരുടെ മുമ്പിൽ ഏറ്റുപറയുമോ—ഇന്ന് അരവിന്ദൻ—സിക്സ്ത് ഇയർ സ്റ്റുഡന്റ്—വരുമെന്ന് കരുതി വളരെനേരം കാത്തുനിൽക്കുകയുണ്ടായി. ഒന്നിച്ച് സിനിമയ്ക്കു പോകാമെന്ന് പറഞ്ഞുവച്ചിരുന്നു. പറഞ്ഞിരുന്ന സ്ഥലത്ത് പറഞ്ഞസമയംതന്നെ വളരെനേരം കാത്തുനിന്നു, ലളിത—മണിക്കൂറോളം. പിന്നെ മണി ഏഴുകഴിഞ്ഞതിൽ പിന്നെയാണ് അവൾ നിരാശയായി മടങ്ങിയത്.

പിൻവാതിൽക്കൽ ചെന്നു മുട്ടി. ശരിയാകാം ശകുന്തളേടത്തി പറഞ്ഞത്. എന്നാൽ ലളിത ഇപ്പോഴും സ്വൈരമായൊരു കുടുംബജീവിതം മനസിൽ കെട്ടിപ്പടുത്തുകൊണ്ടാണ് കഴിയുന്നത്—ക്ലാന്തങ്ങളായ ദിവസങ്ങളെ വിനിദ്രങ്ങളായ രാത്രികളെ ഈ മനോരാജ്യങ്ങളാണ് വർണശബ

ളമാക്കിയത്. ഇവരുടെ സേവാസത്രപദ്ധതിയിൽ അവളും ഉത്സാഹം കാണാതിരുന്നില്ല. പക്ഷേ, അതൊരു ആവേശത്തിൽ ചെയ്തുപോയതായിരുന്നു. വിട്ടുപോരാൻ വൈകിക്കഴിഞ്ഞിരുന്നു. രോഗങ്ങളുടെയും രോഗികളുടെയും അവസാനിക്കാത്ത സത്രം കണ്ടു മടുത്തുപോയി അവൾക്ക്. ടെമ്പറേച്ചർ ചാർട്ട് എഴുതുമ്പോൾ കൈ നീങ്ങാതായിത്തുടങ്ങി. ഡോബിയുടെ കണക്കെഴുതുന്നതാണ് ഇതിൽ ഭേദം. ഔൺസ് ഗ്ലാസിൽ ഔഷധമെടുത്ത് വിളർത്ത മുഖക്കാരുടെയടുക്കൽ ചെല്ലുന്നതിൽ എത്രയോ മധുരം നാരങ്ങ സർവത്ത് നിറച്ച ഗ്ലാസ് ബലിഷ്ഠവും മുഗ്ധവുമായ ഒരു കൈയിൽ വച്ചുകൊടുക്കുന്നതാണ്.

ശരിക്കും ഇതേസമയം മുൻവാതിലിൽ മുട്ടുകേട്ട് ശകുന്തള ജനാലയിൽക്കൂടെ താഴേക്ക് എത്തിനോക്കി.

ആരാണ് അസമയത്ത്? ഇന്നിനി പുറത്തുപോക്ക് ഉണ്ടാവില്ല എന്നു തോന്നുന്നു.

വേലക്കാരിയാണെന്നു തോന്നുന്നു, വാതിൽ തുറന്നുകൊടുത്തു. ഒരു ജോടി ചെരിപ്പിട്ട കാലുകൾ കോണിയിറങ്ങി രണ്ടാം നിലയിലേക്കു ചെന്നു. തൊണ്ട ഒന്ന് തെളിച്ചു ചോദിക്കയാണ് "ശകുന്തളാദേവിയില്ലേ ഇവിടെ?"

ശകുന്തള പറഞ്ഞു "ചെന്നുനോക്കട്ടെ ആരാണെന്ന്, അയാളെ ഓഫീസ്റൂമിൽ ഇരുത്തുവാൻ പറയൂ, വേലക്കാരിയോട്."

കോണിക്കു നേരെ മുമ്പിൽ ആദ്യം കാണുന്ന മുറിക്കാണ് ഓഫീസ് റൂം എന്നു പേരിട്ടിരിക്കുന്നത്. അടച്ചിരുന്ന വാതിൽ തുറന്ന് ശകുന്തള അകത്തേക്കു കടന്നു.

കടന്ന ഉടൻ ശകുന്തള രണ്ടടി പുറകോട്ടു വെച്ചു. അപ്പുറത്തെ മുറിയിലിരിക്കുന്നവർ കണ്ടില്ല. എല്ലാവരും ചെവിയെടുത്തു പിടിച്ചു. അപ്പുറത്തെ മുറിയിൽ നടക്കുന്ന സംഭാഷണത്തിന്റെ വല്ല പൊട്ടും പൊടിയും ഇവിടത്തോളം എത്തിയാലായല്ലോ.

വിവർണസ്വരത്തിൽ ശകുന്തള ചോദിക്കുന്നതു കേട്ടു "താങ്കൾ!"

കനത്തസ്വരത്തിൽ ഉത്തരം "ഞാൻ തന്നെ. പക്ഷേ, മുമ്പ് നീ എന്നെ നിങ്ങൾ എന്നല്ലേ പറഞ്ഞു വിളിച്ചിരുന്നത്? ശരിക്ക് ഓർമിക്കാൻ കഴിയുന്നില്ല. കാലം കുറച്ചൊന്നുമല്ലല്ലോ കഴിഞ്ഞത്. ഇരിക്കാൻ പറയാൻ ഭാവമുണ്ടോ. അതോ ചെയർ വലിച്ചിട്ട് കയറിയിരിക്കണമോ?"

"ഇരിക്കൂ."

ചെയർ വലിക്കുന്ന ശബ്ദം കേൾക്കായി.

"എന്തിനാണ് വന്നതെന്ന് വേഗം പറഞ്ഞുതീർക്കാൻ ആവശ്യപ്പെടരുത്–അതാണ് ആദ്യമായി അപേക്ഷിക്കാനുള്ളത്. ഒരു സിഗററ്റ് വലിക്കാൻ അനുവദിക്കുക. അതിനിടയ്ക്ക് എല്ലാം ഒന്നു നോക്കി മനസിലാക്കട്ടെ."

"എങ്ങനെ മനസിലായി എന്റെ താമസസ്ഥലം?"

'പസ്' എന്നൊരു ശബ്ദം തീപ്പെട്ടിക്കൊള്ളി ഉരച്ചത് "മുപ്പതിലേറെ

യായി നിനക്ക് വയസ് ശകുന്തളേ! ഇനിയും കുട്ടിയെപ്പോലെയാണ് ചോദ്യം. ഞാൻ ഒരു തനി പത്രപ്രവർത്തകനാണ്, അറിയാമല്ലോ. ലോക വാർത്തകൾ മുഴുവൻ എന്റെ വിരൽത്തുമ്പിലിരിക്കുന്നു. കൽക്കത്തയിൽ പരിചയമുള്ള ഒരാൾ കാണാതായാൽ എനിക്ക് അയാളുടെ വസതി കണ്ടുപിടിക്കുക അസാധ്യമാണ് എന്നു പറഞ്ഞ് പുച്ഛിച്ചുതള്ളാൻ മാത്രം കൊള്ളരുതാത്തവനാണ് ഞാൻ എന്നോ വിചാരം!"

"ഞാൻ കാണാതായതൊന്നുമല്ലല്ലോ. സ്വേച്ഛയാ പോന്നതല്ലേ?"

പല്ലിൽ നാവൂന്നി ദുഃഖസൂചകമായ ഒരു അവ്യയം ഉച്ചരിക്കുന്നത് കേട്ടു ആഗന്തുകൻ. "അറിയാം. നീ കാണാതെപോയവളല്ല. എനിക്ക് നഷ്ടപ്പെട്ടതാണ് നീ—പക്ഷേ, വല്ലാതെ തടിച്ചു വീർത്തിരിക്കുന്നു, ശകുന്തളേ! നിന്നെക്കാണുമ്പോൾ ഇനിയും പൂർണമായും പൊട്ടിവിടരാത്ത ആ യുവതിയെ ഓർക്കുക വിഷമം."

ശകുന്തള കഠിനസ്വരത്തിൽ പറയുന്നത് കേട്ട് "വന്ന കാര്യം പറയൂ. അടുത്ത മുറിയിൽ യുവതികൾ പലരും ഇരിക്കുന്നുണ്ട്."

"യുവതികൾ! ഓഹോ, നിന്റെ ആശ്രമബാലികമാരുടെ കാര്യമായിരിക്കും പറയുന്നത്. ദുഷ്യന്റെ വരവിനു സമയമായിരിക്കും, അല്ലേ? സമയമായാൽ പറഞ്ഞോളൂ. ആ നിമിഷം ഞാൻ സ്ഥലം വിട്ടുകൊള്ളാം."

"സമയമായി."

സിഗററ്റ് നീട്ടിവലിക്കുന്ന ശബ്ദം. ആഗന്തുകന്റെ തുടർന്നുള്ള വാക്കുകൾ "ആട്ടിയോടിക്കാൻ കണ്ട അഹിംസാമാർഗം കൊള്ളാം. പക്ഷേ നീ എന്നെ വെറുതെ സംശയിക്കയാണ് ശകുന്തളേ! കണ്ടില്ലേ, ഞാൻ തീരെ മാറിപ്പോയിരിക്കുന്നു. തൊട്ടു സത്യം ചെയ്യാം നിന്നെ. തികച്ചും ഭേദപ്പെട്ടുപോയിരിക്കുന്നു. മാറിന്റെ വിസ്താരം മുപ്പത്തെട്ട്. ഞാൻ ഇപ്പോൾ ആരോഗ്യവും ബലവും ഉള്ള പൗരൻ. കേട്ടാൽ നീ സന്തോഷിക്കാതിരിക്കില്ല, ശകുന്തളേ! ഞാൻ വീണ്ടും വിവാഹം ചെയ്തു. ഒരു കുട്ടിയുടെ അച്ഛനാണു ഞാൻ. ആശ്ചര്യം തോന്നുന്നുണ്ടോ?"

"ഇതിലെന്തിരിക്കുന്നു ആശ്ചര്യപ്പെടാൻ?"

"അതെ. കുട്ടിയുണ്ടായി. അവൻ അന്ധനോ വികലാംഗനോ ഒന്നുമല്ല. അതും നിനക്ക് അത്ഭുതകരമായി തോന്നുന്നില്ലേ?"

"ഇല്ല. ശരി, ഇനി താങ്കൾ പോകൂ. എനിക്കു സമയമായി."

"ഇത്ര ക്ഷണമോ? എട്ടടിച്ചല്ലേയുള്ളൂ. നിന്റെ രാത്രി വളരെ വേഗം തുടങ്ങാറുണ്ടെന്നു തോന്നുന്നു. വേണ്ടവേണ്ട, പുരികം വളയ്ക്കണ്ട. ആവശ്യമുണ്ടായിട്ടുതന്നെ വന്നതാണ്. വാതിൽനല്ലപോലെ അടയ്ക്കണം. പ്രത്യേകം പറഞ്ഞേക്കാം."

പിന്നെയൊന്നും കേട്ടില്ല. ഏതാണ്ട്, നാലഞ്ചുമിനിട്ട് കഴിഞ്ഞ് ഒരു ജോടി ചെരിപ്പ് കോണിയിറങ്ങിപ്പോകുന്ന ശബ്ദം ചെവിയിൽ തറച്ചു. വാതിൽ എന്നിട്ടും അടഞ്ഞുതന്നെ കിടന്നു. ശകുന്തളയുടെ യാതൊരനക്കവുമില്ല.

പതുക്കെ വാതിൽ തുറന്ന് അകത്തേക്കു നോക്കി, യുവതികൾ. അനക്കമുണ്ടാക്കാതെ അടുക്കലേക്കു ചെന്നു. മേശമേൽ വച്ച കൈകളിൽ മുഖം മറച്ചുകിടക്കുന്നു, ശകുന്തള. പെട്ടെന്നു തലപൊക്കി അവൾ. വിറയ്ക്കുന്ന പോളകൾക്കു താഴെ നനഞ്ഞ കണ്ണുകൾ-കലങ്ങിയവ.

പതുക്കെയെഴുന്നേറ്റ് ശകുന്തള മുടിയൊതുക്കി. വിവർണസ്വരത്തിൽ പറഞ്ഞു "നേരം ഒരുപാടായി. നാളെമുതൽക്ക് ഒരു ഗൂർഖയെ കാവലിനു നിർത്തണമെന്നു തോന്നുന്നു."

പിന്നെയൊന്നും പറഞ്ഞില്ല, ശകുന്തള. ഏതാനും 'പൊട്ട'ക്കണ്ണുകളിൽ മൊട്ടിട്ട കൗതുകത്തിന് മറുപടിയുണ്ടായില്ല. വാതിൽ പുറത്തുനിന്നടച്ച് ഇറങ്ങിപ്പോയി.

അടുത്തദിവസം ഉച്ചയ്ക്ക് ക്ലാസുണ്ടായിരുന്നില്ല. ഊണുകഴിഞ്ഞ് നീല ടെറസിൽ ചെന്നുനിന്ന് മുടിയുണക്കുകയായിരുന്നു. പെട്ടെന്ന് ആ ഭവനത്തിലെ ജനലിൽ നിന്നുകൊണ്ട് ശകുന്തള തന്നെ വിളിക്കുന്നതു കണ്ടു.

"എന്താണ് ചെയ്യുന്നത്? വരൂ, വർത്തമാനം പറഞ്ഞിരിക്കാം."

യുവതികൾ അവരവരുടെ പണിക്കു പോയിരിക്കയാണ്. ശകുന്തളയുടെ കുളികഴിഞ്ഞു. തലേന്നാൾ ഉറക്കമിളച്ചതിന്റെ യാതൊരു ക്ഷീണവുമില്ല, മുഖത്ത്. തലയിൽ രണ്ടു തൊട്ടി വെള്ളം ഒഴിച്ചപ്പോഴേക്ക് എല്ലാ അശ്രീകരങ്ങളും എവിടെപ്പോയി ഒളിച്ചു ആവോ. മുഖരേഖകൾക്ക് സ്വാഭാവികത വന്നു. ലേശം പതിഞ്ഞ മൂക്കിന്റെ ഇരുവശവും നീണ്ടിടംപെട്ട കണ്ണുകൾ വീണ്ടും പരിഹാസതരങ്ങളായി.

തലയിണയിൽ തലവച്ചുകിടക്കുന്ന ശകുന്തള ആലസ്യത്തോടെ ദേഹത്തിന് ഒന്നുകൂടി നീളം വയ്പ്പിച്ചപോലെ തോന്നി. മുറുക്കിയിട്ടുണ്ട് എന്നും തോന്നുന്നു. അവൾ ലഘുസ്വരത്തിൽ നീലയോടു ചോദിച്ചു "നിങ്ങളൊക്കെ അന്തംവിട്ടുപോയി ഇല്ലേ?"

നീല വിഷാദലിപ്തമായ ചിരിയോടെ നോക്കിയിരുന്നു. ഒന്നും മിണ്ടിയില്ല.

"ഒന്നും ചോദിക്കാനില്ലേ?" ഇന്ന് ശകുന്തള തികച്ചും തുറന്ന മട്ടുകാരിയായിരുന്നു. എല്ലാ കഥകളും തുറന്നുപറയുമെന്ന് സത്യം ചെയ്തിരിക്കുന്നവളെപ്പോലെ.

"ആരാണിന്നലെ വന്നിരുന്നത്!" ഗത്യന്തരമില്ലാതെ സങ്കോചത്തോടെ നീലയ്ക്ക് ചോദിക്കേണ്ടതായി വന്നു.

"അറിയില്ലേ! വനമാലീ സർക്കാർ. പേരുകേട്ട ഒരു പത്രപ്രവർത്തകൻ. അറിയില്ല അല്ലേ? പ്രസന്നനായാൽ സേവാ സത്രത്തിനെപ്പറ്റി പുകഴ്ത്തിയെഴുതും ഈ നിമിഷം തൊട്ട്." പിന്നെയൊന്ന് നിർത്തിയിട്ട് വീണ്ടും തുടർന്നു "കോപിച്ചാലോ അപവാദം കൊട്ടിഘോഷിച്ചു നടക്കുകയും ചെയ്യും."

"എന്നോട് എന്താണിയാൾക്ക് ബന്ധം എന്നോർത്തായിരിക്കും

അത്ഭുതം? അല്ല. വിചാരിക്കുന്ന തരത്തിലൊന്നുമില്ല. കാമുകനോ കാമദേവനോ ഒന്നുമല്ല. എന്റെ ഭർത്താവായിരുന്നു."

"ശകുന്തളേടത്തിയുടെ ഭർത്താവ്?"

ചപലതയാകെ സ്വരത്തിൽ കുഴച്ചെടുത്തവിധം ശകുന്തള പറഞ്ഞു "എന്താ നഴ്സിന്റെ പണിയാണെന്നുവച്ച് ഭർത്താവായിക്കൂടേ? എന്നാൽ കേട്ടോളൂ. ഈ വനമാലി സർക്കാരിന്റെ കൂടെ യഥാവിധി മന്ത്രം ചൊല്ലി അഗ്നിസാക്ഷിയായി എന്റെ വിവാഹം നടക്കുകയുണ്ടായി. അയാളുടെയൊപ്പം ആറുമാസം കുടിവച്ചുതാമസിക്കുകയും ചെയ്തു. ഇനിയും കേൾക്കണോ? സ്റ്റൗ കത്തിച്ചു ചായക്കിത്തിരി വെള്ളം വയ്ക്കൂ. എന്റെ കുട്ടി, എനിക്കിന്നിവിടുന്നെഴുന്നേൽക്കാൻ തോന്നുന്നില്ല."

കിടന്ന കിടപ്പിൽ ഇടതുകാലിന്റെ പെരുവിരൽകൊണ്ട് വലതു കാൽപത്തി ചൊറിഞ്ഞുകൊണ്ട് ശകുന്തള പറഞ്ഞു.

12

അന്ന് പതുക്കെപ്പതുക്കെ ശകുന്തള സ്വന്തം കഥ പറഞ്ഞുകേൾപ്പിക്കുകയുണ്ടായി. ഓരോരോന്നോരോന്നായി ബദാം തല്ലിപ്പൊളിച്ചു തിന്നുന്നതുപോലെ. ശരീരത്തിലെ ഒളിച്ചുവച്ചിരുന്ന വ്രണം കാട്ടിക്കൊടുക്കുംവിധം. എവിടെ? ക്ഷതമൊക്കെ ഉണങ്ങിപ്പോയിരിക്കുന്നു, വടുക്കൾപോലും ഇന്നു കണ്ണിൽപ്പെടുമോ, സംശയം.

കമഴ്ന്നുകിടന്ന് ചായക്കപ്പിൽനിന്ന് അൽപ്പമൽപ്പം മൊത്തിക്കുടിച്ചുകൊണ്ടിരുന്നു, ശകുന്തള. അഴിഞ്ഞ മുടിച്ചുരുൾ പുറത്തുകൂടി തലയിണയിൽ ചിതറിക്കിടക്കുന്നു. അതിന്റെ നിഴലിൽ അവളുടെ കണ്ണുകൾ രണ്ടും വനസരസിനെപ്പോലെ അസ്പഷ്ടവും ധൂസരവുമാണെന്ന് നീലയ്ക്കു തോന്നി.

"ഞങ്ങൾ വിവാഹം ചെയ്തു." ശകുന്തള പറഞ്ഞു "ആ വനമാലി സർക്കാരിനെ ഞാൻ വിവാഹം ചെയ്തു. അതിനുശേഷമുള്ളതു കേട്ടോളൂ ഇനി."

"വിവാഹം കഴിഞ്ഞു. പക്ഷേ ആളെ പിടിച്ചില്ല. ഒരിക്കലും പിടിക്കാൻ ന്യായമില്ല. എന്റെ വിവാഹത്തിനു മുമ്പുതന്നെ എന്റെ അമ്മയുടെ അടുക്കൽ വരാൻ തുടങ്ങിയിരുന്നില്ലേ? എന്റെയമ്മ മിഡ് വൈഫ് ആയിരുന്നു. ഞങ്ങൾ രണ്ടു പുരുഷന്മാരുടെ ധാത്രിമാരാണ്."

"ആ ചീർത്തമുഖം, കർക്കശസ്വരം, പുളിച്ച ഫലിതങ്ങൾ–എല്ലാം കൂടി ആ മനുഷ്യൻ ഒരുജാതി വങ്കന്റെ ബോധമാണ് ഉദിപ്പിച്ചിരുന്നത്. എന്നിട്ടും വിരോധം കാണിച്ചില്ല. ആയയുടെ മകളെ ഇത്ര ചുരുങ്ങിയ തുകയ്ക്ക് വിവാഹം ചെയ്യാൻ അധികമാരും തയാറാവുകയില്ല."

"വിവാഹം ചെയ്തു. എന്തിനേറെ. അയാൾക്കു പ്രേമം സമർപ്പിക്കാൻ

ഒരുങ്ങുകപോലും ചെയ്തു. ബംഗാളി പെൺകിടാവല്ലേ. ഭർത്താവിനെ പിടിച്ചില്ലെങ്കിലും സ്നേഹിക്കാനറിയാം. നിന്നെ തൊട്ടു സത്യംചെയ്തു പറയാം കുട്ടീ, അതിന്റെ ആവശ്യവും ഉണ്ടായിരുന്നു. വയസ് ഇരുപതു കഴിഞ്ഞിരുന്നു. ആരോഗ്യം എത്രയും നന്നായിരുന്നു. പതിനാറു മുതൽ ഇരുപത്തൊന്നുവരെ ഒരുവിധം പല്ലിറുമ്മി, നന്നെ ഞെരുങ്ങി കഴിച്ചുകൂട്ടി. ഇനി വയ്യ എന്നായി. വിവാഹം കഴിഞ്ഞാൽ മനസിനു രക്ഷകിട്ടിയാലും ഇല്ലെങ്കിലും ഈ ദേഹത്തിന് ഒരു പൊറുതി കിട്ടുമെന്ന് ചിന്തിച്ച് രണ്ടിനെയും ഒരുപോലെ രക്ഷപ്പെടുത്തുവാൻ കഴിയാത്തതിനാൽ ഒന്നിനെ പിടിക്കുകതന്നെ."

"നിന്റെ വിവാഹം കഴിഞ്ഞില്ല. അതുകൊണ്ട് പറയുന്നതെല്ലാം പിടിയിൽ പെട്ടുവെന്നു വരില്ല. എന്നാലും സൂചിപ്പിക്കാം. ആശ പൂർണമായില്ല, രണ്ടിലും ചതിപിണഞ്ഞു-മനസിന് തൃപ്തി വന്നില്ല, ദേഹത്തിന് കൊതിയടങ്ങിയില്ല."

"എന്തുകൊണ്ട്?" ആവിലവും ആരക്തവുമായ കണ്ണുകളോടെ ശകുന്തള നീലയുടെ നേരെ നോക്കിയിരിക്കയാണ്. നീല മോഹച്ഛന്നവും ക്ഷീണവുമായ സ്വരത്തിൽ ചോദിച്ചു "എന്തുകൊണ്ട്?"

"എന്തുകൊണ്ട്?" നീലയുടെ ചോദ്യം ആവർത്തിച്ച് ശകുന്തള ഒന്നു ചിരിച്ചു. "വിവാഹം കഴിഞ്ഞ ആദ്യത്തെ ചില ദിവസങ്ങളിൽ അതറിയാൻ ഇടതന്നില്ല. പലജാതി തട്ടാമുട്ടികൾ പറഞ്ഞുകൊണ്ടിരുന്നു. പിന്നെ ഒരു ദിവസം—ഒരാഴ്ചയ്ക്കുശേഷം—എല്ലാം അറിയാറായി. എന്റെ ഭർത്താവിന്റെ ദേഹം കീടദുഷ്ടമാണ്. ആയയുടെ പുത്രിയല്ലേ ഞാൻ. ക്ഷണം അറിയാൻ കഴിയും. ശക്തിയായി ചോദ്യം ചെയ്തപ്പോൾ സമ്മതിക്കേണ്ടി വന്നു. എല്ലാം തുറന്നു പറഞ്ഞു. മെസിൽ താമസിച്ചുതന്നെയാണ് മുപ്പത്തിയാറാമത്തെ വയസിലെത്തിയത്. വിവാഹം ചെയ്യാനുള്ള കഴിവും കഷ്ടി. അയാളെ എന്തിനു കുറ്റപ്പെടുത്തുന്നു? ഏറെയില്ല, ഒരുദിവസം, രണ്ടുദിവസം അഥവാ മൂന്നുദിവസം. അതു ധാരാളം, അക്ഷയമായ രോഗഭോഗം എന്ന നരകത്തിനെ ക്ഷണിക സ്വർഗം കൊടുത്തു വിലയ്ക്കുവാങ്ങി."

സ്തംഭനാവസ്ഥ അവസാനിപ്പിക്കുവാൻ അമാന്തം കാട്ടിയില്ല. ദുഃഖാഗ്നിയിൽ കണ്ണുനീർ ഉണക്കി. കഠിനസ്വരത്തിൽ അയാളെ ചോദ്യം ചെയ്തത് ഇന്ന് ഓർക്കുന്നു. "അപ്പോൾ എന്നെ എന്തിനു നശിപ്പിച്ചു?" തലതാഴ്ത്തിയിരിക്കയായിരുന്ന അയാൾ പറഞ്ഞു "എന്തുചെയ്യട്ടെ, ലോഭം സഹിക്കാൻ കഴിഞ്ഞില്ല. ഇപ്പോൾ പശ്ചാത്താപം തോന്നുന്നു."

"പശ്ചാത്താപമെന്ന വാക്ക് എന്നെ ചിരിപ്പിച്ചുകളഞ്ഞു. അതുകൊണ്ട് ശാസ്ത്രീയമായ പ്രതിവിധിയായെങ്കിൽ ആയിക്കോട്ടെ. പക്ഷേ നഷ്ടപരിഹാരം ഏതായാലും വരില്ല."

"എന്നിട്ട്" നീല ചോദിച്ചു.

തലയിണ നല്ലവണ്ണം കക്ഷങ്ങൾക്കിടയിലേക്കു വലിച്ചുവച്ച് ശകുന്തള രണ്ടു കൈകൊണ്ടും മുഖം മറച്ചുകിടന്നു. അവൾ തകർന്ന സ്വരത്തിൽ

പറഞ്ഞു "എല്ലാം പറയാം. അതിനുശേഷമാണ് യഥാർഥ പരീക്ഷണം തുടങ്ങുന്നത്. ഒന്നിച്ചു പാർക്കുക അസാധ്യമായി. ഇതിനുശേഷം കിടക്ക വേറെയായി, അവസാനം മുറികളും. രണ്ടു മുറികൾക്കുമുണ്ടായിരുന്നു അകത്തുനിന്നു സാക്ഷ. നാണിപ്പിക്കുന്ന സംഗതി ഇതിൽ എന്തായിരുന്നുവെന്നോ, എനിക്ക് അയാളിൽ മാത്രമായിരുന്നില്ല അവിശ്വാസം. എന്നിലും ഉണ്ടായിരുന്നു. എന്തൊരു അരുന്തുദവും ദേഹന്തുദവുമായ തീക്കനലിലാണ് രണ്ടാഴ്ച കഴിച്ചുകൂട്ടിയതെന്ന്. പറഞ്ഞറിയിക്കുക വിഷമം. തനിച്ചൊരു മുറിയിൽ നീണ്ട രാത്രികളിലെ ഏകാകിത്വം തീനാളംപോലെ നാവു നീട്ടി വരട്ടി. കണ്ണിൽ തീ, നാക്കിൽ തീ, ചുണ്ടിൽ, മാറിൽ. പൈപ്പിന്റെ ചുവട്ടിൽ ചെന്ന് വെള്ളം തളിച്ചുനോക്കി. എന്നിട്ടുമില്ല ശാന്തി."

"അവസാനം ഒരുദിവസം സാക്ഷ തുറന്നു."

"തുറന്നു?"

"ഉവ്വ്. അതിന്റെ പിറ്റേന്നാൾ തൊട്ട് അയാൾ പത്രമാഫീസിൽ ദിവസേന രാത്രിയാക്കി ഡ്യൂട്ടി. അയാൾ പറഞ്ഞു "അതാണ് നല്ലത്. നിന്റെ ദേഹത്ത് ഞാൻ ഈ രോഗം കടത്തിവിടുവാൻ വിചാരിക്കുന്നില്ല." ഞാനും പറഞ്ഞു "നല്ല കാര്യം. അന്ധനും വികലാംഗനുമായ സന്താനം ഞാനാഗ്രഹിക്കുന്നില്ല." പക്ഷേ ഇതു പിൻവാങ്ങൽ മാത്രമല്ലേ ആകുന്നുള്ളൂ. പ്രശ്നത്തിനു പരിഹാരമായില്ലല്ലോ. ഏതാനും മാസങ്ങൾ കഴിഞ്ഞു. അയാൾ നിത്യവും ഒൻപതിനു പുറത്തേക്കു പോകും. ഞാൻ വാതിൽ തഴുതിട്ടിരുന്ന് മുറിയിൽ ഒറ്റയ്ക്കു കൂടും. അവസാനം ഞാൻതന്നെ ഒരു ദിവസം അയഥാർഥവും നിന്ദ്യവുമായ ഈ സ്ത്രീജീവിതം ഊരിയെറിഞ്ഞു. വീടുവിട്ടു പോന്നു. നെറ്റിയിൽനിന്ന് സിന്ദൂരം തുടച്ചു. ആശുപത്രിയിൽ ജോലിക്കു ചേർന്നു."

ശകുന്തള തലയിണയിൽ മുഖംവച്ച് ശ്വാസം നേരെ വീഴാനെന്നപോലെ വളരെനേരം കിടന്നു. പിന്നെയെഴുന്നേറ്റ് മുടിവാരിക്കെട്ടിക്കൊണ്ടു പറഞ്ഞു "അതിനൊക്കെശേഷം ഇപ്പോഴാണ് വരുന്നത്. ഒക്കെ ഭേദമായി—രണ്ടാമതു വിവാഹം കഴിച്ചു. ആരോഗ്യമുള്ള ഒരു കുട്ടിയും പിറന്നു. അതു പറയാനാണ് വന്നതെന്ന്. സമൂഹത്തിൽ നല്ല നിലയാണ് അയാൾക്ക്. അയാളുടെ ആ രണ്ടാം വേളി മരിച്ചുപോയത്രേ. എന്നെ തിരികെ കൊണ്ടു ചെല്ലാൻ പറഞ്ഞിട്ട് കണ്ണടച്ചത്. പറയൂ, പോകണമോ വേണ്ടയോ?"

"എനിക്കെന്തറിയാം? നല്ലതെന്നു തോന്നുന്നതു ചെയ്യൂ."

"നീ ക്ഷോഭിച്ചു അപ്പോഴേക്ക്. ഇനി മടങ്ങുക സാധ്യമോ? ആശുപത്രിയിൽ പണിയെടുക്കുന്ന ഞങ്ങൾക്ക് കുറച്ചൊന്നുമല്ല, കാണാൻ കഴിഞ്ഞിട്ടുള്ളത്. ഉദാരർ, സ്വാർഥികൾ, പ്രൗഢർ, പിടിപ്പില്ലാത്തവർ—എല്ലാത്തരം ചെറുപ്പക്കാരെയും. ജീവിതം കാണാൻ തുടങ്ങിയിട്ടും നാളേറെയായി. അനേകം ക്ഷതങ്ങൾ, അനേകം പ്രലോഭനങ്ങൾ—ഇനി എനിക്ക് ഒന്നിലും തോന്നുന്നില്ല മോഹം. ഇത്രയ്ക്ക് രുഗ്ണമായ ജീവിതം കണ്ടതുകൊണ്ടുതന്നെയല്ലേ, അതിന്റെ പശ്ചാത്തലത്തിൽ അരോഗവും ബലിഷ്ഠവു

മായ ജീവിതത്തെ വിഭാവനം ചെയ്യുവാൻ കഴിയുന്നത്. ശരീരത്തെ താരാട്ടിയുറക്കിയെങ്കിലും മനസിനെ ധൈര്യപൂർവം ഉണർത്തിവെച്ചു. അതിനുശേഷം ഏതാനും പെൺകുട്ടികളെ സംഘടിപ്പിച്ച് സേവാസത്രം ആരംഭിച്ചു. ഇവർ എന്നെ നോക്കിയിരിക്കയാണ്. ഇനി ഇവരെ ഉപേക്ഷിച്ച്, എല്ലാം മുടക്കി കൈലും കരണ്ടിയും പിടിക്കുവാൻ പുറപ്പെട്ടാൽ കേട്ടവർ കേട്ടവർ ചിരിക്കുമല്ലോ."

ഇന്ദ്രജിത് മുകളിലേക്കു നോക്കി. നീല ഇറങ്ങിവരുന്നതുകണ്ട് പറഞ്ഞു "വരൂ." ഒന്നു ചിരിക്കാൻ ശ്രമിച്ചുകൊണ്ട് ഇതുകൂടി കൂട്ടിച്ചേർത്തു "വരൂ എന്നു പറയാൻ മാത്രമേ നിവൃത്തിയുള്ളൂ. ഇരിക്കൂ എന്നു പറയുവാൻ ഇവിടെ മറ്റൊരു ഇരിപ്പിടമില്ല."

"എന്തു ചെയ്യുകയായിരുന്നു കിടന്നു കിടന്ന്?"

"കഴുക്കോലുകൾ! പഴയ വീടായാൽ അതാണൊരു വലിയ സൗകര്യം നീലേ! കഴുക്കോലുകൾ ധാരാളമുണ്ടാവും. അതെണ്ണിക്കൊണ്ടിരിക്കാം. പുതിയതരം വീടുകൾക്ക് കഴുക്കോലുകൾ ഇല്ല. എന്തെങ്കിലും ഒന്നു ചെയ്തുകൊണ്ടിരിക്കാനുള്ള ഒരു സ്ഥിരം അവലംബത്തിൽനിന്ന് പുത്തൻ പുരത്താമസക്കാർ ഒഴിവാക്കപ്പെട്ടിരിക്കയാണ്."

"ഇപ്പോൾ സുഖക്കേടൊക്കെ മാറിയല്ലോ." നീല തലയ്ക്കലെ ജനൽ തുറന്നിട്ടുകൊണ്ടു പറഞ്ഞു "പതുക്കെ ഒന്നിറങ്ങി നടക്കാൻ നോക്കൂ. നോക്കൂ, പുറത്ത് എത്ര സുഖമുള്ള വെയിൽ!"

നീണ്ട വിരലുകളിൽ ചിതറിയ നീളൻമുടി ഒതുക്കിക്കൊണ്ട് അയാൾ എഴുന്നേറ്റ് ചുവരിൽ ചാരിയിരുന്നു.

അയാൾ തളർന്നസ്വരത്തിൽ പറഞ്ഞു "പുറത്തേക്കിറങ്ങാൻ നോക്കണം. പക്ഷേ, എവിടേക്ക്? ആരുടെയടുക്കൽ?"

മരക്കട്ടിലിന്റെതന്നെ ഒരറ്റം കാട്ടിക്കൊണ്ടു പറഞ്ഞു "ഇരിക്കൂ അവിടെ? നന്നായി, നിങ്ങൾ വന്നല്ലോ. വർത്തമാനത്തിന് ഒരാളെക്കിട്ടിയല്ലോ."

പെട്ടെന്ന് ഓർത്തിട്ട് നീല ചോദിച്ചു "ശാന്തിയേടത്തി വരുന്നില്ലേ?"

"ആരു വരുന്നു?" വിളർത്തു ശീർണമായ ചിബുകം തടവി കർക്കശസ്വരത്തിൽ ഇന്ദ്രജിത് പറഞ്ഞു "വന്നാലും പൊയ്ക്കളയും. എന്നാലും രണ്ടുനേരവും ഓരോ കിണ്ണം ചോറുകിട്ടുന്നുണ്ട്. അതുതന്നെ വലിയ കാര്യം." വിഡ്ഢിയെപ്പോലെ ഒരു പൊള്ളച്ചിരി ചിരിച്ചു അയാൾ "ഇരിക്കാൻ പറയാനും വിശ്വാസം തോന്നുന്നില്ല ഇപ്പോൾ. പറഞ്ഞാൽ ഒന്നുകിൽ തലവേദനിക്കുന്നു എന്നു പറയുന്നത് കേൾക്കേണ്ടിവരും. ഇല്ലെങ്കിൽ പണിത്തിരക്കുണ്ട് എന്നാവും. എന്താണിത്ര പണിത്തിരക്ക് ശാന്തിയേടത്തിക്ക് ഈയിടെ, പറയാൻ പറ്റുമോ?"

"ആർക്കറിയാം" എന്ന് നീല പറഞ്ഞുവെന്നേയുള്ളൂ. കാരണം അവൾക്കറിയാം-മണീന്ദ്രന്റെ ആദ്യത്തെ നാടകത്തിന്റെ മുപ്പതാം പ്രദർശന ദിവസം കഴിഞ്ഞിരിക്കുന്നു. മറ്റൊരു നാടകം എഴുതിത്തീരാറായിരിക്കുന്നു. ഈയിടെ മണീന്ദ്രൻ അധികസമയവും പുറത്തുതന്നെ. ശാന്തിയും പുറ

ത്തു ചുറ്റിനടക്കുകയാണ്. ഇന്ദ്രജിത്ത് വഴി നോക്കിയിട്ട് സാധിച്ചില്ല. ഇനി മണീന്ദ്രനെ സ്വാധീനിക്കാനുള്ള മാർഗം അവൾ വഴിയിൽത്തന്നെ അന്വേഷിക്കയാണ് ഇപ്പോൾ എന്നു തോന്നുന്നു.

കുറച്ചുനാൾ മുമ്പായിരുന്നെങ്കിൽ നീലയ്ക്ക് ശാന്തിയോട് ചോദിക്കാൻ കഴിയുമായിരുന്നു. എന്നാൽ ഇപ്പോൾ രണ്ടുപേരും തമ്മിൽ തെറ്റിയിരിക്കുന്ന സമയമാണ്. നീലയെ ഒഴിവാക്കാൻ നോക്കും, ശാന്തി പെട്ടെന്നു കണ്ടുമുട്ടിയാൽ. കണ്ടാൽ ചിരിക്കുന്നതു കുറവായി. അതിലും കുറഞ്ഞു വർത്തമാനം.

"ചോറ് ഇപ്പോഴും കിട്ടുന്നുണ്ട്." ഇന്ദ്രജിത് തുടർന്നു "എത്രനാൾ ഇതു തുടരും എന്നു പറയുക പ്രയാസം. ഈ മാസത്തെ പണം വീട്ടിൽ നിന്ന് ഇനിയും വന്നെത്തിയില്ല. ഞാൻ ഇനിയും പരോപകാരജീവിയാണ്, അറിയാമല്ലോ. മറുവശത്ത് ഡോക്ടർ പറയുന്നു മരുന്നു കഴിക്കണമെന്ന്. ഒരു ടോണിക്ക്. എവിടന്നു കിട്ടും ഇതിനൊക്കെ പണം?"

"അതൊന്നും ഇപ്പോൾ ചിന്തിക്കണ്ട." നീല ആശ്വസിപ്പിച്ചു "വല്ലതും വായിച്ച് സമയം കഴിക്കാൻ നോക്കു. നല്ല ആരോഗ്യം കിട്ടുംവരെ." നീല ചേലയിൽ മറച്ചുപിടിച്ചിരുന്ന ഒരു പുസ്തകം പുറത്തേക്കെടുത്തു. തിളങ്ങുന്ന പുറംചട്ടയുള്ള ഒന്ന്. തിളങ്ങുന്ന അക്ഷരത്തിൽ പേരെഴുതിയിട്ടുള്ള ഒരു ആധുനിക കാവ്യഗ്രന്ഥം.

"നോക്കട്ടെ നോക്കട്ടെ" അത്യുൽക്കണ്ഠയോടെ ചാടിപ്പിടിക്കാൻ പുറപ്പെട്ടു ഇന്ദ്രജിത്. എന്തു കുസൃതി തോന്നിയിട്ടോ ആവോ, നീല പുസ്തകം വീണ്ടും മറച്ചുപിടിക്കാൻ നോക്കി. ഇന്ദ്രജിത് അപ്പോഴേക്ക് പുസ്തകം തട്ടിപ്പറിക്കാൻ ആഞ്ഞു. ദുർബലമായ ശരീരം. നിയന്ത്രിക്കാൻ കഴിഞ്ഞില്ല. നിമിഷങ്ങൾക്കുശേഷം രണ്ടുപേരും എഴുന്നേറ്റപ്പോൾ നീലയുടെ തുണിത്തുമ്പ് ഇന്ദ്രജിത്തിന്റെ കൈയിൽ. അവളുടെ മുടിക്കെട്ടഴിഞ്ഞ് ചിതറി ആയിരം ധാരകളായി. കിടക്കയിൽ പുസ്തകം പകുതി തുറന്ന മട്ടിൽ.

ഏടു മറിച്ചപ്പോൾ ഇന്ദ്രജിത്തിന്റെ അത്ഭുതം ഇരട്ടിച്ചു "നിങ്ങളുടെ പുസ്തകം! നിങ്ങൾ വാങ്ങിച്ച കവിതപ്പുസ്തകം! നിങ്ങൾ കവിത വായിക്കും?"

നീല അൽപ്പാൽപ്പം കിതയ്ക്കുന്നതുപോലെ തോന്നി. ശ്വാസോത്തോലിതമായ മാറ്, വിചിത്രമായ മിഴിച്ചുനോട്ടം, അഭിനിവേശാതുരം ഒരു കൈനീട്ടി കപടകോപം കൊണ്ട് വിറയ്ക്കുന്ന സ്വരത്തിൽ പറഞ്ഞു "ഒന്നു നോക്കു, എന്നെ നിങ്ങൾ എന്താണ് കാണിച്ചതെന്ന്. കൈ പിടിച്ചു പിരിച്ചു."

ഇതിനിടയ്ക്ക് ഇന്ദ്രജിത് പുസ്തകം തുറന്നുപിടിച്ചു കഴിഞ്ഞിരുന്നു. ആരുടെ കൈയിന് എന്തു പറ്റിയെന്ന് തിരിഞ്ഞുനോക്കാൻ തന്നെയില്ല ഭാവം.

നീല കൈ തിരുമ്മിക്കൊണ്ടു പറഞ്ഞു "ഞാൻ തന്നെയാണ് വാങ്ങിയത് പുസ്തകം. എനിക്ക് കവിത വായിച്ചാൽ മനസിലാവില്ല എന്നാണ് വിചാരം?" അതിനുശേഷം ഇന്ദ്രജിത്തിനെ വിസ്മയിപ്പിച്ചുകൊണ്ട് പുസ്തകം തട്ടിപ്പറിച്ച് ഒരു കവിത പതുക്കെ വായിക്കാൻ തുടങ്ങി. പിന്നെ പു

സ്തകം മടക്കി സ്വരം താഴ്ത്തി പറഞ്ഞു "നിങ്ങളുടെ, പുത്തൻ കവികളുടെ കൃതികൾ കുറേശെ മനസിലാവാൻ തുടങ്ങിയെന്നു തോന്നും."

ഇന്ദ്രജിത്തും വായിച്ചു കേൾപ്പിച്ചു ഒരു കവിത. സമയം നീങ്ങി നീങ്ങിപ്പോയി. ഒരു കവിത—അതു കഴിഞ്ഞ് അൽപ്പം വർത്തമാനം. അൽപ്പം വർത്തമാനം ഒരു കവിത—അങ്ങനെ പോയിപ്പോയി നേരം സന്ധ്യയോടടുത്തു. കുറേശ്ശെുറേശെയായി പായ് തെറിക്കുംവിധം വെയിൽ എപ്പോഴാണ് മുറിയിലെ തണുത്ത നിലത്തുനിന്ന് തന്നെ തെരഞ്ഞെടുത്തതെന്ന് ആരുമറിഞ്ഞില്ല. കാറ്റിൽ നേർത്തൊരു മഞ്ഞിന്റെ തണുപ്പ്. അന്ന് ഇന്ദ്രജിത് അവളെ സ്പർശിക്കുകയുണ്ടായി. കവിളിൽ കൈവച്ച് 'എത്ര പനി' എന്നു ചോദിക്കുകയുണ്ടായി. ഇന്ന് അതേവിധത്തിൽ ഉത്തപ്തമായൊരു അനുഭൂതിക്കുവേണ്ടി നീലയുടെ ഹൃദയം കൊതിച്ചു. അൽപ്പം മുമ്പ് ഒരു പിടിയും വലിയും ഉണ്ടായി. ആ കരുതിക്കൂട്ടിയല്ലാത്ത കൂട്ടിമുട്ടൽപോലും സൂക്ഷ്മമായ ഒരു ആവരണംപോലെ ദേഹത്തിൽ, വേദനയിൽ ഒട്ടിക്കിടക്കുന്നുണ്ട്. ഒന്നാമത് ഏതാനും നിമിഷങ്ങൾ മാത്രം. എന്നിട്ടും ദേഹമാകെ വീണായന്ത്രംപോലെ അലംകൃതമായി. മനസാകെ ഗാനമായി.

പെട്ടെന്ന് പുസ്തകം മടക്കിയിട്ട് ഇന്ദ്രജിത് പറഞ്ഞു "ഇനി വായിച്ചതു മതി. രസം തോന്നുന്നില്ല. ഇതിൽ ഭേദം ഇനി."

നീല ചെവിയെടുത്തു പിടിച്ചു. ഇന്ദ്രജിത് എന്താണ് പറയാൻ പോകുന്നതെന്നു ശ്രദ്ധിച്ചു കേൾക്കാൻ അവൾ കുറച്ചു ചേർന്നിരുന്നുവെന്നുകൂടി തോന്നുന്നു.

"വരൂ കുറച്ചു ശീട്ടുകളിക്കാം-അല്ലെങ്കിൽ പുലികളിക്കാം."

നീല എഴുന്നേറ്റുനിന്നു. വരണ്ട തൊണ്ടയോടെ അവൾ പറഞ്ഞു "എനിക്ക് ശീട്ടുകളിയറിയില്ല."

"പുലികളി?"

"അതുമില്ല. നിങ്ങൾ ഇനി കുറേക്കിടക്കൂ. ദുർബലമാണ് ദേഹം വീണ്ടും വല്ല അസുഖം..."

മുറിയിൽ തിരിച്ചെത്തിയിട്ടും നീലയുടെ ഉത്തേജനം ശാന്തമായിരുന്നില്ല. ആരോടു പറയും ഈ നാണക്കേട്? ഈ ഏതാനും ദിവസങ്ങളിലെ അക്ഷീണയത്നം വിഫലമായെന്ന് ആരോടു പറയും? തന്നെ ഇന്ദ്രജിത്തിന്റെ അഭിരുചിയുമായി ഒത്തിണക്കാമെന്ന ദുരാശയോടെ സാഹിത്യവുമായി കെട്ടിപ്പിണഞ്ഞു കഴിയുകയാണ് നീല, ഇക്കഴിഞ്ഞ കുറെ നാളായി. ഒരു രസവും തോന്നിയിരുന്നില്ല, എന്നിട്ടും വായിച്ചു അത്യാധുനിക കവിതകൾ. കോളേജ് ലൈബ്രറിയിൽനിന്ന് പുസ്തകങ്ങൾ എടുത്തുകൊണ്ട് വായനതന്നെ വായന! കവിത വായന. പാഠപുസ്തകം വാങ്ങാനുള്ള പണംകൊണ്ട് കവിതാസമാഹാരങ്ങൾ വാങ്ങി. ലജ്ജാഹീനമായ ചിത്താലങ്കരണം. ഇന്ദ്രജിത്തിനെ മുഗ്ധനാക്കണം, ജയിക്കണം—അതാണ് പ്രതിജ്ഞ.

എന്തൊരു വിഡ്ഢിത്തം! എന്തൊരു വങ്കത്തം! ഇന്ന് ഒരുങ്ങിപ്പുറപ്പെ

ട്ടത് ഊറ്റം നടിച്ച് ചർച്ചകൾ നടത്താനായിരുന്നു. ഗംഭീര വിമർശനങ്ങൾ നടത്തുകയും ചെയ്തു. എന്നാൽ അവളുടെ കൂടെയിരുന്ന് വലിയ വലിയ കാര്യങ്ങളെപ്പറ്റി തർക്കിച്ചിരുന്ന സമയം അയാൾ മറ്റൊരു യുവതിയുടെ സാന്നിധ്യത്തിനു കൊതിക്കുകയായിരുന്നു. തന്റെകൂടെ പുലികളിക്കുന്നവൾ, പക്ഷേ തന്റെ പിടിയിൽ ഒതുങ്ങാത്തവൾ കവിതയെ ഓർത്ത് ലേശം പോലും തലപുണ്ണാക്കാത്തവൾ—അങ്ങനെയുള്ള ഒരു സ്ത്രീയുടെ സാന്നിധ്യം. കവിതാസ്വാദനത്തെ സംബന്ധിച്ച് വലിയ വലിയ വിമർശനവിശാരദന്മാരുടെ അഭിപ്രായങ്ങൾ കാണാതെ പഠിച്ചുവന്ന് നീല ഉദ്ധരണങ്ങൾ അവതരിപ്പിച്ചപ്പോൾ ഇന്ദ്രജിത് ചിരിച്ചിരുന്നുവോ ആവോ?

എന്നിട്ടും നീല പരാജയം സമ്മതിക്കുവാൻ തയാറായില്ല. ഇന്ദ്രജിത്തിന്റെ സ്ഥിതി എത്ര പരുങ്ങലിലാണെന്ന് നീലയ്ക്കറിയാം. ദൈന്യത്തിൽനിന്നാണ് ഈ വക രുചിവൈകൃതങ്ങൾ ഉദിക്കുന്നത്. വേണ്ടപോലെ ആഹാരത്തിനുതന്നെ ഞെരുങ്ങുന്നു, പാവം. ഏതോ ഒരു ടോണിക്കിന്റെ പേർ പറഞ്ഞു. അതു വാങ്ങി ഇന്ദ്രജിത്തിനു കൊടുക്കണം എന്ന് നീല തീരുമാനിച്ചു. ശാന്തിയോടുള്ള ഭ്രമത്തിൽനിന്നു മോചിപ്പിക്കണം.

ഭ്രമത്തിന്റെ കാര്യമോർത്തപ്പോൾ ചിരിവന്നു നീലയ്ക്ക്. ഇന്ദ്രജിത്തിനോട് തനിക്കും തോന്നിത്തുടങ്ങിയിരിക്കുന്നു ഭ്രമം. എന്താ തരക്കേട്? ഉറങ്ങാത്ത കണ്ണുകളുടെ കോണിൽ തുള്ളിത്തുള്ളിയായി കാണുന്ന രക്തം പോലെ. പോപ്പുലർ പാർക്കിലെ കഥ ഓർമവന്നു—സൗമ്യൻ, മതൻ—പക്ഷേ, മമ്മികളെപ്പോലെ അവരെ സ്മരണയുടെ രാസയോഗത്തിലിട്ട് ചിരകാലം സംരക്ഷിച്ചുവച്ചിട്ടെന്തു പുണ്യം? കഴിഞ്ഞതു കഴിഞ്ഞുതന്നെ പോകട്ടെ. ശരീരം വർത്തമാനകാലത്തിന്റെ പീഠഭൂമിയിൽ, മനസ്സ് ഭൂതകാലത്തിന്റെ കുത്തിയൊലിക്കുന്ന ആഴമുള്ള വെള്ളത്തിൽ—ഈ വിഡംബനത്തിനൊരറുതിവരട്ടെ.

ശാന്തി! ശാന്തി! ആ പേർ ഉച്ചരിക്കുംതോറും വെറുപ്പിന്റെ കുടം നീലയുടെ മനസിൽ നിറഞ്ഞുപൊട്ടിക്കൊണ്ടിരുന്നു. അവൾക്കറിയാം ശാന്തി ആരാണെന്ന്. ഇന്ദ്രജിത്തിനറിയില്ല. അയാളെ ഇനി ശാന്തി തിരിഞ്ഞുനോക്കുകപോലും ചെയ്യില്ല. മണീന്ദ്രനെ പാട്ടിലാക്കുവാൻ അവൾ മറ്റൊരു ജ്യോതിർമണ്ഡലത്തിൽ ചുറ്റിത്തിരിയുകയാണ്. മണീന്ദ്രന് തിയേറ്ററിൽ വിജയം ലഭിച്ചു. ശാന്തിക്ക് സിനിമയിൽ കടന്നുകൂടാനാണ് നോട്ടം. ആരോ അവളെ സിനിമാതാരമാക്കാമെന്നു വിശ്വസിപ്പിച്ചിരിക്കുന്നു. വിപുലമായ ഖ്യാതി, കണക്കറ്റു പണം. ഈയിടെ ശാന്തിയുടെ ഒപ്പം നടക്കുന്നവരിൽ ചിലർ കോളേജിൽ വന്നുപോകുന്നത് നീലയും കണ്ടിട്ടുണ്ട്.

ഇപ്പോൾ രോഗം പിടിച്ചമാതിരിയുള്ള കവികളല്ല. ശക്തരും സമർഥരുമായ തരുണരാണ് എല്ലാവരും. തിളങ്ങുന്ന പാന്റാണ് ധരിക്കുക തേച്ചുമിനുക്കിയ ഷർട്ട്. ഭദ്രകാളിയുടെ നാവുപോലെ നിണത്തിന്റെ നിറമുള്ള ടൈ. ചിലപ്പോൾ ചിത്രശലഭാകാരത്തിലുള്ള 'ബൊ' മണീന്ദ്രന്റെ സമാന്തരമായിത്തന്നെ ശാന്തിയുടെ നടത്തം.

ഈ ശാന്തിയിൽനിന്ന് ഇന്ദ്രജിത്തിനെ ഉദ്ധരിക്കാമെന്നാണ് നീലയുടെ സങ്കൽപ്പം. പക്ഷേ, ശാന്തിയെപ്പോലെ എല്ലാം നശിപ്പിച്ചുകൊണ്ടല്ല, രചനാത്മകമായ മാർഗത്തിലൂടെ. ഔഷധവും പഥ്യവും സ്നേഹവും വഴി.

പിറ്റേദിവസം പ്രമഥൻ ചതുരംഗക്കളി കഴിഞ്ഞ് താഴേക്കിറങ്ങിയപ്പോൾ നീല പുറകെ ചെന്നു വിളിച്ചു "ഒന്നു പറയട്ടെ!"

തിരിഞ്ഞുനോക്കി പ്രമഥൻ. നെറ്റിയിലെ അസംഖ്യം രേഖകൾക്ക് എണ്ണം വർധിക്കുമാറ് ചിരിച്ചുകൊണ്ട് അയാൾ പറഞ്ഞു "എന്തു വേണം?"

ചുറ്റും ഒന്നു നോക്കിക്കൊണ്ട് നീല അയാളുടെ കൈയിൽ ഒരു മോതിരം വച്ചുകൊടുത്തുകൊണ്ട് ഉത്തേജിതസ്വരത്തിൽ പറഞ്ഞു- "ഇതെടുത്ത് എനിക്കു പണം തരണം. അത്യാവശ്യം—വിരോധമുണ്ടോ?"

മോതിരം ഒന്നു നോക്കിയിട്ട് അയാൾ പറഞ്ഞു "തരാം. പണം തൽക്കാലം കൈയിലില്ല. കോളേജിൽ പോകുന്ന വഴി വാങ്ങിക്കൊണ്ടു പൊയ്ക്കോളൂ."

"ശരി" നീല പറഞ്ഞു "മറ്റൊരു അപേക്ഷ. അച്ഛനോടു പറയരുത്."

"ഇല്ല" തലയാട്ടി പ്രമഥൻ വഴിയിലേക്കിറങ്ങി. അയാൾ മോതിരം മറച്ചുവച്ച് ഉള്ളാലെ ചിരിച്ചു. ഇതു വീണ്ടും തിരിച്ചുവന്നിരിക്കുന്നു. വീണ്ടും വീണ്ടും പോകുന്നു, വീണ്ടും വീണ്ടും തിരിച്ച് സ്വന്തം കൈയിൽത്തന്നെ വരുന്നു. മൗനിയായിട്ടെങ്കിലും അർഥപൂർണമായ ഭാഷയിൽ ആ മോതിരം അനേകം രഹസ്യകഥകൾ പോദ്ദാറിന്റെ ചെവിയിൽ മന്ത്രിച്ചു. കിനുഗോയാല തെരുവിന്റെ 'പാലാഗാനം' (ഗാനമേള)- തരക്കേടില്ല അല്ലേ?

13

നീല അവിനാശനെ അപമാനിച്ചു-വെറും നിസാരമായ ഒരു കാര്യത്തിൽ. വെറും നിസാരകാര്യത്തിനുതന്നെ. അതിന് പത്തിരുപതു ദിവസങ്ങൾക്കുശേഷം ജ്യേഷ്ഠനും ജ്യേഷ്ഠത്തിയമ്മയും വീടുവിട്ടുപോയി.

എന്നാൽ ഗോയാല തെരുവിൽ ഞെട്ടിക്കുന്ന യാതൊന്നും സംഭവിച്ചില്ല—ചില ചില്ലറ അനക്കങ്ങളൊഴികെ—മുഖത്തേക്ക് പരസ്പരം അർഥംവച്ചുള്ള നോട്ടം. അടുത്ത് ആരും കേൾക്കാൻ ഇല്ലെന്ന് ഉറപ്പുവരുത്തി കൈമാറിയ സ്വകാര്യം-പതിവുള്ള ഇതൊക്കെ മാത്രം.

പിന്നീട് നീലയ്ക്കു തോന്നി അന്ന് ശാന്തിയുടെ വാതിൽക്കൽ അവിനാശൻ തിരുടനെപ്പോലെ നിന്ന് പരുങ്ങുന്നതുകണ്ടപ്പോൾ പെട്ടെന്നങ്ങോട്ട് നിലവിട്ടതു പന്തിയായില്ല. അവിനാശനെ അവൾ ആദ്യമായിട്ടല്ല കാണുന്നത്. ആളെ നന്നായിട്ടറിയാം. അവിനാശനെപ്പറ്റിയുള്ള അവളുടെ ധാരണയ്ക്കതീതമായ ഒന്നുമല്ല അയാൾ ചെയ്തതും. വളർത്തുനായയും ഇടയ്ക്കിടയ്ക്ക് ഡസ്റ്റ്ബിൻ മണത്തുനോക്കാറുണ്ട്. ഇടയ്ക്ക് ചങ്ങല ഒന്ന് അഴിച്ചുവിട്ടുവെന്നുവരാറുണ്ടല്ലോ, നായയെ.

എന്നാൽ അവിനാശൻ നീലയെക്കണ്ട് പകച്ചുനിന്നില്ല. കൈയോടെ പിടിക്കപ്പെട്ട കള്ളന്റെ കുറ്റസമ്മത ഭാവത്തിൽ നോക്കിയില്ല എന്നുവരികിൽ നീലയ്ക്ക് സഹികെട്ടുപോകയില്ലായിരുന്നു. പക്ഷേ, നീലയുടെ മുമ്പിൽ ചെന്നുപെട്ടപ്പോൾ ആ മനുഷ്യൻ എന്തിനാണ് ഇത്രയ്ക്ക് ചുളിപ്പോയത്.

"എവിടെപ്പോയിരുന്നു?"

"ഏയ്! ഇവിടെ–നിങ്ങളുടെ താമസസ്ഥലംവരെ മുകളിലേക്ക്–ചെന്നപ്പോൾ നിങ്ങൾ അവിടെ ഇല്ലെന്നു കേട്ടു. അതുകൊണ്ടു പിന്നെ...."

"അതുകൊണ്ട് ശാന്തിയുടെ വാതിൽക്കൽ ഒന്നു മുട്ടിയിട്ടു പോകാമെന്നുവച്ചു, വടി കുത്തിപ്പിടിച്ചുനിന്നു. അല്ലേ?" ആദ്യം നീല, അവിനാശൻ പകുതി പറഞ്ഞുനിർത്തിയ ഇടം മുതൽ വിഷം പുരട്ടിയ പരിഹാസസ്വരത്തിൽ പറയാൻ. പിന്നെ പെട്ടെന്ന് ക്ഷമയറ്റു പറഞ്ഞു "പക്ഷേ, നിങ്ങളെന്തിനാണ് ഇത്ര വലിയ കളവു പറയുന്നത്? എന്തിനാണ് നുണ? നിങ്ങൾ ആ മുറിയിൽനിന്നു വരുന്നത് ഞാൻ കണ്ടല്ലോ?"

നീലയുടെ ഒച്ച ഉയരുന്നതിനു തക്കവണ്ണം അവിനാശന്റേത് താഴ്ന്നുവന്നു "നിങ്ങൾ തെറ്റിദ്ധരിച്ചിരിക്കുന്നു. ആ സ്ത്രീക്ക് സിനിമയിൽ ചേരാൻ മോഹം. എനിക്ക് പല സ്റ്റുഡിയോക്കാരുമായി അടുപ്പമുണ്ട്. അതുകൊണ്ട്"

"ഒരു കാര്യം ധരിച്ചോളൂ അമ്മാവാ." നീല ആദ്യമായി അവിനാശനെ കരുതിക്കൂട്ടിത്തന്നെ അമ്മാവനെന്നു സംബോധന ചെയ്തു "ഈ വക വിശദീകരണങ്ങളൊന്നും എനിക്കു കേൾക്കണ്ട. നിങ്ങളെ ഇനി അറിയാൻ ബാക്കിയൊന്നുമില്ല. നിങ്ങൾ മേലാൽ ഇവിടെ വരണ്ട."

അബദ്ധം പറ്റിയ മട്ടിൽ അവിനാശൻ കവിൾ തടവിക്കൊണ്ടു നിന്നു. നയത്തിൽ തനിക്ക് എവിടെയോ അൽപ്പം പിഴപറ്റിപ്പോയി അല്ലെങ്കിൽ അവധാനപൂർവം അടിവച്ചടിവച്ച് വടിയൂന്നിത്തന്നെയായിരുന്നു മുന്നോട്ടുപോയിരുന്നത്. കവിരാജി (വൈദ്യൻ)ന്റെ ഉപദേശമനുസരിച്ച് ശക്തിയേറിയ വ്യാജീകരണ ഔഷധങ്ങൾ തന്നെയാണ് സേവിക്കുന്നത്. രാവിലത്തെ ഭക്ഷണത്തിന് ഒന്നിന്മേൽ തുടങ്ങി മാത്രകൂട്ടിക്കൊണ്ടുപോയി കോഴിമുട്ട നാലെണ്ണത്തിലേക്ക് എത്തിക്കഴിഞ്ഞിരുന്നു. എന്നിട്ടും...

വടിയൂന്നിയൂന്നി ഇറങ്ങിപ്പോയ അവിനാശൻ. കാറ് തെരുവിനു പുറത്ത് നിർത്തിയിരിക്കുന്നു.

അവിടംതൊട്ടാണ് വൈമനസ്യത്തിന്റെ ആരംഭം. പത്തുപതിനഞ്ചു നാൾ കഴിഞ്ഞപ്പോൾ ഏട്ടനും വീടുവിട്ടുപോയി.

നിസാരകാരണം. മിക്കവാറും ഒന്നുമില്ലാതെതന്നെ എന്നു പറയാം. ജ്യേഷ്ഠത്തിയോടിടഞ്ഞു. വളരെനേരം കിടന്നുറങ്ങിയ ശേഷമാണ് അന്ന് അമിത വാതിൽ തുറന്ന് പുറത്തേക്കുവന്നത്. കോളേജിൽ പോകാനുള്ള തിരക്കിൽ അടുക്കളപ്പണി വേഗം തീർക്കാൻ വെമ്പുകയായിരുന്നു, നീല.

ഉറുമാലുകൊണ്ട് നാലഞ്ചുപ്രാവശ്യം മൂക്കു ചീറ്റിത്തുടച്ച് അമിത പറഞ്ഞു "അനിയത്തീ, എനിക്ക് ഒരു കപ്പ് ചായ തരാമോ?"

“അടുപ്പ് ഒഴിവില്ലല്ലോ. കോളേജിൽ പോകാൻ സമയമായി.” നീരസവും നിർജീവവുമായ സ്വരത്തിൽ നീല പറഞ്ഞു.

കേട്ടപ്പോൾ അമിതയ്ക്കു മുഖം കറുത്തു. എവിടെന്നൊക്കെയോ കുറെ കടലാസുകൾ സമ്പാദിച്ച് ഉറക്കമുറിയിൽത്തന്നെ തീ കത്തിച്ച് വെള്ളം തിളപ്പിക്കാൻ പുറപ്പെട്ടു, അവൾ.

തീ പിടിപ്പിക്കുന്ന സമയം എങ്ങനെയോ കൈ പൊള്ളി കുമിളിച്ചു. അമിത അവിടെ നിലത്തുതന്നെ കിടന്നു. കടലാസിന്റെ ചാരം പറന്ന് സാരിയിൽ വീണുതുടങ്ങി. കെട്ടുറയ്ക്കാത്ത കബരിയിലും വേദനകൊണ്ട് ചുളിഞ്ഞ നെറ്റിയിലുമെല്ലാം. ഇടയ്ക്കിടയ്ക്ക് ദീനസ്വരങ്ങളും ഉയർന്നു.

പുലർച്ച മുതൽക്കേ അടുക്കളയിൽനിന്ന് തിരിയുന്ന നീല ആകെ കത്തിക്കൊണ്ടാണ് നിന്നിരുന്നത്. ഇതെല്ലാം കൂടിയായപ്പോൾ ക്ഷമതീരെ കെട്ടുപോയി. അമിതയുടെ വാതിൽക്കൽ ചെന്നുനിന്ന് കയ്പ്പുറ്റ സ്വരത്തിൽ പറഞ്ഞു “എന്താണിത് ഏട്ടത്തി! ഒരു കപ്പ് ചായയ്ക്ക് വെള്ളം തിളപ്പിച്ചെടുക്കാനും അറിയില്ലെന്നോ? അതോ അറിയാമെന്നിരുന്നിട്ടും നാട്യം കാണിക്കുന്നതോ? അമ്മാവൻ വലിയ ആൾ ആണെന്നുവച്ച്, ഈ വക ഹീനകൃത്യങ്ങൾ ഞങ്ങളാരും പഠിച്ചിട്ടില്ല എന്ന് സാധുക്കളായ ഞങ്ങളെ കാട്ടിത്തരാനോ ഈ വക അഭിനയം? വെണ്ണകൊണ്ടുണ്ടാക്കിയതാണല്ലോ നിങ്ങളുടെ ദേഹം! അല്ലേ?”

അമിതയുടെ മുഖം ഒരു നിമിഷത്തേക്ക് രക്തഹീനമായി. പിന്നെ എഴുന്നേറ്റിരുന്നു. അൽപ്പം കഴിഞ്ഞ് ഒന്നും പറയാതെ വാതിൽ അടച്ച് സാക്ഷയിട്ടു.

അമ്മ വന്ന് നീലയോടു പറഞ്ഞു “നീലേ, നീ ചെന്നു മാപ്പു ചോദിക്ക്.”

നീലയുടെ കണ്ണുകൾ ഒരു നിമിഷം ജ്വലിച്ചു “മാപ്പു ചോദിക്കണം! എന്തു ചെയ്തിട്ട്?”

“എന്തു ചെയ്തു, ചെയ്തില്ല എന്നൊന്നും എനിക്കറിയില്ല, മോളേ! തറവാട്ടിൽ പിറന്ന കുട്ടി. ഉച്ചയ്ക്ക് ഒന്നും കഴിക്കാതെ പട്ടിണി കിടക്കും അത് അശ്രീകരമാവില്ലേ?”

“അമ്മയുടെ കുടുംബത്തിൽ അല്ലെങ്കിൽത്തന്നെ എത്രയ്ക്കുണ്ട് ശ്രീ, അമ്മേ?” ചുട്ടമറുപടി പറഞ്ഞെന്നേയുള്ളൂ നീല. അവൾക്ക് അനുസരിക്കാതിരിക്കാൻ കഴിഞ്ഞില്ല. അടഞ്ഞ വാതിലിന്റെ മുമ്പിൽ നിന്നുകൊണ്ട് നീല പറഞ്ഞു “ഞാൻ പറഞ്ഞത് അന്യായമായിപ്പോയി, ഏട്ടത്തി.”

അനക്കമില്ല. നീല ഒന്നുകൂടി ആവർത്തിച്ചു.

ഇത്തവണ അമിതയുടെ അശ്രുഗൽഗദ ശബ്ദം കേൾക്കാറായി “അന്യായമൊന്നും പറഞ്ഞില്ല, നീ. നിനക്ക് മനസിൽ തോന്നിയത് പറഞ്ഞു. എനിക്കു മനസിൽ എന്തു തോന്നിയാലും ആർക്കെന്തുചേതം?”

“വന്നു വല്ലതും കഴിക്കൂ.”

“മാപ്പുതരൂ. എനിക്ക് വേണമെന്നു തോന്നുന്നില്ല. സുഖമില്ല തീരെ.”

അമ്മ മുമ്പോട്ടുചെന്നു പറഞ്ഞു “അവൾക്ക് മാപ്പുകൊടുക്കൂ മോളേ!

അവളൊരു കുട്ടി, എന്തു പറയണം, എങ്ങനെ പറയണം എന്നൊന്നും അറിയില്ല."

അമിത ഇത്ര വായാടിയാണെന്നു ധരിച്ചിരുന്നില്ല. നിമിഷംകൊണ്ട് ശാലീനതാബോധമാകെ ഊർന്നുവീണു-വികൃതവും ക്രൂരവുമായ സ്വരത്തിൽ പറഞ്ഞു "കുട്ടിപോലും! അതാണല്ലോ ചെറുപ്പക്കാരുടെ കൂടെ നടക്കുന്നതു കാണാൻ കഴിയുന്നത്. കെട്ടിക്കൊടുത്തിരുന്നെങ്കിൽ മൂന്നു മക്കളുടെ തള്ളയാവുമായിരുന്നു, അറിയാമോ അത്?"

ഇത്ര വലിയ അപമാനവും അമ്മ കണക്കിലെടുത്തില്ല. രണ്ടു മൂന്ന് തവണകൂടി അനുനയിപ്പിക്കാൻ നോക്കി, പുത്രവധുവിനെ.

വൈകിയിട്ട് വീട്ടിലെത്തിയ ദേവവ്രതൻ വൃത്താന്തമെല്ലാം കേട്ടു. അമിത അയാളോട് എന്തൊക്കെയാണ് പറഞ്ഞത്, ആരറിഞ്ഞു? ദേവവ്രതൻ ഓഫീസ് വേഷംപോലും മാറ്റാതെ നേരെ പുറത്തേക്കു പോകുന്നതാണ് പിന്നെ കണ്ടത്.

"ദേവൂ, നീയെങ്ങോട്ടാണ്?"

"വണ്ടി വിളിച്ചുകൊണ്ടുവരാൻ, അമ്മേ. അവളെ അച്ഛന്റെ വീട്ടിൽ വിട്ടിട്ടുവരാൻ."

"വീട്ടിൽ വിട്ടിട്ടുവരാൻ? ഞാൻ പറയുന്നത് ഒരിക്കൽ ഒന്നു കേട്ടിട്ടു പോകൂ."

"കേൾക്കാനൊന്നുമില്ല അമ്മേ" ദേവവ്രതൻ ഗൗരവത്തോടെ പറഞ്ഞു. "ഈ കുടുംബത്തിൽ അവൾക്കു മാനമായി ജീവിക്കാൻ പറ്റില്ല എന്ന കാര്യത്തിൽ സംശയമില്ല. ദിവസം ചെല്ലുന്തോറും സ്വൈരക്കേടുകൾ കൂടിക്കൊണ്ടുവരികയാണ്. ഈ നിലയ്ക്ക് അവളെ വിട്ടിട്ടുവരുന്നതുതന്നെ ഉത്തമം."

"ഭാര്യയുടെ വാക്കു കേട്ട് നീ..." അമ്മ എന്താണ് പറയാൻ ഭാവിക്കുന്നതെന്നു കേൾക്കാൻ നിൽക്കാതെ ദേവവ്രതൻ വഴിയിലേക്കിറങ്ങി. അമ്മ വിഷാദമൂകയായി നിന്നുപോയി. വണ്ടിവന്നു. പുറപ്പെട്ടപ്പോൾ അമിത അമ്മയെ നമസ്കരിച്ചു എന്നു തോന്നുന്നു. അച്ഛൻ വീട്ടിൽ ഉണ്ടായിരുന്നില്ല.

ആരും ഒരക്ഷരം ഉടിയാടുന്നില്ല. എല്ലാം ഒരുതരം മൂകാഭിനയം പോലെ.

കാളിഘട്ടിലേക്ക് എത്ര ദൂരം വരും? ഏട്ടൻ പറഞ്ഞതു കേട്ടപ്പോൾ തിരിച്ചുവരും എന്നാണ് തോന്നിയത്. സന്ധ്യക്ക് അച്ഛൻ വന്നു. രാത്രിയായി, എട്ടടിച്ചു, ഒൻപതുമടിച്ചു. ഏട്ടന്റെ തിരിച്ചുവരവ് കണ്ടില്ല. അമ്മ ഏട്ടന്റെ ഭക്ഷണം അടച്ചുവച്ച് അനങ്ങാതെ കുത്തിയിരിക്കുന്നു. മെയിൻറോഡിൽക്കൂടെ ഒടുവിലത്തെ ട്രാമും മണിയടിച്ചുകൊണ്ട് കടന്നുപോയി. ദേവവ്രതൻ വന്നില്ല. അമ്മ ഉറക്കമിളച്ച് കാത്തിരിക്കുന്നു. തെരുവിൽ എന്തെങ്കിലും ശബ്ദം കേൾക്കുമ്പോൾ ചെവിയോർത്ത് എഴുന്നേൽക്കുന്നു.

നീല ഒരിക്കൽ വെറുപ്പോടെ പറഞ്ഞു "വെറുതെയാണ് കാത്തിരിക്കുന്നത് അമ്മേ! ഏട്ടൻ ഇനി വരികയുണ്ടാവില്ല."

“വരികയുണ്ടാവില്ല!” വിളർത്തു ചേഷ്ടാഹീനമായ മുഖത്തോടെ അർധസ്ഫുടമായ സ്വരത്തിൽ നീല പറഞ്ഞത് ആവർത്തിക്കുവാൻ മാത്രമേ അമ്മയ്ക്കു കഴിഞ്ഞുള്ളൂ.

ക്ഷോഭത്തോടെ ദ്രുതഗതിയിൽ നീല പറഞ്ഞു “എന്തെങ്കിലും ഒരു ഒഴിവ് അന്വേഷിച്ചിരിക്കയായിരുന്നു അവർ. ഈ ദാരിദ്ര്യം അവൾക്കു സഹിക്കവയ്യാതായി. ഓടി രക്ഷപ്പെട്ടു. ഇത്ര പ്രായമായിട്ടും ഇതറിയില്ലേ അമ്മയ്ക്ക്?”

അടുത്ത ദിവസം രാവിലെ അമ്മ അച്ഛന്റെയടുക്കൽ ചെന്നു പറഞ്ഞു “ദേവവ്രതൻ ഇന്നലെ വന്നില്ല.”

ഇന്നലെ കുതിരപ്പന്തയത്തിൽ അച്ഛന് വളരെയധികം നഷ്ടം പറ്റിയിരുന്നു. ചതുരംഗപ്പലക നിരത്തി കളിക്കാൻ പ്രമഥന്റെ വരവും കാത്തിരിക്കയാണ് അയാൾ. കളിക്കു സ്വീകരിക്കേണ്ട കരുനീക്കങ്ങൾ മനസിൽ കണ്ടുകൊണ്ടിരിക്കുന്ന സമയം. മുഖമുയർത്താതെ പറഞ്ഞു “പോയി അല്ലേ? പോകുമെന്ന് നേരത്തെ വിചാരിച്ചിരുന്നു.”

ദേവവ്രതന്റെ സമ്പാദ്യം കൊണ്ടാണ് കുറെ നാളായി ചെലവുകൾ കഷ്ടിച്ചു നടന്നുകൊണ്ടുപോയിരുന്നത്. അമ്മ പറഞ്ഞു “ഇനിയെന്തു സംഭവിക്കും?”

“ഒന്നും സംഭവിക്കാനില്ല. എല്ലാം മുറയ്ക്കു നടക്കും.” ചതുരംഗപ്പലകയിൽനിന്നു മുഖമുയർത്തി അയാൾ പറഞ്ഞു “ഒരു കാലാളോ കുതിരയോ പോയി, അത്രതന്നെ. അടിയറവായിട്ടില്ല, ഇനിയും.”

അസ്പഷ്ടവും മലിനവുമായ നിഴലിൽനിന്ന് നീല ഇന്ദ്രജിത്തിനെ പുറത്തേക്ക് പിടിച്ചുവലിച്ചുകൊണ്ട് വന്നു. പാർക്കിലെ ബഞ്ചിൽ ഇരുത്തിയിട്ട് അവൾ പറഞ്ഞു “നോക്കൂ, ഇവിടെ എന്തൊരു പ്രകാശം.”

“എന്തൊരു പൊടി!” ഇന്ദ്രജിത് ക്ഷീണസ്വരത്തിൽ വിരോധം പ്രദർശിപ്പിച്ചു “എത്ര തിരക്ക്! എന്തൊരു ബഹളം!”

സുഖക്കേടു മാറി എഴുന്നേറ്റ് നടക്കാൻ തുടങ്ങിയിട്ടേ ഉണ്ടായിരുന്നുള്ളൂ. ക്ഷീണം തീരെ മാറിയിരുന്നില്ല. “എന്തൊരു പൊടി! എന്തൊരു തിരക്ക്!” അനങ്ങാതെ ഇവിടെയിരുന്ന് എല്ലാം സ്വൽപ്പം സഹിച്ചു നോക്കൂ. ഈ പൊടിയും തിരക്കും ഇഷ്ടമാവും– എന്നു പറയണമെന്ന് നീലയ്ക്കു തോന്നി. എന്നാൽ എത്ര വലിയ കാര്യങ്ങൾ മനസിൽ വന്നാലും അതു ഭംഗിയായി പ്രകടിപ്പിക്കാൻ നാവിനു തോന്നണ്ടേ? ഈ മഹാബഹളത്തിന്റെ മധ്യത്തിലും ബലിഷ്ഠമായ ഒരു സംഗീതത്തിന്റെ സ്വരം ഉണ്ട്. അത് ഇന്ദ്രജിത്തിന്റെ ചെവിയിൽ പെടാത്തതെന്തേ? എങ്ങനെയാണ് പറഞ്ഞുധരിപ്പിക്കുക—ഈ റിക്ഷാ ട്രാം ബസുകളുടെ അനർഗള ഘർഘരാരവത്തിൽ, നടന്നു കച്ചവടം നടത്തുന്നവരുടെ വിചിത്രങ്ങളായ വിളികളിൽ, വെയിലിന്റെ ചൂടിൽ, പൊടിയുടെ അണിയലിൽ തന്നെയാണ് ജീവിതം. ഇടുങ്ങിയ മുറിയുടെ, ഇരുണ്ട പ്രദോഷത്തിൽ കഴുക്കോലെണ്ണി ജീവിതത്തെ ക്ഷയിപ്പിക്കാം. അതു നേടുക സാധ്യമല്ല.

കൈനീട്ടി സീസൺ പുഷ്പത്തിന്റെ ഒരിതൾ പറിച്ചു ഇന്ദ്രജിത്. ഒന്നു രണ്ട് പുല്ലുപറിച്ചു ചവച്ചു. രണ്ടുപൈസയ്ക്ക് 'ചീന ബദാം' എടുക്കാൻ നിർദേശം നൽകിയിട്ടു പറഞ്ഞു "എന്തുകൊണ്ടെന്നറിഞ്ഞില്ല. പിടിച്ചെന്നു വരാം." പെട്ടെന്ന് സന്തോഷത്തോടെ കാൽ നിവർത്തിയിട്ടു തുടർന്നു "ഇട യ്ക്കിടയ്ക്ക് ഇതുപോലെ കുട്ടിത്തം ചമയുവാൻ കൊതിച്ചുപോകുന്നു."

"നിങ്ങൾ കുട്ടിതന്നെ." നീല പറഞ്ഞു.

"കുട്ടിയോ?" ദീർഘനിശ്വാസത്തോടെ അയാൾ പറഞ്ഞു "ശരിക്കും കുട്ടിയാകാൻ കഴിഞ്ഞിരുന്നെങ്കിൽ! എത്ര അത്ഭുതകരങ്ങളായ ദിവസങ്ങ ളാണ് പിന്നിട്ടു പോന്നതെന്നോർക്കുമ്പോൾ അന്തംവിട്ടുപോകുന്നു. ഇനി ഈ ജീവിതത്തിൽ ഒരിക്കലും മരത്തിൽ കയറി പഴങ്ങൾ മോഷ്ടിക്കയില്ല, കുളത്തിലിറങ്ങി വെള്ളം കലക്കില്ല എന്നു നിനയ്ക്കുമ്പോൾ കരച്ചിൽ വരുന്നു. പ്രായത്തോടൊപ്പം എത്രയെല്ലാം നമുക്ക് നഷ്ടപ്പെടുന്നു."

" ഇനിയുമുണ്ടല്ലോ പലതും നഷ്ടപ്പെടാതെ." നീലയും കാൽ നീട്ടി യിരുന്നു. രണ്ടുപേരുടെയും വിരലുകൾ പരസ്പരം മുട്ടിയപ്പോൾ വേഗം അകന്നിരുന്നു. സംസ്കാരത്തിന്റെ രീതിതന്നെ അങ്ങനെയാണല്ലോ. മനസ്സ് പറക്കുവാൻ തുടങ്ങുമ്പോൾ ശരീരം സ്വയമേവ അതിനെ ബന്ധി ക്കുന്നു. പറക്കുവാൻ ഭാവിക്കുന്ന പറവയെ കോലുകൊണ്ടമർത്തി പിടിച്ചു വയ്ക്കുംവിധം.

ചീനബദാമിന്റെ ഒന്നുരണ്ട് തൊണ്ടുകൾ നീലയുടെ മടിയിൽ ചെന്നു വീണു. കൈകൊണ്ട് തട്ടി പറപ്പിച്ചുകളഞ്ഞു ഇന്ദ്രജിത്.

അയാൾ പറഞ്ഞു "നനഞ്ഞ മണ്ണ്. ഇതാ നോക്കൂ, എന്റെ കൈ രണ്ടും നനഞ്ഞുപോയിരിക്കുന്നു."

"എന്റേതും." കൈ രണ്ടും നീട്ടി നീല. രക്തം ലേശം കട്ടപിടിച്ച, വെ ളുത്ത പേലവമായ രണ്ടു കൈത്തണ്ടുകൾ. നനഞ്ഞ് ചളിയും പുല്ലുംപറ്റി മണം പിടിച്ചത്.

"വരൂ, പോകാം."

"പോകാം" നീലയുടെ കൈപിടിച്ച് എഴുന്നേറ്റു ഇന്ദ്രജിത്. അയാൾ ഒന്നു ഞെട്ടി "നിങ്ങളുടെ കൈയിന് എന്തൊരു ചൂട്!"

ഒന്നു ചിരിച്ച് നീല സമസ്തസങ്കോചവും ദൂരീകരിക്കുവാൻ ശ്രമിച്ചു. "എവിടെ ചൂട്! ഇതു സ്വാഭാവികം മാത്രം." ഇന്ദ്രജിത്തിന്റെ ഹിമശീതള മായ കൈ പിടിച്ചുകൊണ്ട് അവൾ പറഞ്ഞു "എല്ലാവരും നിങ്ങളെപ്പോലെ യല്ല. മൃത്യുവിനെ ലക്ഷ്യം വച്ചുകൊണ്ടാണ് നിങ്ങൾ സഞ്ചരിക്കുന്നത്. എന്നെപ്പോലുള്ളവർ ജീവിക്കാനാണ് ആഗ്രഹിക്കുന്നത്."

"ഞാനുമതെ." അസ്പഷ്ട സ്വരത്തിൽ അയാൾ പറഞ്ഞു: "എന്തു കൊണ്ടോ, എനിക്കും ജീവിക്കാൻ കഴിയുമെന്നു തോന്നിത്തുടങ്ങിയിരി ക്കുന്നു."

തെരുവിന്റെ തുടക്കത്തിലെത്തിയപ്പോഴും രണ്ടുപേരും കൈ കോർ ത്തുപിടിച്ചിരിക്കുകയായിരുന്നു. വഴിവക്കിൽ തട്ടികയുടെ പുറകിൽ രേഖാ

ജീർണവും വയോഹീനവും ആയ ഒരു മുഖത്ത് ചിരിപൊട്ടിയത് അവർ കണ്ടില്ല. ആറ്-എഫ് നമ്പർ ഭവനത്തിൽ കടന്നപ്പോൾ ഒന്നാം നിലയിലെ ഒരു മുറിക്കകത്ത് മറ്റൊരു പരിഹാസ വക്രമായ ചുണ്ടുകളിൽനിന്ന് തുള ച്ചുകയറുന്ന ചിരി പുറപ്പെട്ടു. അതും കണ്ടില്ല അവർ.

താക്കോലെടുത്ത് വാതിൽ തുറന്നു ഇന്ദ്രജിത്. നിശ്ശബ്ദതയുടെ ആ താഴ്‌വരയിൽ ആ ശബ്ദം തന്നെ ഉള്ളതിന്റെ പത്തിരട്ടി പെരുകിക്കേട്ടു. ഒരു നരിച്ചീർ പറന്നു പുറത്തേക്കു വന്നു.

"അകത്തേക്കില്ലേ?" ചോദിച്ച സമയം ഇന്ദ്രജിത്തിന്റെ തൊണ്ട ഒന്നു വിറച്ചു.

"വരൂ." നീലയുടെ മറുപടി സ്വന്തം ചെവികളിൽ എത്തിയില്ല.

കരിപിടിച്ച ചിമ്മിനിക്ക് ഇരുട്ടുമുഴുവൻ നീക്കാൻ കഴിഞ്ഞില്ല. നില ത്തിന്റെ വിള്ളലുകളിലൂടെ ഈർപ്പം അതിന്റെ ആയിരമായിരം കൈകൾ പുറത്തേക്കു നീട്ടി. ലേശം ചൂടിനുവേണ്ടി ദാഹിച്ചിരുന്ന ഇന്ദ്രജിത് അപ്പോഴും നീലയുടെ കൈപിടിച്ചുകൊണ്ടുതന്നെയാണ് നിന്നിരുന്നത്. പക്ഷാഹത മായ വിരലുകൾ ചൂടാക്കണം. ആ ചൂടിൽ ദേഹം മാത്രമല്ല, അയാളുടെ പ്രാണനും അലിയും, മഞ്ഞുകട്ടിപോലെ.

എണ്ണതീർന്ന ചിമ്മിനിവിളക്ക് തന്നെത്താൻ കെട്ടു. പുറത്ത് മഞ്ഞു കൊണ്ടന്ധമായ രാത്രി.

"ആര്?" ഇന്ദ്രജിത്തിന്റെ ചോദ്യം കേട്ട് നീലയും അലസമായ കണ്ണു കളോടെ നോക്കി. വാതിൽക്കൽ അതിനിടയ്ക്ക് ഒരു സാരിത്തുമ്പ് പ്രത്യ ക്ഷപ്പെട്ടുകഴിഞ്ഞിരുന്നു. ഇരുട്ടിൽ ശബ്ദം മാത്രമേ ശരിക്കു കേൾക്കാൻ കഴിഞ്ഞുള്ളു "ഞാൻ ശാന്തി."

നീല പുറത്തേക്ക് ഒറ്റ ഓട്ടം കൊടുത്തു. മുഖം കൈകൾകൊണ്ടു പൊത്തി—ആർദ്രമായ ഒരു സ്പർശത്താൽ അപ്പോഴും രസമേലുന്ന മുഖം. തീവ്രതരമായ വീർപ്പ്.

ലജ്ജ? ലജ്ജയില്ലായ്കയില്ല. ശാന്തി കണ്ടു. അതു പകരം വീട്ടലായി രുന്നു. പക്ഷേ, ശാന്തിയെ കണ്ട ഉടൻ ഇന്ദ്രജിത് ഇത്രവേഗം മടിയിൽനിന്ന് നീലയുടെ തല ഇറക്കിവച്ചതെന്തിന്? ഹെയർപിൻ ഓരോന്നായി ഊരി മുടിക്കെട്ടഴിക്കയായിരുന്നല്ലോ അയാൾ. ശാന്തി ഇതും കാണണമെന്നു തന്നെയായിരുന്നു നീലയുടെ ആഗ്രഹം. പക്ഷേ, ഒന്നുംതന്നെ കാണാന നുവദിച്ചില്ല ഇന്ദ്രജിത്—അതിനു ധൈര്യപ്പെട്ടില്ല അയാൾ. അതുകൊണ്ടു ണ്ടായ ലജ്ജയും കുറച്ചൊന്നുമല്ല.

അന്നു രാത്രി നീലയ്ക്ക് കിടക്കയിൽനിന്നു തലപൊക്കാൻ കഴി ഞ്ഞില്ല. എന്തൊരു വേദന! നെറ്റിയുടെ ഇരുവശവുമുള്ള ഞരമ്പുകൾ 'ടിപ് ടിപ്' എന്നു തുടിക്കുന്നു. കൺപോളകൾ കത്തിയെരിയുന്നു. പൂട്ടാൻ കഴി യുന്നില്ല കണ്ണുകൾ. മോഹാനുഭൂതിയുടെ ധൂപം ചാരമായിക്കഴിഞ്ഞി രുന്നു. എന്നാൽ സുഗന്ധം ചേതനയിൽ സ്മരണയുടെ പുകയായി വ്യാ പിച്ചു.

14

ശകുന്തള, പുറപ്പെട്ട സമയത്ത് നേരിട്ടേക്കാവുന്ന വിഷമങ്ങളെപ്പറ്റി ചിന്തിക്കാതിരുന്നില്ല. എന്നാൽ കൂട്ടുകാരികളിൽനിന്നു കിട്ടിയ പ്രോത്സാഹനം ആശാവഹമായിരുന്നു. ഇറക്കുവാൻ വളരെ കുറച്ചുമാത്രം മൂലധനം. കേന്ദ്ര സ്ഥാനങ്ങളിലൊന്നും ഒരു വീട് കിട്ടിയില്ല. പൊട്ടത്തെരുവിലെ പഴയ വീടാണ് കിട്ടിയത്. എന്നിട്ടും ഉത്സാഹത്തിന് കുറവു വന്നില്ല. ഏതാനും ചെറുപ്പക്കാരികൾ സഹകരിക്കാൻ ചുറ്റും വന്നുനിന്നു. ആത്മവിശ്വാസം വളർന്നു.

ആദ്യത്തെ മാസംതന്നെ ആശാതീതമായ വിജയം സിദ്ധിച്ചു. ലളിത വന്നില്ല. വരണ്ട, സ്റ്റെല്ലയുണ്ടല്ലോ. അണിമയുണ്ട്, ഗീതയുണ്ട്, ശകുന്തള മുഴുവനുണ്ട്. അധ്വാനം ഉദയാസ്തമനംവരെ. അസ്തമനോദയം വരെ ജാഗരണം.

പക്ഷേ, രണ്ടാമത്തെ മാസം തൊട്ടുതുടങ്ങി ചെലവ്. ആദ്യത്തെ ആഴ്ച ശകുന്തള മിക്കവാറും വെറുതെയിരുന്നും കിടന്നും കഴിച്ചുകൂട്ടേണ്ടിവന്നു. വല്ലപ്പോഴും ഒന്നോ രണ്ടോ 'കാൾ' വന്നാലായി. ബാക്കി സമയം, കോട്ടുവായിടുക, കിടന്നു മയങ്ങുക, അലസത പോക്കുവാൻ ചായയുണ്ടാക്കുക, കുടിക്കുക, പിന്നെയുമുണ്ടാക്കുക—കുടിക്കുക. സീസൺ ഡൾ.

ദിവസാവസാനം കണക്കു കൂട്ടാനിരിക്കുമ്പോൾ തല കറങ്ങും. ഇന്ന് മാസം പിറന്നു പത്താംതീയതി. ഇതേവരെ കിട്ടിയതുകൊണ്ട് കഷ്ടിച്ച് വീട്ടുവാടക ഒപ്പിക്കാം. അതിനുശേഷം? ഒറ്റയ്ക്കാണെങ്കിൽ ശകുന്തള അത്ര പരിഭ്രമിക്കില്ല. ഇവിടെ മൂന്നു ചെറുപ്പക്കാരികൾ ശകുന്തളയെ ഉറ്റുനോക്കിക്കൊണ്ടിരിക്കയാണ്. അവളോടുള്ള സ്നേഹം കാരണം അവളുടെ ഒറ്റവാക്കുകേട്ട് അവരവരുടെ ജോലിയുപേക്ഷിച്ച് വന്നവരാണിവർ. ആ ജോലി കൊണ്ട് വിശേഷിച്ച് ഭാവിയൊന്നുമുണ്ടായിരുന്നില്ല. എങ്കിലും മാസാവസാനം ഉറപ്പിച്ചിരിക്കാവുന്ന ഒരു തുക കൈയിൽ കിട്ടിയിരുന്നു.

പതിനഞ്ചാം തീയതി കഴിഞ്ഞപ്പോൾ ശകുന്തളയുടെ മനസിനും ഇളക്കംതട്ടി. ഇനി കാത്തിരിക്കവയ്യ. വളരെ നാളായി ഇന്നലെയാണ് കേസു കിട്ടിയത്—അഞ്ചെണ്ണം. എല്ലാംകൂടി കിട്ടിയത് അമ്പത്-അറുപത് രൂപ. ആവശ്യം അഞ്ഞൂറ് രൂപയുടേത്. സേവാസത്രം വിപുലീകരിക്കുന്നതിന് എന്തെല്ലാം സ്കീമുകൾ, എന്തൊക്കെ മനോരാജ്യങ്ങൾ!

മൂന്നാമത്തെ ആഴ്ച അണിമയ്ക്കു സുഖമില്ലാതായി. മറ്റു സമയങ്ങളിലായിരുന്നെങ്കിൽ ശകുന്തളയ്ക്ക് ഇത്ര പരിഭ്രമം തോന്നുകയില്ല. പക്ഷേ, ആപത്തുകളും നേരത്തെ നിശ്ചയിച്ചിട്ടുള്ള പ്ലാനനുസരിച്ച് അണിയണിയായിട്ടാണ് വരിക എന്നു വിചാരിക്കേണ്ടിയിരിക്കുന്നു. ആദ്യം തോന്നിയത് ജലദോഷപ്പനിയായിരിക്കുമെന്നായിരുന്നു. അതുകഴിഞ്ഞ് മൂന്നുനാല് നാൾ മലേറിയയ്ക്കു ചികിത്സിച്ചുനോക്കി. എട്ടാംദിവസം ശകുന്തളയ്ക്ക് ഉൽക്കണ്ഠ വർധിച്ചു. ഇത്രനാളായിട്ടും പനി വിട്ടിട്ടില്ല. ടൈഫോ

യിഡ് ആണെന്നു സംശയിക്കേണ്ടിയിരിക്കുന്നു. ശുശ്രൂഷയ്ക്കു കുറവു വരില്ല. പക്ഷേ, അതിലേറെ ആവശ്യം പഥ്യമാണ്. ഒരു വിദഗ്ധനായ ഡോക്ടറെ വരുത്തി കാട്ടേണ്ടിയിരിക്കുന്നു.

ഡൽ സീസൺ. ഒരുതരത്തിൽ അതൊരു രക്ഷയുമായി. ശകുന്തളയ്ക്ക് മുഴുവൻ സമയവും അണിമയുടെ അരികിലിരുന്നു ശുശ്രൂഷിക്കാൻ കഴിഞ്ഞു. എന്നാൽ അടുത്തമാസം വീട്ടുവാടക, ഇലക്ട്രിസിറ്റി ബിൽ മുതലായവ കഴിച്ച് ബാക്കി കൈയിൽ വന്നതുകൊണ്ട് കഷ്ടിച്ച് ഒരാഴ്ച കഴിക്കാം—അത്രതന്നെ.

ലളിതയുടെ സ്നേഹിതൻ മെഡിക്കൽ സ്റ്റുഡന്റ് ഒരുദിവസം വന്നു നോക്കിയിട്ടുപോയി. ഗൗരവഭാവത്തിൽ ആശുപത്രിയിലേക്കു മാറ്റണമെന്ന് അയാൾ ഉപദേശിച്ചു. അതു ചെയ്തില്ലെങ്കിൽ നല്ലൊരു ഡോക്ടറെ വരുത്തി പരിശോധിപ്പിക്കയെങ്കിലും വേണം. നല്ല ഡോക്ടർമാർ എത്രയെങ്കിലുമുണ്ട്, പരിചയത്തിൽ. പക്ഷേ, ഫീസ് കൊടുക്കാതെ വന്നു നോക്കാനാരുണ്ട്? ഉള്ള ജോലിവിട്ട് ഇറങ്ങിപ്പോന്നപ്പോൾ പലരും തടഞ്ഞു. ഇന്ന് വീണ്ടും അവരുടെ വാതിൽക്കൽ ചെല്ലുമ്പോൾ ശകുന്തളയെ മാനം സമ്മതിക്കുന്നില്ല.

അടുത്തദിവസം ലളിത വന്ന് കുറച്ച് ആശയ്ക്കു വകനൽകിയിട്ടു പോയി. മെഡിക്കൽ സ്റ്റുഡന്റ് അരവിന്ദൻ മറ്റു ചില സ്നേഹിതന്മാരിൽ നിന്ന് കുറച്ചുപണം പിരിച്ചെടുത്തിരുന്നു. സേവാസത്രത്തിനെ സഹായിക്കാനല്ല, അണിമയുടെ ചികിത്സയ്ക്ക്. ഡോ. ഉപാധ്യായയും ഒരു ദിവസം വന്നുനോക്കിയിട്ടു പോകാമെന്ന് ഏറ്റിരിക്കുന്നു.

നോക്കാൻവന്ന ഉപാധ്യായയും കുറെക്കൂടി അയാചിതമായ ഉപദേശങ്ങൾ വിതരണം ചെയ്തിട്ടുപോയി. പതിവുപോലെ ശാന്തവും സൗമ്യവുമായ മൂർത്തി. ഈ ഏതാനും മർക്കട മുഷ്ടിക്കാരുടെ 'തോന്നിവാസം' കണ്ടിട്ട് മൂപ്പർക്ക് വിശേഷിച്ചൊരു അലോഹ്യവും തോന്നിയിട്ടില്ല. തലയിലെ നരയും കറുപ്പും കലർന്ന മുടിപോലെതന്നെ നാവിൽ ഇംഗ്ലീഷും ബംഗാളിയും കലർന്ന 'കിച്ചഡി' ഭാഷ. നന്നായി പരിശോധിച്ചു. പ്രിസ്ക്രിപ്ഷനും കൊടുത്തു.

ശകുന്തള അത്ഭുതപ്പെട്ടുപോയത്, വീട്ടിൽ തിരിച്ചുചെന്ന് ഉപാധ്യായ രണ്ട് പത്തുരൂപാ നോട്ടുകൾ അയച്ചുകൊടുത്തപ്പോഴാണ്. കൂട്ടത്തിൽ ഒരു കത്തും. ശകുന്തളയുടെ പെരുമാറ്റം ഏതു തരത്തിലായാലും വേണ്ടില്ല. ഇപ്പോഴും ഡോക്ടർ അവരിൽ പലരെയും പഴയപടിതന്നെ വേണ്ടപ്പെട്ടവരായിട്ടാണ് വച്ചിട്ടുള്ളത്. അവർക്ക് എന്നും മംഗളം നേരുന്നു. അവരുടെ വിപ്ലവം ഏതുവിധം ആഘാതം ഏൽപ്പിച്ചുവോ അതേവിധംതന്നെ അവരുടെ ഇന്നത്തെ ദുരവസ്ഥ സങ്കടം ഉണ്ടാക്കുകയും ചെയ്തിരിക്കുന്നു. തന്റെ കഴിവ് പരിമിതമാണ്. അതുകൊണ്ടാണ് ഈ നിസാരതുക.

ഓരോ വരിയിലും രോമാഞ്ചമിശ്രമായ സഹതാപം; ഉൽക്കണ്ഠാകുലമായ അനുകമ്പ. എവിടെയോ ഒരു സംതൃപ്തി ഒളിഞ്ഞിരിക്കുന്നില്ലേ

എന്നൊരു സംശയം ശകുന്തളയ്ക്കു തോന്നി. ഈ അധികപ്രസംഗികളായ ചെറുപ്പക്കാരികൾ താൻ പറഞ്ഞതനുസരിക്കായ്ക കൊണ്ടല്ലേ ഈ ദയനീയാവസ്ഥ പ്രാപിച്ചിരിക്കുന്നത്? ഡോ. ഉപാധ്യായ ഇതിലും സ്ഥൂലമായ ഒരാനന്ദം കണ്ടെത്തിയിരിക്കുന്നു. നരച്ചമുടിയെ ബഹുമാനിക്കാതിരുന്നതിന്റെ ഫലം അനുഭവിക്കട്ടെ ഇനി കുറച്ച്.

കത്തു വായിച്ച് ശകുന്തള കീറിക്കളഞ്ഞു. നോട്ടും അതോടൊപ്പം കീറിപ്പോകാനനുവദിച്ചില്ല. പണം സങ്കോചമെന്യേ സ്വീകരിച്ചു. അതു മടിയിൽ വയ്ക്കുകയും ചെയ്തു. അത്രയ്ക്കുണ്ടായിരുന്നു പണത്തിനു തിടുക്കം. ശകുന്തള ഈ ദൈന്യത്തിൽതന്നെ പലതവണ സ്വയം ശപിച്ചു.

തപാൽ ശിപായി എപ്പോൾ കൊണ്ടുവന്നിട്ടിട്ടുപോയാവോ? രാവിലെ വേലക്കാരി മുറി അടിച്ചുവാരിയതിന്റെ കൂട്ടത്തിൽ ചുളിഞ്ഞുമടങ്ങിക്കിടക്കുന്നു. കൊണ്ടുവന്നു ശകുന്തളയ്ക്കു കൊടുത്തു. ഒരു പത്രം. വാരികയുടെ ജനുസിൽപ്പെട്ടത്. കഷ്ടം വയ്പ്പിക്കുന്ന അച്ചടിയും ഭാഷയും കടലാസും.

പക്ഷേ, ആരയച്ചത്? സേവാസത്രത്തിനെത്തന്നെ തിരിഞ്ഞുപിടിച്ച് അയച്ചതിനർഥം? ഈ വക പത്രങ്ങൾ ശകുന്തള ഇതിനുമുമ്പ് വായിച്ചിട്ടില്ല. പലതിന്റെയും പേർ അറിയാം. നാൽക്കൂട്ടപെരുവഴികളിലും ട്രാമുകളിലും ഈ പത്രങ്ങൾ കൈയിലെടുത്ത് ഹാക്കർമാർ വിളിച്ചുപറയുന്നത് കേട്ടിട്ടുണ്ട്.

ആദ്യം കൗതുകത്തോടെ ഏടു മറിച്ചുനോക്കി. പിന്നെ ഒരിടത്തെത്തിയപ്പോൾ പെട്ടെന്ന് കണ്ണോട്ടം നിലച്ചു. ഒരിടത്തു തറഞ്ഞുനിന്നു. തലക്കെട്ടു കണ്ടപ്പോൾ തന്നെ ചെവിവരെ ചുകന്നു. ഏതാനും വരികൾ വായിച്ചപ്പോൾ തന്നെ ചുണ്ടുകൾ കുറച്ചൊന്നു തുറന്നു. ശ്വാസം വേഗം വേഗമാകാൻ തുടങ്ങി.

പേരുവയ്ക്കാത്ത ഏതോ ഒരുവൻ ഒരു നഴ്സസ് ഹോമിനെപ്പറ്റി അപവാദം പറഞ്ഞുണ്ടാക്കിയിരിക്കുന്നു. കുറെയൊക്കെ ഒരു കഥയുടെ ശൈലിയിലാണ് വർണന. ഊരും പേരും ഊഹിക്കാവുന്ന വിധമാണ് പാത്രസൃഷ്ടി. ലക്ഷ്യം ശകുന്തള തന്നെ എന്നു സ്പഷ്ടം. ഭർതൃപരിത്യക്തയായ ഒരു ദുർനടത്തക്കാരി വേറെ ചില പെൺകിടാങ്ങളെ പറഞ്ഞു വിരട്ടി കൽക്കത്തയുടെ നെഞ്ചിൽതന്നെ കയറിയിരുന്ന് സേവാശ്രമമെന്ന് ഒരു വെട്ടിപ്പ് സംഘടനയുടെ മറവിൽ താന്തോന്നിത്തം കാട്ടിനടക്കുന്നു. അതിന്റെ സാലങ്കാരവും സവിസ്തരവും നിന്ദാഗർഭവുമായ വർണന. കെട്ടിച്ചമച്ച ഏതാനും സംഭവങ്ങൾകൊണ്ട് പൊടിപ്പും തൊങ്ങലും വച്ചിരിക്കുന്നു. ഉപസംഹാരമായി പൊലീസിന്റെ കർത്തവ്യബോധത്തെയും പൊതുജനങ്ങളുടെ ഉത്തരവാദിത്വത്തെയും ഓർമിപ്പിച്ചിരിക്കുന്നു. ഈ സാമൂഹ്യവിരുദ്ധ സ്ഥാപനത്തിന്റെ കേന്ദ്രത്തിന്റെ ശരിയായ വിവരങ്ങൾ ലേഖകന്റെ പക്കൽ ഉണ്ട്. ഉചിതമെന്നു തോന്നുന്ന സന്ദർഭത്തിൽ എല്ലാം കുറേശെ പുറത്തുകൊണ്ടുവരുന്നതാണ്. എത്രയോ തെളിവുകൾ ഉണ്ട്, സാക്ഷികളു

ണ്ട്, സാമഗ്രികളുണ്ട്, വായനക്കാർ മാപ്പാക്കണം.

എല്ലാവരും വായിച്ചു, ഗീത വായിച്ചു ശകുന്തളയുടെ അടുക്കൽനിന്നു കൊണ്ട്. അണിമ കിടക്കയിൽ കിടന്നുകൊണ്ട്. ഗീതയുടെ മുഖം വല്ലാതെ ചുകന്നു. അണിമയുടെ മുഖം വിളർക്കുകയാണുണ്ടായത്. "ആരെഴുതിയ താണ് ശകുന്തളേടത്തി? ആരുടെ പണി?"

"ആർക്കറിയാം?"

കടലാസ് പിച്ചിച്ചീന്തി ശകുന്തള. ആരു പറ്റിച്ച പണിയാണെന്ന് അവർക്കറിയാം. വനമാലിയല്ലാതെ മറ്റാരുമാവില്ല ഈ വിഷം വമിച്ചത്. അയാളുടെ ദേഹത്തെ ദുഷിച്ച വിഷമാകെ പേനയിൽ പകർന്നിരിക്കുന്നു. ഏഭ്യൻപത്രം. വനമാലിക്കു കിട്ടിയ മീഡിയം ബഹുകേമം!

ചീത്തപ്പേർകൊണ്ട് ഭയമില്ല. പക്ഷേ, മാസാവസാനം ശകുന്തളയ്ക്ക് ഒന്നുകൂടി നിരാശപ്പെടേണ്ടിവന്നു. പടിക്കൽ ഈയിടെ മുട്ടിവിളി അധികം കേൾക്കാതായി. ആ വാരികയുടെ വേറെ ചില ലക്കങ്ങളും പുറത്തിറങ്ങി. പ്രച്ഛന്ന ലേഖകൻ രണ്ടു മൂന്ന് ലേഖനങ്ങൾ കൂടി സംഭാവന ചെയ്തിരിക്കുന്നു. പേർ ഇനിയും പുറത്തുവിട്ടിട്ടില്ല. എന്നാൽ കിനുഗോയാലത്തെരുവിലെ ഈ സേവാസത്രംതന്നെ അയാളുടെ ലക്ഷ്യമെന്നതിൽ സംശയമേതും ബാക്കിയില്ല.

ആദ്യം ശകുന്തള ഗൗനിക്കാൻ പോയില്ല. പക്ഷേ, രണ്ടുപൈസ വില പിടിക്കാത്ത ഈവക അശ്ലീലപത്രങ്ങൾക്ക് സാധാരണക്കാരുടെയിടയിൽ ഇത്ര വായനക്കാരുണ്ടാകുമെന്ന് ആരോർത്തു. പുറത്തേക്കിറങ്ങുമ്പോൾ ഒരു കാര്യം ശകുന്തള പ്രത്യേകം ശ്രദ്ധിച്ചിരുന്നു. പലരും ഈയിടെ വിശേഷിച്ചും ഈ തെരുവുകാർ, തന്നെ സകൗതുകം വീക്ഷിക്കാൻ തുടങ്ങിയിരിക്കുന്നു. ഇവരും വായിച്ചിരിക്കുന്നു പത്രം. ഇവർക്കു മനസിലായിരിക്കുന്നു. കിനുഗോയാലത്തെരുവിലെ സേവാശ്രമംതന്നെ. എല്ലാവരുടെയും കണ്ണുകളിൽ അടക്കിപ്പിടിച്ച ചിരി. പതുക്കെപ്പതുക്കെയുള്ള സംസാരം. ഒരു പിഞ്ചുചെടിയെ മുളയിൽ നുള്ളിക്കളയുവാൻ അടുക്കുന്ന അസംഖ്യം കൈകൾ.

തപാലിൽ പത്രം മുറയ്ക്കു വന്നുകൊണ്ടിരുന്നു. മറ്റു പലതരം ഉപദ്രവങ്ങളും കൂടി തുടങ്ങി. ഉപാധ്യായ ആ പത്രത്തിന്റെ കട്ടിങ് അയച്ചുകൊടുത്തിരിക്കുന്നു. എന്താണീ കേൾക്കുന്നത്?

സന്ധ്യയാകാൻ തുടങ്ങുന്നതോടെ വാതിൽക്കലും ജനാലകളിലും ചൂളംവിളികൾ തുടങ്ങുന്നു. അയൽപക്കക്കാരും അല്ലാത്തവരുമായ ശൃംഗാരി ചെറുപ്പക്കാർ അങ്ങുമിങ്ങും വന്നുനിന്ന് അസഭ്യം പറയുന്നു. അടുത്തും ദൂരെയും വിളക്കുകാലിന്റെ നിഴലിൽ നിന്നുകൊണ്ട്. വല്ലതും പറയാൻ നിവൃത്തിയില്ല, അവരോട്.

വെളുപ്പാൻകാലത്ത് പുറംചുവരിൽ വാരികയുടെ പുതിയ ലക്കം ആരോ കൊണ്ടുവന്ന് പതിച്ചിട്ടുപോയിരിക്കുന്നു. അതു പിടിച്ചു ചീന്തിക്കളഞ്ഞു കണ്ട ഉടൻ. തെരുവിൽ ചൂണ്ടുകൈ അടയാളത്തോടെ തൂക്കിയി

രുന്ന സേവാസത്രത്തിന്റെ പരസ്യപ്പലകയിൽ ടാർകൊണ്ട് വലിയ വലിയ അക്ഷരങ്ങളിൽ പറയാൻ അറയ്ക്കുന്ന അശ്ലീലമായ എന്തോ വാക്ക് എഴുതിവച്ചപ്പോൾ പലകയെടുത്തു മാറ്റി, അതും പൊതുദൃഷ്ടിയിൽനിന്നു മറച്ചു. എന്നാൽ സമയത്തും അസമയത്തും ജനാലകളെ ഉന്നംവച്ച് പ്രയോഗിക്കുന്ന കല്ലുകൾ ആർക്കു തടയാനാവും?

എന്നിട്ടും പുറത്തേക്കിറങ്ങേണ്ടിവന്നു. മാനാപമാനങ്ങൾ മറന്ന്, നാണം വെടിഞ്ഞ്, ചെവിയിൽ പഞ്ഞി കുത്തിനിറച്ച്, പുറത്തു പാളവച്ചു കെട്ടി—എന്നു പറഞ്ഞവിധം.

ഒരുദിവസം ലളിതയെ വഴിക്കുവച്ച് കണ്ടുമുട്ടി. ശകുന്തളയെ കണ്ട ഉടൻ അവൾ തെറ്റിക്കളയാൻ ശ്രമിച്ചത് കണ്ണിൽപ്പെടാതെ പോയില്ല. ശകുന്തള അവളുടെ ഒരു കൈ കടന്നുപിടിച്ചുകൊണ്ടു പറഞ്ഞു "ഓടിയൊളിക്കാൻ പുറപ്പെട്ട നീ നിരത്തിന്റെ നടുവിലേക്കല്ലേ കടക്കാൻ പോയത് ലളിതേ! എന്തു കാട്ടും? ഇവിടെ ഫുട്പാത്തിനു വീതി വളരെ വളരെ കഷ്ടി. പക്ഷേ, മറുവശത്തുനിന്ന് ഒരു ലോറി വന്നിരുന്നത് നീ കാണാതിരുന്നതെന്തേ? ലേശം തെറ്റിപ്പോയിരുന്നെങ്കിൽ ലോറിയുടെ അടിയിൽ കുടുങ്ങുമായിരുന്നല്ലോ നീ? അതോ നിനക്ക് എന്നെയായിരിക്കുമോ ലോറിയേക്കാൾ അധികം ഭയം?"

ലളിത വല്ലാതെനിന്നു പരുങ്ങിപ്പോയി. ശകുന്തളയെ കാണാതെ കടന്നുകളയാൻ ലേശവുമുണ്ടായിരുന്നില്ല തനിക്ക് വിചാരമെന്നു തെളിയിക്കാൻ അവൾ ഒറ്റശ്വാസത്തിൽ എന്തൊക്കെയോ പറഞ്ഞുകളഞ്ഞു "ശകുന്തളേടത്തി എന്നെ എത്രവേണമെങ്കിലും പരിഹസിച്ചോളൂ. ഞാൻ ഓടിക്കളയാൻ ശ്രമിച്ചുവെങ്കിലല്ലേ?"

അവളുടെ പ്രലാപത്തിനു വിരാമമിട്ടുകൊണ്ട് ശകുന്തള പറഞ്ഞു "നീ ഈയിടെ അങ്ങോട്ടു തീരെ കടക്കാതായല്ലോ ലളിതേ!"

ലളിത ആദ്യം ഈ ആരോപണം നിഷേധിക്കാൻ ശ്രമിച്ചു. പലതവണ ഉമിനീർ ഇറക്കി. ഒടുവിൽ അവൾക്ക് സ്വീകരിക്കേണ്ടിവന്നു. സേവാസത്രത്തിൽ ചെല്ലരുതെന്ന് അരവിന്ദൻ കഠിനമായി വിലക്കിയിരിക്കുന്നു. ലളിത ഇന്ന് നഴ്സു മാത്രമല്ല, നാളയല്ലെങ്കിൽ അതിനടുത്തു തന്നെ ഡോക്ടറാവാൻ പോകുന്ന യുവാവിന്റെ പ്രതിശ്രുതയാണ്. "നഗരമാകെ ചീത്തപ്പേരിന് ഇടവരുത്തിയ ഒരു സ്ഥാപനത്തിൽ താമസിക്കാൻ അത്രയ്ക്കേറെയുണ്ട് മോഹമെങ്കിൽ അരവിന്ദന്റെ ഏഴയൽപക്കത്തേക്കു ചെല്ലാൻ നോക്കണ്ട. രണ്ടിലൊന്ന് തിരഞ്ഞെടുത്തോളൂ."

തെരഞ്ഞെടുപ്പിൽ ലളിത അബദ്ധമൊന്നും കാട്ടിയില്ല എന്നു പറയേണ്ടതില്ലല്ലോ. എല്ലാം കേട്ടിട്ട് ശകുന്തള ചോദിച്ചു "ഉം. എന്നാണിനി വിവാഹം?"

"അതൊന്നും തീർച്ചയാക്കിയിട്ടില്ല. ഈയിടെയല്ലേ പാസായിട്ടുള്ളൂ? കുറെനാൾകൂടി ആശുപത്രിയിൽതന്നെ വേണ്ടിവരും."

"അതുവരെ മിണ്ടാതിരിക്കും?"

അതുവരെ.വിവാഹം അതിനുമുമ്പുതന്നെ സൗകര്യമുള്ളപ്പോൾ ശുഭ ലഗ്നത്തിൽനടത്താവുന്നതാണ്. അരവിന്ദൻ കൽക്കത്തയിലല്ലേ പ്രാക്ടീസിനു ഭാവം. ഇവിടെ നല്ല തിരക്ക്. മറ്റുവല്ല ദിക്കിലേക്കും പോകണം. അവിടെ മത്സരമില്ല. ലക്ഷ്മി സ്വയം വരിക്കാൻ വരും. കുറെ ദൂരെത്തന്നെയാണ് അവർ പോകാൻ ഭാവം. പടിഞ്ഞാട്ടു നീങ്ങി ചെറിയ വൃത്തിയുള്ള ഒരു നഗരം, സുന്ദരമായ ഒരു ഭവനം. ആ ഭവനത്തിനു റാണി ലളിത. എല്ലാം തീരുമാനിച്ചു വച്ചുകഴിഞ്ഞിരിക്കുന്നു—എന്നു ലളിത നോട്ടീസു കൊടുക്കണം, എന്നു ജോലി ഉപേക്ഷിക്കണം.

തൊട്ടുതൊട്ടുണ്ടായ രണ്ടു സംഭവങ്ങൾ ശകുന്തളയെ ഒന്നുകൂടി അസ്വാസ്ഥ്യപ്പെടുത്തി.

സന്ധ്യകഴിയാറായിരിക്കുന്നു. ഒരു ദിവസം നല്ലവേഷത്തിലുള്ള ഒരു മനുഷ്യൻ നേരെ മുകളിലേക്കു കയറിച്ചെന്നു. വാതിൽ തുറന്നിട്ടിരിക്കയായിരുന്നുവെന്നു തോന്നുന്നു. നേരെ ഗീതയുടെ അടുക്കലേക്കാണ് ചെന്നത്.

ഗീതയെ നമസ്കരിച്ചിട്ടു പറഞ്ഞു "ക്ഷണം ഒരുങ്ങിക്കോളൂ പുറപ്പെടാൻ. ഒന്ന് ഇപ്പോൾ തന്നെ വരാതെ പറ്റില്ല."

തറ്റുടുത്ത നേർത്ത ദോത്തി, പട്ടുകുപ്പായം, ഭേദപ്പെട്ട മുഖഭാവം.

"അടിയന്തരമായ കേസാണെന്നു തോന്നുന്നു."

"അടിയന്തരം തന്നെ." വിളക്കുകൊളുത്തിക്കഴിഞ്ഞിട്ടുണ്ടായിരുന്നില്ല. പറഞ്ഞപ്പോൾ പതുക്കെയൊന്നു ചിരിച്ചോ? കാണാൻ വഴിയുണ്ടായിരുന്നില്ല.

അണിമയ്ക്ക് അപ്പോഴും പൂർണസുഖം ലഭിച്ചുകഴിഞ്ഞിരുന്നില്ല. ശകുന്തള സ്ഥലത്തെത്തിയിരുന്നില്ല. ഗീത പോകണോ വേണ്ടയോ എന്നറിയാതെ കുഴങ്ങി. പക്ഷേ, ആ മാസമാകെക്കൂടെ കിട്ടിയ ഒരേയൊരു 'കാൾ' ആയിരുന്നു അത്. വെറുതെ വന്ന ആളെ പറഞ്ഞയയ്ക്കാനുമില്ല മനസ്സ്. ഗീത മനസ്സാലെ ചിന്തിച്ചു—ഇതിനിടയ്ക്ക് ശകുന്തള വന്നെത്തിയിരുന്നെങ്കിൽ എന്ന്. പക്ഷേ, വന്ന ആൾ പറയുന്നു കേസ് വളരെ അടിയന്തരമാണെന്ന്. എത്രമാത്രം പിടിച്ചിരുത്തും?

അവൾ പറഞ്ഞു "എമർജൻസി കേസിന് പണം കുറച്ചധികമാവും."

"അധികം? എത്രയധികം വേണ്ടിവരും?" കീശയിൽനിന്ന് കുറെയേറെ നോട്ടുകൾ പുറത്തേക്കെടുത്തു അയാൾ. എല്ലാം പത്തുരൂപ നോട്ടുകൾ. ഏതാനും നൂറിന്റെ നോട്ടുകളും കണ്ടേക്കാം. ഗീതയുടെ കണ്ണുകൾ തിളങ്ങി. ഒന്നിച്ച് ഇത്രയും പണം കാണുന്നത് ഒന്നാമതായിട്ടാണ്. പണം കണ്ടിട്ടുതന്നെ എത്രനാളായി. ലോഭം മറയ്ക്കാൻ കഴിഞ്ഞില്ല. "കുറച്ചു അഡ്വാൻസ് തരണം."

"എത്ര വേണം?"

"ഇരുപത്തിയഞ്ച്."

കേട്ടയുടൻ അയാൾ മൂന്ന് പത്തുരൂപ നോട്ടെടുത്ത് നീട്ടിയത് കണ്ടപ്പോൾ തുക കുറച്ചു കൂട്ടിപ്പറഞ്ഞില്ലല്ലോ എന്നോർത്ത് ഗീതയ്ക്ക് ദുഃഖം

തോന്നി. വന്ന ആളുടെ കേസ് എത്ര ഗൗരവപ്പെട്ടതാണെന്ന് നേരത്തെ അറിഞ്ഞിരുന്നെങ്കിൽ.

അവസാനം ശകുന്തളയ്ക്ക് ഒരു കുറിപ്പ് എഴുതിവച്ച് ഗീത പുറപ്പെട്ടു. നോട്ടുകൾ കുറിപ്പിന്റെ കൂടെ പിൻചെയ്തുവച്ചിരുന്നു. ശകുന്തള വീട്ടിൽ എത്തിയപ്പോൾ ഒന്നത്ഭുതപ്പെട്ടു. കുറിപ്പ് വായിച്ചിട്ടല്ല നോട്ടുകൾ കണ്ടിട്ട്.

കത്ത് വായിച്ചിട്ട് ആദ്യം വിശേഷിച്ചൊന്നും തോന്നിയില്ല. പക്ഷേ, എന്തോ ഒരു വല്ലായ്മപോലെ. താനുണ്ടായിരുന്നെങ്കിൽ ഗീതയെ ഈ വിധം ഒറ്റയ്ക്കു വിടുകയില്ലായിരുന്നു.

പത്ത്, പതിനൊന്ന്, പന്ത്രണ്ട്-വളരെനേരം ഗീതയെ കാത്തിരുന്നു. കാത്തിരുന്നു ഉറങ്ങിപ്പോയതെപ്പോഴാണെന്നുതന്നെ അറിഞ്ഞില്ല. ഗീത വന്നു വാതിൽക്കൽ മുട്ടിയപ്പോൾ മണിയെത്രയായി, രണ്ടോ മൂന്നോ?

പക്ഷേ, ഇതെന്തൊരു വേഷം ഗീതയുടെ? ഇന്നു വൈകുന്നേരം അവൾ മുടികെട്ടാൻ മറന്നെന്നോ! വരണ്ട കവിളിൽ എല്ല് ഉയർന്നുനിൽക്കുന്നിടത്ത് എന്താണ് വൈവർണ്യം! രണ്ടു കണ്ണുകളും അത്യന്തം ക്ലാന്തങ്ങൾ. പക്ഷേ, രണ്ട് കൃഷ്ണമണികൾക്കും നല്ല തിളക്കം. പോയസമയം ഗീത ഒരു പുത്തൻ സാരി മടക്കിനിവർത്തിയുടുത്തതായിരുന്നു. ഇപ്പോൾ അത് നൂറിടത്ത് ചുളുങ്ങിക്കാണുന്നു.

പെട്ടെന്ന് വിളക്കണെച്ചുകളഞ്ഞു ഗീത. തളർന്ന സ്വരത്തിൽ അവൾ “ഇപ്പോൾ എന്നോട് ഒന്നും ചോദിക്കരുത് ശകുന്തളേടത്തി, ഒക്കെ പുലർന്നിട്ടു പറയാം” എന്നു പറഞ്ഞുവെങ്കിലും ഒന്നും പറയാൻ ബാക്കിയുണ്ടായിരുന്നില്ല. ചിലപ്പോൾ പതുക്കെപ്പതുക്കെ, ചിലപ്പോൾ അസ്വാഭാവികമാം വിധം കാതരവും ദ്രുതവുമായ എല്ലാ സംഭവവും പറഞ്ഞുകേൾപ്പിച്ചു.

ഗീത മുറിച്ചുമുറിച്ചു പറഞ്ഞ കഥകളെല്ലാം കിട്ടുന്നതിന്റെ സാരം-

നിരത്തിൽ കാർ നിർത്തിയിരുന്നു. വന്ന ആൾ ആംഗ്യംകൊണ്ട് കയറിക്കൊള്ളാൻ പറഞ്ഞു. അതിനുശേഷം ചുറ്റിവളഞ്ഞു വണ്ടി എത്തിച്ചേർന്നത്, ഗീതയുടെ അനുമാനം ശരിയാണെങ്കിൽ, നഗരപ്രാന്തത്തിൽ.

ഭീമമായ ആ ഭവനത്തിൽ കെട്ടുകൾക്കുശേഷം കെട്ടുകൾ, കോണികൾക്കും വരാന്തകൾക്കും ഒരവസാനം ഇല്ല. ചുവരുകളിൽ എണ്ണച്ചായപ്പടങ്ങൾ തൂങ്ങുന്നതിനൊരു കണക്കില്ല. നിലം സ്ഫടികക്കല്ലുകൊണ്ട് ഉടലാകെക്കാണിക്കുന്ന കണ്ണാടികൾ.

“രോഗി-രോഗി എവിടെ?” സ്തംഭിപ്പിച്ചുകളയുന്ന ഈ പരിവേഷത്തിൽ ഗീതയുടെ തൊണ്ട വിറച്ചുപോയി “ആർക്കാണസുഖം?”

“എനിക്ക്” ആ മനുഷ്യൻ തരളസ്വരത്തിൽ പറഞ്ഞു. കട്ടിലിലിരുന്ന് തലയണയിൽ ചാരിക്കൊണ്ട് അയാൾ പറഞ്ഞു “മുഖം കണ്ടിട്ടും മനസിലായില്ലെന്നോ? തീരെ തകർന്നിരിക്കുന്നു തൊട്ടാലറിയാമല്ലോ.” അയാൾ ഗീതയുടെ ഒരു കൈപിടിച്ച് മാറിൽവച്ചു.

തട്ടി മാറിനിൽക്കാൻ ശ്രമിച്ചു ഗീത. ഒച്ച പൊങ്ങുന്നില്ല-എന്നിട്ടും പറയാൻ ശ്രമിച്ചു വീടു എന്നെ. എന്നെ തിരിച്ചുകൊണ്ടുപോയി ആക്കൂ. നിങ്ങൾ വിചാരിക്കുന്ന തരക്കാരിയല്ല എന്നൊക്കെ.

"തിരിച്ചുകൊണ്ടുപോയി വിടാം. തക്കതായ ദക്ഷിണയും തരാം. പക്ഷേ, എന്താണ് കാര്യമെന്നു പറയൂ. കൂടുതൽ വില കിട്ടണം?"

"നിങ്ങൾക്കു തെറ്റിപ്പോയി."

"തെറ്റുകയോ? നഗരമാകെ അറിയും നിങ്ങൾ എന്തു കൂട്ടരാണെന്ന്. എന്നിട്ട് എനിക്ക് മാത്രമോ തെറ്റ്." ഒരു കടലാസ് അവളുടെ നേരെ നിവർത്തിപ്പിടിച്ച് അയാൾ പറഞ്ഞു "അപ്പോൾ ഈ അച്ചടിച്ച അക്ഷരങ്ങളും തെറ്റാണ് പറയുന്നതെന്നു പറയൂ. കടലാസുകൾതോറുമുണ്ട് നിങ്ങളുടെ ഖ്യാതി. നേരത്തെകൂട്ടിത്തന്നെ പരിപാടിയിട്ട് നിരക്കു നിശ്ചയിച്ച് നിന്നെ പിടിച്ചുകൊണ്ടുപോരാൻ കഴിഞ്ഞു. പക്ഷേ, ഇങ്ങനെ ചെയ്തില്ലെങ്കിൽ എന്താണൊരഡ്വഞ്ചർ. രസമാകെ പൊയ്പ്പോകുമായിരുന്നു. രസക്കൊഴുപ്പുവരുത്താൻ ഒരു ഒളിച്ചുകളി നടത്തി. അതിനെന്നോടു പരിഭവിക്കരുതെന്റെ കുട്ടി."

ഗീതയുടെ തൊണ്ട വരണ്ടുപോയിരുന്നു. "ഒരു ഗ്ലാസ് വെള്ളം–" അവൾ ഒരുവിധം പറഞ്ഞൊപ്പിച്ചു.

"വെറും വെള്ളമെന്തിന്? ഇളനീർ വെള്ളം തരാം. കുറെക്കൂടി തണുത്തത്, മധുരിക്കുന്നത്."

"വാസ്തവമായും ഇളനീർവെള്ളം തന്നെ വരുത്തിത്തന്നു ആ മനുഷ്യൻ. എന്തു പറയട്ടെ ശാന്തിയേടത്തി. എനിക്ക് കഠിനമായ ദാഹം തോന്നിയിരുന്നു. ഒന്നും നോക്കാൻ പോയില്ല. ഇളനീർ വെള്ളത്തിന് എന്തോ ഒരു ദുസ്വാദുപോലെ തോന്നി. രണ്ടിറക്ക് കുടിച്ചപ്പോഴേക്ക് തൊണ്ട കത്തിത്തുടങ്ങി, തല ചുറ്റി. പിന്നെയാണ് മനസിലായത് ശകുന്തളേടത്തി–ഇളനീരിൽ ബ്രാണ്ടിയോ അതുപോലെയുള്ള മറ്റെന്തോ ചേർത്തിരിക്കുന്നു."

"എന്നിട്ട്?"

"എന്നിട്ടെന്ത്? ആ മനുഷ്യൻ തന്നെ വണ്ടിയിൽ കൊണ്ടുവന്നുവിട്ടു. ഞാൻ ഒറ്റയ്ക്ക് അവിടന്നിവിടംവരെ നടന്നെത്തി."

ഒന്നു നിർത്തിയിട്ട് ഗീത വീണ്ടും പറഞ്ഞു "എന്നാൽ ഞാൻ പണം വാങ്ങാതെയല്ല വന്നത് ശകുന്തളേടത്തി. പക്ഷേ, നിങ്ങൾ എന്നെ ഇനി തല്ലിയോടിക്കുമായിരിക്കും, അല്ലേ?"

ഗീതയുടെ വായിൽനിന്ന് അപ്പോഴും ഗന്ധം വീശുന്നുണ്ടായിരുന്നു ലേശം ലേശം. ശകുന്തള അവളുടെ മുടി തടവിക്കൊണ്ടുപറഞ്ഞു "നീ പോയി ഉറങ്ങ് ഇനി."

രണ്ടാമത്തെ സംഭവം നാലഞ്ചുനാൾ കഴിഞ്ഞിട്ടാണുണ്ടായത്.

15

കഴുത്തു കുടുസായ ഷെർവാണി, ഉള്ള ബട്ടൺസ് അത്രയും ഇട്ടിരിക്കുന്നു. പൈജാമ. മേൽമീശ നിഷ്കർഷിച്ചു വളർത്തിയെടുത്തതു മാത്ര

മല്ല, മനസിരുത്തി വെട്ടി മുറിച്ചു നിർത്തിയതും. ആദ്യം ശകുന്തള അബംഗാളിയാണെന്നു കരുതി ഹിന്ദിയിൽ തുടങ്ങി സംഭാഷണം. രണ്ടു വാക്ക് സംസാരിച്ചുകഴിഞ്ഞപ്പോഴേക്ക് പറ്റിയ അമളി മനസിലായി.

ആഗന്തുകൻ പറഞ്ഞു "ഞാൻ ബംഗാളി തന്നെ. വേഷം ബിസിനസുകാരന്റെ. അതുമല്ല ഇത് അഖിലഭാരതീയവുമാണ്."

"എന്താണ് കേസ്?" ശകുന്തള ചോദിച്ചു.

"ഡെലിവറി."

"ശരി, എപ്പോഴേക്ക് വരണം?"

ആഗന്തുകൻ ഒന്നു ചുമച്ചു "ഒന്നു രണ്ട് കാര്യങ്ങൾ കൂടിയുണ്ട്. എന്റെ ഭാര്യ—അതായത് കേസുകാരി നന്നെ ചെറുപ്പക്കാരി. ഡെലിക്കേറ്റ് ഹെൽത്ത്."

ശകുന്തള ചിരിച്ചു "അതിനെന്താണിത്രവിചാരപ്പെടാൻ? നല്ല ഒരു ഡോക്ടറെക്കൂടെ വിളിക്കണം."

"ഡോക്ടർ!" അൽപ്പം പരുങ്ങലോടെ ഷെർവാണിക്കാരൻ പറയുന്നതു കേൾക്കായി "അതെയതെ, ഒരു ഡോക്ടറെക്കൂടാതെ പറ്റില്ല. എന്നാൽ ഞാൻ വൈകിട്ട് ഭാര്യയെ കൂട്ടിക്കൊണ്ടുവരാം."

"ശരി, വരൂ."

ചടച്ചു വിളർത്ത ദേഹപ്രകൃതി. കോണി കയറുവാൻ അരുത്. അത്രയ്ക്ക് രോഗിണി, വൈകിട്ട് ഷെർവാണിക്കാരൻ ഗർഭിണിയെയും കൊണ്ടു വരുന്നത് കണ്ടപ്പോൾത്തന്നെ ശകുന്തളയ്ക്കു തോന്നി. ഗർഭിണി വന്നിരുന്ന ഉടൻ ആവശ്യപ്പെട്ടു ഒരു ഗ്ലാസ് വെള്ളം. ദേഹത്തിന്റെ ചില രേഖകൾ പൂർണമായതുകൊണ്ടോ പരിണതി പ്രാപിച്ചതുകൊണ്ടോ വേണം അവൾ പ്രായപൂർത്തിവന്നവളാണെന്ന് അനുമാനിക്കുവാൻ. മുഖം ഇനിയും കുട്ടിയുടേതുതന്നെ.

"ഇവളാണെന്റെ ഭാര്യ." ഷെർവാണിക്കാരൻ പറഞ്ഞു "ഒന്നു പുറത്തേക്കു വരൂ. ഒരു കാര്യം പറയാനുണ്ട്."

പുറത്തേക്കു ചെന്നിട്ട് ശകുന്തള പറഞ്ഞു "ഇനിയും കുറെനാൾ വേണ്ടിവരും എന്നാണ് തോന്നുന്നത്. ഇപ്പോഴേ എന്തിനീ പരിഭ്രമം? ഡെലിവറി ദിവസം വിവരമറിയിക്കൂ, വരാം."

നാണവും ഏഭ്യത്വവും തുളുമ്പുന്ന മുഖഭാവത്തോടെ ആ മനുഷ്യൻ പറഞ്ഞ വാക്കുകൾ കേട്ട് ശകുന്തള സ്തംഭിച്ചുനിന്നുപോയി. ഡെലിവറിക്കല്ല അയാൾ വന്നിരിക്കുന്നത്. ഡെലിവറി കൂടാതാക്കാൻ.

"എന്ത്?"

വഷളത്തം മറയ്ക്കാൻ അയാൾ ഒരു സിഗററ്റെടുത്ത് കത്തിച്ചു "എന്റെ ഭാര്യയുടേത് ഡെലിക്കേറ്റ് ഹെൽത്താണ്. അവൾ മരിച്ചുപോയേക്കും. നിങ്ങൾക്ക് എന്തെങ്കിലും ഒരേർപ്പാട് ചെയ്യാനാവില്ലേ? സാധിക്കും തീർച്ച. എന്നാൽ അവൾ കുറെനാൾ ഇവിടെ പാർക്കട്ടെ. അല്ലേ?"

"ഡെലിക്കേറ്റ് ഹെൽത്തിന് അത്രയൊന്നും പരിഭ്രമിക്കാനില്ല. സ്ത്രീ

കളുടെ ഹെൽത്ത് ഈവക കാര്യങ്ങളിൽ പ്രായേണ ഡിസെപ്ടീവ് ആയിരിക്കും. ഒക്കെ വേണ്ടവിധം തന്നെ നടക്കും, നോക്കിക്കോളൂ."

ഏതാനും നിമിഷങ്ങൾകൂടി തർക്കിച്ചുനിന്നു. ആഗതൻ അപേക്ഷിക്കുംതോറും ശകുന്തളയ്ക്ക് ഉറപ്പുകൂടി. ഒടുവിൽ അയാൾ കള്ളിപുറത്താക്കി. "പക്ഷേ ഞങ്ങൾക്ക് കുട്ടി വേണ്ട മിസ് സർക്കാർ! ഞങ്ങൾ രണ്ടുപേർക്കും വേണ്ടേ വേണ്ടേ കുട്ടികൾ."

"നിങ്ങളുടെ ഭാര്യക്കും വേണ്ട?"

"വേണ്ട മിസ് സർക്കാർ! എനിക്ക് ഭാര്യ തന്നെയില്ല. ഇപ്പോൾ സംഗതി മനസിലായില്ലേ?"

ഏതാനും നിമിഷം മിണ്ടാതെ നിന്നിട്ട് ശകുന്തള പറഞ്ഞു "ഇല്ല. നിങ്ങൾക്ക് തെറ്റുപറ്റിപ്പോയിരിക്കുന്നു. ഈ വക സംഗതികൾ ഞങ്ങൾ ചെയ്യാറില്ല."

"മനസിലായി" അയാൾ പറഞ്ഞു "തക്കം ശരിക്കും ഉപയോഗിക്കാൻ തന്നെയാണ് പുറപ്പാട്. ശരി, എത്ര വേണ്ടിവരും പറഞ്ഞുകൊള്ളൂ. ഇവൾ ഇവിടെത്തന്നെ നിൽക്കട്ടെ. ഒരു ചെക്ക് എഴുതിത്തരുന്നു."

"വേണ്ട." ശകുന്തള ഉറച്ച സ്വരത്തിൽത്തന്നെ പറഞ്ഞു.

"ഒരു ദയവു കാണിക്കൂ, എന്റെ സൽപ്പേരിന്..."

തടഞ്ഞുകൊണ്ട് ശകുന്തള പറഞ്ഞു "ഈ വക കാര്യങ്ങൾക്ക് വേറെ സ്ഥലം അന്വേഷിക്കണം. നിങ്ങൾ തെറ്റായ സ്ഥലത്താണ് വന്നിരിക്കുന്നത്. ഇത്തരം വൃത്തികെട്ട പണികൾക്കായിട്ടല്ല സേവാസത്രം തുടങ്ങിയിരിക്കുന്നത്."

"തെറ്റായ സ്ഥലമെന്നോ?" അയാൾ കീശയിൽനിന്ന് ഒരു കഷണം കടലാസെടുത്തുകാട്ടി പറഞ്ഞു "നോക്കൂ, വെടുപ്പായി പേരും മേൽവിലാസവും എഴുതിയിരിക്കുന്നു. കൈയക്ഷരം അറിയാൻ കഴിയുമോ എന്നു നോക്ക്."

അറിയാൻ കഴിഞ്ഞു. വളരെ നാളായി കണ്ടിട്ട്, എന്നിട്ടും വനമാലി സർക്കാരിന്റെ കൈയക്ഷരം ശകുന്തളയ്ക്ക് തിരിച്ചറിയാൻ വിഷമം ഉണ്ടായില്ല. അപ്പോൾ മേൽവിലാസം കൊടുത്ത് വനമാലിയാണ് ശകുന്തളയുടെയടുക്കൽ പറഞ്ഞയച്ചത് ഈ മനുഷ്യനെ. ശകുന്തളയ്ക്ക് പണം കിട്ടിയാൽ ഈവിധ പ്രവൃത്തികൾ ചെയ്യാൻ മടിക്കില്ല എന്നു ദൂഷണം പറഞ്ഞു പരത്തുകയാണ് പണി. മുഖമാകെ അറപ്പുകൊണ്ട് മുങ്ങിപ്പോയി. പക്ഷേ, ഒന്നുംതന്നെ ചെയ്യാനുണ്ടായിരുന്നില്ല.

സ്റ്റെല്ലയ്ക്ക് എല്ലാം കേട്ടിട്ട് തീരെ സന്തോഷമല്ല തോന്നിയത്. "സമ്മതിക്കാതിരുന്നതെന്തേ? ചുരുങ്ങിയത് ഒരായിരം രൂപയെങ്കിലും കിട്ടുമായിരുന്നില്ലേ?"

"ഒരുപക്ഷേ, അതിലുമധികം–" ശകുന്തള പറഞ്ഞു. "പക്ഷേ, പാപപുണ്യങ്ങളെ വിശ്വസിക്കുന്നില്ലെങ്കിലും നീതിയെയും അനീതിയെയും ഞാൻ മാനിക്കുന്നു. സ്റ്റെല്ല! നീ നിന്റെ പാശ്ചാത്യനാമം തലയിൽ പേറി

ക്കൊണ്ട് എവിടെയൊക്കെ നടന്നാലും നിനക്ക് ഇതേ സംസ്കാരം തന്നെ യാണുള്ളത്. നീയും ഈ നാട്ടിൽ പിറന്നവൾതന്നെ."

"അതൊക്കെ ആയിക്കോട്ടെ. എന്നാലും ഈ പണം കിട്ടിയിരുന്നെ ങ്കിൽ പുതിയതായി പ്രവർത്തനം തുടങ്ങാമായിരുന്നു. നീതിയിൽ മുറുകെ പ്പിടിച്ചിട്ട് എന്തു മെച്ചമുണ്ടായി! സകലരും 'ഛീ ഛീ' എന്നു പറയുന്നു."

"പറയട്ടെ." ശകുന്തള പറഞ്ഞു "എന്നെക്കൊണ്ടാവില്ല."

പകരംവീട്ടുകയാണ് വനമാലി സർക്കാർ.

ഈ രണ്ടു മൂന്ന് യുവതികൾ ഇല്ലായിരുന്നുവെങ്കിൽ ശകുന്തള ഇതു പുല്ലുപോലെ കണക്കാക്കുമായിരുന്നു. പക്ഷേ, താൻ ആർക്കുവേണ്ടി യാണോ ഒക്കെ സഹിക്കുന്നത് അവരിൽത്തന്നെ ദൗർബല്യ ലക്ഷണ ങ്ങൾ കാണാൻ തുടങ്ങിയതുകൊണ്ടാണ് ശകുന്തളയ്ക്ക് ആധി. ഇന്ന് കുറെനാളായി ഗീതയുടെ മുഖത്തൊരു ഭാരം. സ്റ്റെല്ല പുറത്ത് ചുറ്റിത്തിരി യുന്നു. അണിമ എഴുന്നേറ്റു തുടങ്ങിയിട്ടേയുള്ളൂ, പുറത്തിറങ്ങാറായിട്ടില്ല. അവൾ എല്ലാവരുടെയും മുഖത്തേക്കു നോക്കും, മനസിൽ പലതും പറയും. ഇനി ഇങ്ങനെ എത്രകാലം—അതാണ് ചോദ്യം. വൈരിയായ ലോകത്തിന്റെ സംയുക്തമുന്നണിക്കെതിരായി നിലയുറപ്പിച്ച് എത്രനാൾ ആത്മരക്ഷ ചെയ്യും. ഈ രണ്ടു നാല് ബലഹീനകളായ സ്ത്രീകൾ?

മറ്റൊന്നുമില്ലെങ്കിൽ വേണ്ട. ഈ പ്രവൃത്തിക്ക് ടിപ്ടോപ്പിലുള്ള ഡ്രസുകൾ വേണം. തിളങ്ങുന്ന തൊപ്പി വേണം. പണം കൊടുക്കാത്തതു കൊണ്ട് ഡോബി അലക്കിക്കൊടുക്കാതായി തുണി. തന്നെത്താൻ അല ക്കാൻ പുറപ്പെട്ടപ്പോൾ തുണി തുരുതുരെ പിന്നാൻ തുടങ്ങി.

അന്നു വൈകുന്നേരം മറ്റാരും ഉണ്ടായിരുന്നില്ല. ശകുന്തളയും അണി മയും മാത്രം. അണിമ ചോദിച്ചു.

"എന്താ സമ്മതിക്കാതിരുന്നത് ശകുന്തളേടത്തി?"

പെട്ടെന്ന് ശകുന്തളയുടെ കണ്ണുകൾ നിറഞ്ഞു.

"നീയും—നീയും ഇതു തന്നെയാണ് ചോദിക്കുന്നത്?"

തല കുനിച്ച് കിടക്കവിരിയിൽ വരച്ചുകൊണ്ട് അണിമ പറഞ്ഞു "അവരും പറഞ്ഞു-ഗീതയും സ്റ്റെല്ലയും. ശകുന്തളേടത്തിക്കറിയുമോ? സ്റ്റെല്ല ഇവിടെ താമസം മതിയാക്കാൻ പോകുന്നു."

"മതിയാക്കാൻ പോകുന്നു?"

"അതെ. അവളുടെ അകന്ന ഒരു കസിൻ കുറെ നാളായി വിദേശത്താ യിരുന്നു. ഈയിടെ തിരിച്ചെത്തിയിരിക്കുന്നുവത്രെ. അയാൾ സ്റ്റെല്ലയെ വി വാഹം ചെയ്യാമെന്ന് നേരത്തെ ഉറപ്പിച്ചുകഴിഞ്ഞിട്ടുണ്ടായിരുന്നുവത്രെ"

"അറിയാം-" ശകുന്തള പറഞ്ഞു "ഓരോരുത്തരായി എല്ലാവരും പോകും."

സ്റ്റോക്കിങ്ങ്സ് ഏതുവിധമാണോ ആദ്യം കാൽവണ്ണയിൽ കീറുന്നത്, അവിടന്ന് പിന്നെ മേൽപ്പോട്ടു കയറിച്ചെല്ലാൻ തുടങ്ങുന്നത്, നീലയുടെ നിലയും ഏതാണ്ടതേവിധമാണെന്ന് അവൾക്കു തോന്നി. ആദ്യം കൗതു കമാണുണ്ടായിരുന്നത്, പിന്നെ കരുണയായി ക്രമേണ. ഇപ്പോൾ ഉള്ള

തിന്റെ പേർ എന്താണ്—ആരറിഞ്ഞു? തികച്ചും വിഫലമായിരുന്നെങ്കിൽ ഇത്രയ്ക്ക് അസ്വാസ്ഥ്യം തോന്നുകയില്ലായിരുന്നു. പക്ഷേ, ഇത് ഒരുതരം അത്ഭുതകരമായ ക്ഷതംതന്നെ. കൂടുകയുമില്ല, ഉണങ്ങുകയുമില്ല. സിരയിൽനിന്നു സിരയിലേക്ക്, രക്തത്തിന്റെ കണികതോറും ജ്വാലപോലെ കത്തിയെരിഞ്ഞു നടക്കുന്നു.

ടോണിക് വാങ്ങി. ഇന്ദ്രജിത്തിന്റെ മുറിയിലേക്കു ചെന്ന സമയം ഇന്ദ്രജിത് കിടക്കയിൽ എഴുന്നേറ്റിരിക്കുകയായിരുന്നു. ആദ്യം വാങ്ങാൻ കൂട്ടാക്കിയില്ല. അയാൾ പറഞ്ഞു "എനിക്കായിട്ട് ഇതൊക്കെ വാങ്ങാൻ പുറപ്പെട്ടത്?"

"വിലയ്ക്കു വാങ്ങിയതല്ല." നീല പറഞ്ഞു "അന്നു നിങ്ങൾ മരുന്നിന്റെ പേർ പറഞ്ഞപ്പോൾ അത് ഞങ്ങളുടെ വീട്ടിലുണ്ടെന്ന് എനിക്ക് ഓർമ വന്നു. എന്റെ അമ്മയ്ക്ക് വാങ്ങിയതായിരുന്നു. അമ്മ രണ്ടേ രണ്ട് സ്പൂൺ കുടിച്ചു. കഴിഞ്ഞു മരുന്നുസേവനം."

കളവ്, പക്ഷേ, കളവും പലസമയത്തും മഹാകാര്യങ്ങൾ സാധിക്കും. ഗ്ലാസിൽ നീല തന്നെ മരുന്ന് പകർന്നു വെള്ളംചേർത്തു കൊടുത്തു. അതു കുടിച്ച് അവിടെയുമിവിടെയും നോക്കിത്തുടങ്ങി ഇന്ദ്രജിത്. തോർത്താണെന്നു തോന്നുന്നു അന്വേഷിക്കുന്നത്.

"ഇല്ല" നീല പറഞ്ഞു "ഞാനതു വെളുപ്പിച്ചിട്ടു."

വിരിപ്പിന്റെ ഒരറ്റംകൊണ്ട് ചുണ്ടു തുടയ്ക്കാൻ ഭാവിക്കുന്നതുകണ്ട് നീല ശാസിച്ചു. "ഇനിയും നിങ്ങളുടെ വൃത്തികെട്ട സ്വഭാവം മാറിയില്ല. ഇതുകൊണ്ടുതന്നെയാണ് നിങ്ങൾക്ക് വീണ്ടും വീണ്ടും സുഖമില്ലാതാവുന്നത്. മടിത്തുമ്പുകൊണ്ട് മുഖം തുടയ്ക്കലല്ലേ ഇതിലും നല്ലത്?"

വിഡ്ഢിയെപ്പോലെ ഒന്നു ചിരിച്ചു അയാൾ. മടിത്തുമ്പല്ലാതെ ആ മുറിയിൽ മറ്റൊന്നുകൂടിയുണ്ട്, നീലയുടെ സാരിത്തുമ്പ്. എന്നാൽ മനുഷ്യന്റെ അഥവാ സ്ത്രീവർഗത്തിന്റെ മനസിലെ ആഗ്രഹത്തിന് കടിഞ്ഞാണില്ലെങ്കിലും പ്രകാശനത്തിനുണ്ടല്ലോ.

"നിങ്ങൾ എനിക്കുവേണ്ടി എത്ര ബുദ്ധിമുട്ടുന്നു."

ശിശുസുലഭവും അകൃത്രിമവുമായ കൃതജ്ഞതാ പ്രകടനം. എന്നിട്ടും നീലയുടെ സമസ്ത ചിത്തവും വിമുഖമായിത്തീർന്നു. ഇന്ദ്രജിത്തിന്റെ ഗാഢസ്വരത്തിലുള്ള വാക്കുകളും കൃതജ്ഞതയുടെ പദാവരണങ്ങൾ അണിഞ്ഞതുപോലെ. എന്തൊന്നിനാണോ മനസ്സ് അളവറ്റു കൊതിക്കുന്നത് അത് പ്രത്യുപകാരത്തിന് പ്രതിഫലമെന്നമട്ടിൽ വരുമ്പോൾ മനസിൽ നിന്ന് ആഗ്രഹത്തിന്റെ ഉറവു വറ്റിപ്പോകുന്നു.

നീലയ്ക്ക് ഒരു കാര്യമറിയാമോ ആവോ? ഈ പ്രമഥൻ വെറും ചതുരംഗക്കളിക്ക് മാത്രമല്ല ഇവിടെ വരുന്നത്, അഥവാ കളികഴിഞ്ഞ് വെറും കൈയാലേയല്ല പോകുന്നത്. പതുക്കെപ്പതുക്കെ അയാളുടെ കാഷ്ബോക്സ് അമ്മയുടെ അവസാനത്തെ രണ്ട് കമ്മലുകൊണ്ട്, വെള്ളിച്ചെല്ലം കൊണ്ട്, അച്ഛന്റെ വാച്ചുചങ്ങല കൊണ്ട്, ഒരുപക്ഷേ നീലയുടെ അന്നപ്രാ

ശത്തിന് ഉണ്ടാക്കിവച്ച ഒരുജോടി നൂപുരംകൊണ്ട് നിറഞ്ഞു. ഒരു കൈ കൊണ്ട് കീശനിറച്ചു പ്രമഥൻ, മറുകൈകൊണ്ട് ദാനംചെയ്തു. ഇനി എന്തുണ്ട് ബാക്കി? ഇനി എത്ര വരവരച്ചാൽ അടിയറവു പറയും ശിവവ്രത ബാബു?

ഒടുവിൽ അച്ഛന്റെ സ്വർണബട്ടനുകളും പ്രമഥന്റെ കൈയിൽ വച്ചു കൊടുക്കേണ്ടതായി വരാതിരിക്കട്ടെ. അങ്ങനെ ചെയ്യേണ്ടിവന്നാലും അമ്മ വല്ലതും പറയുമോ, സംശയമാണ്.

അടുക്കളപ്പണിക്കിടയ്ക്ക് അമ്മ എഴുന്നേറ്റുവന്നു. കുറച്ചുനിമിഷം എന്താണുവേണ്ടതെന്നറിയാതെ നിന്നു.

"എന്തെങ്കിലും പറയാനുണ്ടോ അമ്മയ്ക്ക്?" നീല തന്നെ ചോദിച്ചു.

"ഞാൻ പറഞ്ഞാൽ നീ കേൾക്കുമോ നീലാ?"

നീല ചോദ്യഭാവത്തിൽ നോക്കി, അമ്മ ഏതാനും നിമിഷത്തെ മൗന ത്തിനുശേഷം പറഞ്ഞു "നീ ഒന്ന് ദേവുവിന്റെ അടുക്കൽ പോയിട്ടുവരുമോ?"

വിസ്മയത്തോടെ, ഒരുപക്ഷേ, അൽപ്പം സ്തംഭിച്ചുപോയ മട്ടിൽ നീല പറഞ്ഞു "ഏട്ടന്റെയടുക്കൽ ഞാൻ പോകണം! എന്തിന് അമ്മേ!"

"എന്തിന്? അറിയില്ലേ നിനക്ക്? അച്ഛനു സുഖമില്ല. കൈയിൽ അര ക്കാശില്ല. നീ വിവരമെല്ലാം ദേവുവിനോടു പറഞ്ഞ് ഒന്ന് ഇവിടെവരെ വരാൻ പറയണം." അമ്മ ഒന്നു നിർത്തിയിട്ട് വീണ്ടും തുടർന്നു "ഏട്ടത്തി യോട് നീയാണ് തെറ്റു ചെയ്തത്. വേണമെങ്കിൽ ഒരിക്കൽക്കൂടി മാപ്പു ചോദിക്കണം. നിന്നെക്കാൾ വലിയവളാണ് ബന്ധം കൊണ്ടുനോക്കിയാൽ. ഇതിൽ ലജ്ജിക്കാനൊന്നുമില്ല. എന്തൊക്കെയായാലും അവൾ വലിയ തറവാട്ടിലെ സന്താനമല്ലേ, മാപ്പുതരാതിരിക്കില്ല."

"ക്ഷമിക്കണം അമ്മേ! എന്നെക്കൊണ്ടാവില്ല."

"ആവില്ല!" തീക്ഷ്ണദൃഷ്ടികളോടെ അമ്മ അവളെ നോക്കി "ശരി, നീ പോകണ്ട, അപ്പോൾ ഞാൻതന്നെ പോകാം." ദീർഘശ്വാസത്തോടെ അമ്മ പറഞ്ഞു "നിങ്ങളുടെയെല്ലാം പ്രാണനേക്കാൾ വലിയതല്ല എനിക്കു മാനം."

അമ്മ പോകും? മകന്റെ ശ്വശുരഗൃഹത്തിൽ പുത്രവധുവിന്റെ കോപം ഇല്ലാതാക്കാൻ അമ്മ പോകും? അൽപ്പനേരം എന്തോ ആലോ ചിച്ചുനിന്നു നീല. പിന്നെ പെട്ടെന്നു പറഞ്ഞു "അമ്മ പോകണമെന്നില്ല. ഞാൻ തന്നെ പോകാം."

രണ്ടു മണിക്കൂറിനുശേഷം തിരിച്ചുവന്നു. അമ്മ ഔത്സുക്യത്തോടെ നോക്കി ചോദിച്ചു "എന്തായി മോളേ?"

കൈയിലെ ബാഗ് കിടക്കയിലേക്കെറിഞ്ഞിട്ട് നീല പറഞ്ഞു "എന്താ കാനാണ് അമ്മേ, പോയിട്ടുവന്നു?"

"കണ്ടോ ദേവുവിനെ?"

"ഇല്ല. ഏട്ടൻ ടൂറിലാണ്."

"ഏടത്തിയെ കണ്ടോ?"

"കണ്ടു."

അമ്മ ഏതാനും നിമിഷം മകളെ സൂക്ഷിച്ചുനോക്കി. "അവർ നിന്നെ അപമാനിച്ചെന്നു തോന്നുന്നു. മോളേ! ഏടത്തി നിന്നെ അറിയില്ലെന്നു നടിച്ചിരുന്നുകളഞ്ഞോ?"

"എന്റെയമ്മോ" നീല ഉത്സാഹഹീനമായ സ്വരത്തിൽ പറഞ്ഞു "ദയവുചെയ്ത് ഒന്നുമിണ്ടാതിരിക്കൂ. ഒരിടത്ത് മിണ്ടാതിരിക്കാൻ വിടൂ എന്നെ. അപമാനം? അപമാനിച്ചുവെന്നതു ശരി. പക്ഷേ, അസാധാരണ ഗൃഹത്തിലെ പെൺകുട്ടിയല്ലേ? അസാധാരണമായ മട്ടിൽത്തന്നെ അപമാനിച്ചു. ഞാൻ ചെന്നപ്പോൾ അവരെല്ലാവരും ഓടിയെത്തി. സൽക്കരിച്ചിരുത്തി. ചായ കൊണ്ടുവന്നു തന്നു. ഏട്ടത്തി ഒന്നും സംഭവിക്കാത്തമട്ടിൽ ചിരിച്ചു. പരമലോഹ്യത്തിൽ സംസാരിച്ചു."

"ഇവിടത്തെ സ്ഥിതിയൊക്കെ ഒന്നു പറഞ്ഞില്ലേ?"

"പറയാൻ ഇടകിട്ടണ്ടേ? ഇത്ര വലിയ സ്വീകരണത്തിനും സൽക്കാരത്തിനുമിടയിൽ നമ്മുടെ വല്ലായ്മയെപ്പറ്റി വാതുറന്നു പറയാൻ പറ്റുമോ?"

"നീ ചെന്നപ്പോൾ ഏട്ടത്തി എന്തു ചെയ്തു മോളേ?"

"ഫാൻ തിരിച്ചുവച്ചു. വളർത്തുനായയെ കപടമായിട്ടൊന്നു ശാസിച്ചു. ഒരുകെട്ട് സാരി കൊണ്ടുവന്ന് മുമ്പിൽ വച്ചുപറഞ്ഞു– ഫാഷൻഫെയറിൽ നിന്ന് വാങ്ങിയതാണ് ഇത്തവണ. വില ഇരുന്നൂറുരൂപ. അമ്മാവൻ തന്നതാണ് പിറന്നാൾ സമ്മാനം. ഇതിന് നൂറ്റിയമ്പത്. എന്റെ ദില്ലിക്കാരി ചിറ്റമ്മയുടെ മകൾ പണം അയച്ചുതന്നു—അതിന് വാങ്ങിയത്. പിന്നെ ഇത് നിന്റെ ഏട്ടന്റെ വക. നീ ഫാഷൻഫെയറിൽ വല്ലപ്പോഴും പോയിട്ടുണ്ടോ അനിയത്തി? അവിടെ നല്ല ആദായത്തിനു കിട്ടും, മനസിൽ പിടിച്ച ഏതും. ഒരു ദിവസം വരൂ ഒന്നിച്ച്."

"നീയെന്തു പറഞ്ഞു?"

"ഞാനെന്തു പറയും? ഉടുത്തിരിക്കുന്ന സാരിയുടെ തോളത്തു കിടക്കുന്ന കീറിയ തുമ്പ് ചുരുട്ടിവച്ച് കൂഞ്ഞിക്കൂടിയിരുന്നു."

"എന്നിട്ട്?"

"പിന്നെ രണ്ടു മാന്യന്മാർ വന്നു. കാറിന്റെ ക്യാൻവാസർമാരാണത്രെ. കാറ്റലോഗ് തുറന്നുതുടങ്ങി പലതും പറയാൻ. ഏട്ടനില്ല ഏട്ടത്തിതന്നെ സംസാരിക്കാൻ. പിന്നെ എന്നെ പരിചയപ്പെടുത്തി."

"എന്റെ ഭർതൃസഹോദരി മിസ് നീലാറായ്. ഇവർക്കും കാറു വാങ്ങണമെന്ന് കുറെനാളായി വിചാരം. ഇവരോട് സംസാരിച്ചുനോക്കിക്കൊള്ളൂ. ഇനി ഇതിലേറെ എന്താണപമാനിക്കാനുള്ളത് അമ്മേ, ഒന്നു പറയൂ."

"നീ എന്തു പറഞ്ഞു?"

"ദല്ലാളുകൾ കാറ്റലോഗുമായി എന്നെ വളഞ്ഞു. ഏതു മോഡലിനാണ് വില കുറവ്. ഏതിന്റെ പിക്അപ് നല്ലത്, തുടങ്ങിയതൊക്കെ പറഞ്ഞു ഗ്രഹിപ്പിക്കാൻ തുടങ്ങി. എന്റെ ചെവിവരെ ചുകന്നു അപ്പോൾ. എനിക്ക് കാർ ആവശ്യമില്ലെന്നു പറഞ്ഞ് എഴുന്നേറ്റ് ഒരുവിധം രക്ഷപ്പെട്ടു പോന്നു."

16

ഓരോരുത്തരായി കിനുഗോയാലത്തെരുവിൽ താമസമാക്കിയവരിൽ പലരും അവിടന്നു തെറ്റിയൊഴിഞ്ഞുതുടങ്ങി. കൂത്തിന്റെ അവസാനം കാണുംമുമ്പുതന്നെ നാലഞ്ചു ദർശകർ ഓരോരുത്തരായി എഴുന്നേറ്റു പോകുംവിധംതന്നെ.

സ്റ്റെല്ല വിവിയന്റെ കൂടെ പൊയ്ക്കളഞ്ഞു. ഏതുതരം കസിൻ– ആരറിഞ്ഞു. കുട്ടിക്കാലത്ത് രണ്ടുപേരും ഒരേ മിഷനിൽ ആയിരുന്നത്രെ. രണ്ട് അനാഥരും തമ്മിൽ അന്നുതൊട്ടേ തുടങ്ങിയിരുന്നോ സുഖദുഃഖങ്ങൾ പങ്കിടാൻ എന്നു പറയുക വിഷമം. പിന്നെ രണ്ടു കൂട്ടുകാരും രണ്ടുവഴിക്കു പിരിഞ്ഞു. സ്റ്റെല്ല മിഷനിൽനിന്ന് നഴ്സറി സ്കൂളിൽ. അവിടന്ന് ആശുപത്രി. അതുവിട്ട് സേവാസത്രം. പിന്നെ വിവിയൻ—അയാൾ എവിടെയെല്ലാം തെണ്ടിത്തിരിഞ്ഞു—ഈശന് തന്നെയേ അറിയാവൂ. ഇപ്പോൾ ഒരു വർക്ക്ഷോപ്പിലെത്തിയിരിക്കയാണ്. കുട്ടിക്കാലം തൊട്ടേ തുടങ്ങിയ വികൃതികളുടെ അടയാളങ്ങൾ പുറത്തും താടിയിലും മുട്ടുകളിലും എല്ലാം കാണാം. ചെറുപ്പത്തിലെ 'വേണ്ടാസന'ങ്ങൾ അവയിൽ ഒരെണ്ണം പെരുപ്പിച്ചു—കവിളിൽ. കുറച്ച് ആഴത്തിലുള്ള ഒരു ചിഹ്നം—വീണതിന്റേതാണ്—മുഞ്ഞികുത്തി—ഗ്ലാസ് കൈയിൽവച്ചുകൊണ്ട്. ഒന്നു രണ്ട് കഷണങ്ങൾ കവിളിൽ കുത്തിക്കയറിയിരിക്കണം.

പോകുന്ന ദിവസം സ്റ്റെല്ല ഒരു ചെറിയ കത്ത് എഴുതിവച്ചിരുന്നു. ശകുന്തളയോട് നേരിട്ടു പറയാൻ ധൈര്യം വന്നില്ല. ശരീരത്തോട് അമിതമായ അതിക്രമങ്ങൾ കാട്ടുന്ന വിവിയൻ സ്വയം നശിക്കാൻ തയാറായിരിക്കുന്നു. രോഗിണിയായ ഭാര്യയോടും തുടങ്ങിയിരിക്കുന്നു കടുംകൈകൾ. മറ്റ് ആരുപറഞ്ഞാലും കേൾക്കില്ല. സ്റ്റെല്ല പറയണം. അങ്ങുമിങ്ങും തെണ്ടിത്തിരിഞ്ഞ് ഒടുവിൽ സ്റ്റെല്ലയുടെ തന്നെ അരികിൽ എത്തിയിരിക്കുന്ന സ്ഥിതിക്ക് സ്റ്റെല്ല ഇനി അയാളെ ആൾക്കഹോളിന്റെ പ്രളയപയോധിയിൽനിന്ന് രക്ഷിക്കുകതന്നെ ചെയ്യും.

"മഹത്തായ വ്രതം" കത്ത് മടക്കിവച്ചിട്ട് ശകുന്തള പറഞ്ഞു "പക്ഷേ, വിഡ്ഢിപ്പെണ്ണിന്റെ തലയോടിൽ കയറാതിരുന്നതെന്താണ് ഒരു കാര്യം ആവോ? അവളെ വിളിക്കാൻ വന്നത് മദ്യപാനം ചെയ്തു ബോധം കെട്ടനിലയിലാണ്. സ്റ്റെല്ല അയാളുടെ മദ്യപാനശീലം വിടുവിച്ചാൽ അന്നുതന്നെ അയാൾ സ്വന്തം ഭാര്യയുടെ അടുക്കൽ തിരിച്ചുചെല്ലും."

ഇതുവരെ വനമാലി സർക്കാർ ദൂരെയിരുന്ന് ശരസന്ധാനം ചെയ്യുകയായിരുന്നു. അയാൾക്ക് ഇനിയെപ്പോഴെങ്കിലും നേരിട്ടു മുമ്പിൽ വരാൻ ചങ്കുറപ്പുണ്ടാകും എന്ന് ശകുന്തള തീരെ ഓർത്തിരുന്നില്ല.

കറുപ്പിനെ ഭാവനാവിലാസംകൊണ്ട് കവികൾക്ക് നീലയെന്നു പറയാമെങ്കിൽ വനമാലി നീലകളേബരനാണ്. വസ്ത്രം പീതമല്ല. വെള്ള ഖദർ. വാതിൽ തുറന്നു നോക്കിയപ്പോൾ ശകുന്തള അനങ്ങാതെയായി

പ്പോയി. മുഖത്ത് വാതിൽ കൊട്ടിയടച്ചാലോ എന്നു തീരുമാനിക്കാനെടുത്ത സമയംകൊണ്ട് അയാൾ അകത്തു കടന്നുകഴിഞ്ഞിരിക്കുന്നു. വന്ന സ്ഥിതിക്ക് നന്നായി—അയാളോട് കണക്കു പറഞ്ഞുതീർക്കേണ്ട ആവശ്യം ശകുന്തളയ്ക്കുമുണ്ട്.

"ഈ സമയത്തും വീട്ടിൽത്തന്നെ?"

"നിങ്ങൾക്കറിയാമല്ലോ ഞങ്ങൾക്ക് ഈയിടെ പുറത്തുനിന്ന് കേസുകൾ അധികമൊന്നും കിട്ടാറില്ലെന്ന്."

"കിട്ടാറില്ല? മുകളിലേക്കു പോകാം. ഇരിക്കാൻ പറയാൻ ഭാവമില്ലേ?"

"നടക്കു, പക്ഷേ, നിങ്ങൾക്ക് ഇനിയെന്താണാവശ്യം. വനമാലി ബാബു? ഇനിയെന്തൊക്കെയുണ്ട് അസ്ത്രങ്ങൾ കൈയിൽ?"

വനമാലി മന്തനെപ്പോലെ നോക്കി "അസ്ത്രം? എനിക്ക് ഒന്നും മനസിലാകുന്നില്ലല്ലോ!"

"മനസിലാകുന്നില്ല? ദൂരെയിരുന്ന് മുറയ്ക്ക് ബാണപ്രയോഗം നടത്തുക—എന്നിട്ട് ഇര ശരമേറ്റുകിടന്ന് പിടയ്ക്കുന്നില്ലേ എന്നു നോക്കുവാൻ ഓടിവരുക—എന്നിട്ടും മനസിലാവുന്നില്ല അല്ലേ? ഏറെ ശുദ്ധത നടിക്കേണ്ട വനമാലി ബാബു. നിങ്ങൾ വാരികയിൽ സേവാസത്രത്തിന്റെ പേരിൽ അപവാദം പ്രചരിപ്പിച്ചില്ലേ? നിങ്ങൾ പ്രചരിപ്പിച്ചില്ലേ വിവാഹേതര സുഖങ്ങൾ ഇച്ഛിക്കുന്നവർ ഈ സേവാസത്രത്തിൽ ചെന്നാൽ മതിയെന്ന്. ഞങ്ങൾ പണം കിട്ടിയാൽ മാതൃത്വം ആവശ്യമില്ലാത്ത ഗർഭിണികൾക്ക് വേണ്ട സഹായം ചെയ്യുമെന്ന് നിങ്ങൾ പ്രലപിച്ചു നടന്നില്ലേ? പറയൂ."

ആദ്യമാദ്യം വനമാലി നല്ല കുട്ടനെപ്പോലെയായിരുന്നു. അയാളുടെ മുഖത്തെ പേശികൾ വലിഞ്ഞു. തന്നെ രൂപപ്പെടുത്തിയെടുക്കയായിരുന്നു അയാൾ. അയാൾ പറഞ്ഞു "ഞാൻ തന്നെ. ഞാൻ തന്നെ പറഞ്ഞുപരത്തിയവൻ. എല്ലാം നിന്റെ നന്മയെക്കരുതി ശകുന്തളേ! നിന്റെ മനസ് മാറിയെങ്കിൽ നിന്റെ..."

"മനസ്സ് മാറിയോ എന്നു നോക്കാനാണ് ഇന്നു വന്നതെന്നു തോന്നുന്നു. നിങ്ങൾ വീട്ടിലേക്ക് പൊയ്ക്കൊള്ളൂ, വനമാലി ബാബു. എന്റെ മനസിന് ഒരു മാറ്റവും സംഭവിച്ചിട്ടില്ല. വീട്ടിൽ ചെന്നിരുന്ന് നിങ്ങൾക്ക് ഇഷ്ടമുള്ളത്ര വിഷം കുട്ടിക്കുഴച്ച് കെട്ടുകഥകൾ ചമച്ചുവിട്ടോളൂ. നിങ്ങളുടെ വിഷപ്രയോഗത്തെ എനിക്ക് ഇനി തരിമ്പുമില്ല ഭയം."

പകുതിയടഞ്ഞ കണ്ണുകളോടെ വനമാലി താൻ മയങ്ങിപ്പോയെന്ന മട്ടിൽ ചിരിച്ചു "അറിയാം. അതറിയാവുന്നതുകൊണ്ടുതന്നെയാണ് വീണ്ടും വീണ്ടും വരുന്നത്."

പക്ഷേ വനമാലിയുടെ തൂണീരത്തിലുള്ള എല്ലാ അസ്ത്രങ്ങളെപ്പറ്റിയും ശകുന്തളയ്ക്ക് അറിയാമായിരുന്നില്ല. കേവലം ശബ്ദഭേദിയല്ല, ഗൃഹഭേദിയായ ബാണവും പ്രയോഗിക്കാനറിയാം അയാൾക്ക്.

സ്റ്റെല്ല പോയി, അണിമ രോഗമുക്തയാകുന്നേയുള്ളൂ. ഗീതയുടെ മനസിനും തുടങ്ങി ചാഞ്ചാട്ടം. ഏതു സമയവും പുറത്തെവിടെയെങ്കിലും ചുറ്റിനടക്കും ഗീത. മടങ്ങിവന്ന് കുഴഞ്ഞുതളർന്നവിധം കിടക്കും ഒരിടത്ത്.

"വല്ലാതെ തല ചുറ്റുന്നു ശകുന്തളേടത്തി!"

"ചുറ്റാതിരിക്കുമോ? എന്തിനാണിങ്ങനെ വെയിലത്ത് ഓടി നടക്കുന്നത്?"

"മോഹംകൊണ്ട് നടക്കുന്നതാണോ? തലയിലെഴുത്തല്ലേ ഇതിന് വിധിച്ചിരിക്കുന്നത്? അതുമല്ല, കുറെ നടന്നുവെന്നുവച്ച് തല ചുറ്റുമോ? വയറ്റിൽ വല്ലതുമുണ്ടെങ്കിൽ തലയ്ക്ക് ഒന്നും വരില്ല. നടക്കുമ്പോൾ കാലുകൾ കുഴയുന്നു. പുരുഷനാണെങ്കിൽ വഴിവക്കത്തുള്ള വല്ല മരത്തിന്റെ തണലിലും കുറച്ചുനേരം ചെന്നിരിക്കാം. പെണ്ണായി പിറന്നവൾ, വഴിവക്കിൽ ഒരു സെക്കന്റ് നിന്നുപോയാൽ ആണുങ്ങൾ മിഴിച്ചുനോക്കാൻ തുടങ്ങും. കുറച്ചെങ്ങാനുമാണോ ആപത്ത്? വിശന്നാൽ രണ്ടുപൈസയ്ക്ക് 'ചീന ബദാം' വാങ്ങി കൊറിച്ചുകൊണ്ടു നടക്കാം. അല്ലെങ്കിൽ വഴിവക്കിലെ പൈപ്പിൽനിന്നു വെള്ളം കുടിക്കാം. അതും വല്ലാത്ത വർക്കത്തുകേടായി മറ്റുള്ളവർ കരുതും."

തെരുവിനറ്റം പാർക്കിനരികിൽ മെയിൻറോഡിൽ ചെന്നു മുട്ടുന്ന സ്ഥലത്ത് സന്ധ്യക്കൊരു ദിവസം ഗീത ആരോടോ വർത്തമാനം പറഞ്ഞു നിൽക്കുന്നത് ശകുന്തള കണ്ടു. ആൾ തിരിഞ്ഞുനിൽക്കുകയായിരുന്നു. അന്തിമയക്കത്തിൽ തിരിച്ചറിയാൻ ഞെരുക്കം. എന്നിട്ടും പരിചയമുള്ള ഒരാളെപ്പോലെ തോന്നി.

ഗീത തിരിച്ചുവരുമ്പോൾ ചോദിക്കണമെന്നു വിചാരിച്ചു. പക്ഷേ, ഒടുവിൽ അതു മറന്നുപോയി.

വീണ്ടും രണ്ടുനാല് ദിവസങ്ങൾക്കുശേഷം ഒരു റിക്ഷയിൽ നിന്ന് ഇറങ്ങുന്നതുകണ്ടു. അന്നു കണ്ട മനുഷ്യനും പുറകെ വന്നിരിക്കുന്നു. വാതിൽപ്പടി കടന്നപ്പോൾ ശകുന്തള അവളുടെ തോളിൽ കൈവച്ചു ചോദിച്ചു "എവിടെ പോയിരുന്നു?"

ഒന്നു ഞെട്ടി ഗീത. അടുത്ത നിമിഷം ചെവിമുട്ടുംവിധം ചിരിക്കാൻ ശ്രമിച്ചു "ഹൗ! എന്റെ ശകുന്തളേടത്തി! ഇന്നു നടന്ന ഒരു നടപ്പ്! കാലു ബാക്കിയില്ല എന്നു തോന്നിപ്പോകുന്നു."

കോണി കയറുന്നതിനിടയ്ക്ക് ശകുന്തള പതുക്കെപ്പതുക്കെ പറഞ്ഞു "പക്ഷേ, നീ എന്നെ ഉത്തരം മുട്ടിച്ചിരിക്കുന്നു ഗീതേ! റിക്ഷയുടെ ഉലച്ചിൽകൊണ്ട് അരയും പുറവും വേദനിക്കുമെന്ന് കേട്ടിട്ടുണ്ട്—പക്ഷേ, കാൽ കഴയ്ക്കുന്നത് ആദ്യമായിട്ടാവും."

ഗീത വഷളായിട്ട് എന്തോ വിശദീകരണത്തിന് വായ തുറന്നതായിരുന്നു. പക്ഷേ, ശകുന്തളയുടെ മുഖത്തേക്ക് നോക്കിയപ്പോൾ ഒച്ചപൊങ്ങിയില്ല.

തനിക്കുവേണ്ടി പ്രത്യേകം ഒരു കപ്പു പാൽ ഗീത ഏർപ്പാടാക്കിയിരി

ക്കുന്നു. അന്നൊരു ദിവസം പുറത്തുനിന്ന് വന്നപ്പോൾ രണ്ട് സോപ്പ് കൊണ്ടുവന്നു. സുഗന്ധതൈലം, സ്നോ എല്ലാം ഒളിപ്പിച്ചുവച്ചിരിക്കുന്നു—കിടക്കച്ചുവട്ടിൽ, മറവിൽ, വല്ലതിന്റെയും പിറകിൽ.

അന്നൊരു ദിവസം വാതിലടച്ച് കണ്ണാടിക്കുമുമ്പിൽ നിന്നുകൊണ്ട് ഗീത ക്രീം മുഖത്ത് പുരട്ടുകയായിരുന്നു. ഉറങ്ങാൻ പോകാനുള്ള പുറപ്പാട്. ശകുന്തളയും മറ്റും ഉറങ്ങിക്കാണുമെന്നായിരിക്കും വിചാരിച്ചിട്ടുണ്ടാവുക. കഴുത്തോളം പുതപ്പുനീക്കി ശകുന്തള അവളെത്തന്നെ നോക്കിക്കിടക്കയാണെന്ന് പാവം അറിഞ്ഞതേയില്ല. ക്രീം കിടക്കച്ചുവട്ടിൽ വയ്ക്കാൻ തിരിഞ്ഞപ്പോഴാണ് പിടിക്കപ്പെട്ടത്.

“കവിളു രണ്ടും വല്ലാതെ പൊരിയുന്നു ശകുന്തളേടത്തി. അതാണ് ലേശം.”

ശകുന്തള വീണ്ടും പുതപ്പു തലവഴിയിട്ടു തിരിഞ്ഞുകിടന്നു. മഞ്ഞുകാലത്ത് മുഖത്ത് ഒരു വലിച്ചിൽ തോന്നുക സ്വാഭാവികംതന്നെ. എന്നാൽ എവിടന്നു വരുന്നു ഇത്രയേറെ മുഖസജ്ജീകരണസാധനങ്ങൾ? അതോർക്കുമ്പോഴാണ് അതിശയം.

വേണമെങ്കിൽ ഗീതയോട് ചോദിച്ചുനോക്കാം. അവളില്ലാത്ത സമയം നോക്കി കിടക്കച്ചോട് തപ്പിനോക്കാം. അതുകൊണ്ട് രഹസ്യം വെളിപ്പെട്ടുവെന്നുവരും. പക്ഷേ, ശകുന്തളയ്ക്ക് അത്രത്തോളം ചോട്ടിലേക്കിറങ്ങാൻ വയ്യ എന്നു തോന്നി. തട്ടിത്തടഞ്ഞു പുറകോട്ട് നിന്നുവെന്നുവരാം, എന്നാൽ താഴത്തേക്കിറങ്ങുക വയ്യ.

ഫാൽഗുനം തുടങ്ങിയപ്പോൾ ഒരു ദിവസം സേവാസത്രത്തിന്റെ മേൽ വിലാസത്തിൽ റോസ് നിറത്തിലുള്ള കവറുകളിൽ അനേകം കത്തുകൾ വന്നു—ലളിതയുടെ വിവാഹത്തിനുള്ള ക്ഷണക്കത്തുകൾ. എല്ലാവർക്കും പ്രത്യേകം പ്രത്യേകം കത്തുകൾ. അരവിന്ദന്റെ അച്ഛന്റെ ഒപ്പുള്ള കത്തുകൾ. അപ്പോൾ സംഗതി വേണ്ടവിധം സമുദായാചാരപ്രകാരം തന്നെ നടക്കാൻ പോകുന്നുവെന്നർഥം. അവസാനം അരവിന്ദന്റെ അച്ഛൻ സമ്മതിച്ചില്ലെങ്കിലോ എന്നായിരുന്നു ലളിതയ്ക്ക് ഭയം. ആ വക ഭയാശങ്കകൾ അസ്ഥാനത്തായിരിക്കുന്നു. അതിന്റെ സാക്ഷ്യം വഹിക്കുന്നു അരവിന്ദന്റെ അച്ഛന്റെ ഒപ്പ്. ശകുന്തളയ്ക്ക് ഉള്ളുകൊണ്ട് ലളിതയുടെ ഉൽഭാസിതമായ മുഖം കാണാൻകഴിഞ്ഞു.

ഓരോ കത്തിന്റെയും പുറകിൽ ലളിത എല്ലാവർക്കും സ്വന്തം കൈകൊണ്ട് പ്രത്യേകം പ്രത്യേകം കല്യാണത്തിന് ചെല്ലാതിരിക്കരുതെന്ന് എഴുതിയിട്ടുണ്ടെങ്കിലും അവർ നേരിട്ടുവന്ന് എല്ലാവരെയും കണ്ടു പറയാതിരിക്കാനെന്താണെന്ന് ശകുന്തളയ്ക്കു തോന്നി. ഒരുപക്ഷേ, കല്യാണത്തിന്റെ ഒരുക്കം കൂട്ടാൻ പരിഭ്രമിച്ച് നടക്കുകയാവാം. എന്നാലും ഏതാനും മിനിട്ടുകൾ ഇതിനായും ചെലവാക്കാതിരിക്കാൻ മാത്രം തിരക്കിലായിരിക്കുമോ?

പക്ഷേ, ഇത്രനാളത്തെ സൗഹൃദം കത്തെഴുതി മാത്രം ക്ഷണിച്ചതി

ലുള്ള പോരായ്മയ്ക്ക് മാപ്പു കൊടുക്കതന്നെവേണം. എല്ലാവരുടെ കൈയിലുമുള്ളതൊക്കെ തപ്പിയെടുത്ത് മനസിനു പിടിച്ച ഒരു ഉപഹാരം നൽകേണ്ട കാര്യവും ആലോചനയിൽവന്നു.

ഇരുപതുരൂപ ഒരുവിധം ഒപ്പിച്ചു. ഇതുകൊണ്ട് വിചാരിച്ച മട്ടിലുള്ള എന്തെങ്കിലും ഒന്നുവാങ്ങാൻ ഞെരുക്കമാവും. എന്നാലും കണ്ണിന് പിടിച്ചെങ്കിൽ ഭാഗ്യമായി. ലളിതയ്ക്കറിയാമല്ലോ അവളുടെ സേവാസത്രക്കാരായ മിത്രങ്ങളുടെ കഞ്ഞിക്കലത്തിന്റെ സ്ഥിതി.

മൂന്നുപേരും ഒരുമിച്ചു പോകാമെന്നാണ് വച്ചിരുന്നത്. എന്നാൽ പുറപ്പെടുന്നതിന് ഒരുനിമിഷം മുമ്പ് ഗീത തെറ്റി.

“എന്തു പറ്റി നിനക്ക്?” ശകുന്തള ചോദിച്ചു.

മുഖം തിരിച്ചുകിടക്കുകയായിരുന്നു ഗീത. അവൾ പറഞ്ഞു “എനിക്ക് ദേഹത്തിന് ഒരു സുഖം തോന്നുന്നില്ല. നിങ്ങളൊക്കെ പോകുന്നുണ്ടോ. അതുകൊണ്ടുതന്നെ ഞാനും വന്നപോലെയായി, ശകുന്തളേടത്തി.”

“സുഖമില്ലേ?” തീക്ഷ്ണസ്വരത്തിൽ ചോദിച്ചു ശകുന്തള. തീക്ഷ്ണതരമായ ദൃഷ്ടിയോടെ നോക്കി. ഒന്നു ചിരിച്ചുകൊണ്ടു പറഞ്ഞു “നിനക്ക് ദേഹത്തിനല്ല ഗീതേ അസുഖം മനസിലാണ്. ലളിതയുടെ വിവാഹം നടക്കുന്നു—അവൾ സുഖിക്കാൻ പോകുന്നു. നിനക്ക് അതു കാരണം കണ്ണുകടി സഹിക്കുന്നില്ല അല്ലേ? മെഡിക്കൽ സ്റ്റുഡന്റിനെ നീയും ഉള്ളാലെ കൊതിച്ചിരുന്നിരിക്കും അല്ലേ?”

ഗീത ഒന്നും പറഞ്ഞില്ല. പറഞ്ഞിരുന്നെങ്കിൽ ശകുന്തള ഇനിയും പലതും പറഞ്ഞുപോകുമായിരുന്നു. മനസിലുള്ള നീറ്റൽ മുഴുവൻ പോക്കുമായിരുന്നു. പക്ഷേ, ഒരക്ഷരവും പറഞ്ഞില്ല ഗീത. മുഖം തിരിച്ച് ചുവരിലേക്ക് നോക്കി അനങ്ങാതെ കിടന്നു. ശകുന്തളയ്ക്ക് വല്ലായ്മ തോന്നി. ഇത്ര പരുത്ത വാക്കുകൾ വെറും ആവേശംകൊണ്ട് പറഞ്ഞുപോയത് തീരെ ഭംഗിയായില്ല. എത്രയായാലും ഇവർ കുട്ടികൾ-ശകുന്തളയല്ലാതെ ആരുണ്ടിവർക്ക് ആലംബം? എന്തെല്ലാം ഓരോന്ന് സംഭവിച്ചു? പക്ഷേ, ശകുന്തള ഒരുനാളും ആരെയും പതുക്കെപ്പോലും ഒന്നു വേദനിപ്പിക്കുകയുണ്ടായില്ല. എന്തുപറ്റിപ്പോയി ഇന്ന് അവൾക്ക്? അകാരണമായി എത്രയോ പരുഷവാക്കുകൾ വായിൽനിന്ന് വീണുപോയി.

ലളിത താമസിക്കുന്ന ബോർഡിങ്ങിന്റെ സൂപ്രണ്ടിന്റെ ഭവനത്തിൽ വച്ചായിരുന്നു വിവാഹം. ഇത്രയൊക്കെ കോലാഹലമുണ്ടാകുമെന്ന് വിചാരിച്ചിരുന്നില്ല. കമാനംവച്ച് അലങ്കരിച്ച ഗേറ്റ്, പൂർണകുംഭം, വൈദ്യുതാലങ്കാരങ്ങൾ, ലേശം പരിചയമുള്ള ആരെയും വിട്ടിട്ടില്ല. അഞ്ചാറ് കാറുകൾ പടിക്കൽ നിരന്നുനിൽക്കുന്നു. ഡോക്ടർ ഉപാധ്യായയുമുണ്ട് വന്നിരിക്കുന്നു. മൂപ്പർ വലിയ തിരക്കിലാണ്. ഒന്നും ഭക്ഷിക്കില്ല, പുറത്തൊരിടത്തുനിന്നും അതു പതിവില്ല. എന്നിട്ടും എത്താതിരുന്നില്ല. അരവിന്ദനും ലളിതയും—രണ്ടുപേരും അയാളുടെ സ്നേഹപാത്രങ്ങൾ, ആശീർവദിച്ചിട്ടു പോകാൻ വന്നത്.

ആശീർവദിക്കാൻ വന്നപ്പോൾ ലളിതയുടെ അടുക്കൽ ശകുന്തളയെയും അണിമയെയും കണ്ട് ഒന്നുനിന്ന് ഞെട്ടിയപോലെ. പുരികം ഒന്നു ചുളിഞ്ഞു. അതു മറയ്ക്കാൻ കീശയിൽനിന്ന് ഉറുമാലെടുത്ത് മുഖം തുടച്ച് കണ്ണടയൂരി ശരിക്കുവച്ചു ഒരുതവണ. ശകുന്തളയ്ക്ക് പരിഭ്രമമായി. ഇത് ഉപദേശിക്കാൻ പുറപ്പെടുമ്പോഴുള്ള ചേഷ്ടയാണ്. ഇവിടെവച്ച് തന്നെ ഉപദേശിക്കാൻ ഭാവമുണ്ടെന്നോ ഉപാധ്യായ—ഈ മുറി നിറഞ്ഞു നിൽക്കുന്നവരുടെ മുമ്പിൽവച്ച്? തല കുനിച്ചു നിൽക്കുന്ന വധുവേഷധാരിണിയും ജീവിതം അർഥവത്താക്കിയവളുമായ ഒരു യുവതിയുടെ അടുക്കൽ പഴകിക്കീറിയ വസ്ത്രങ്ങളുടുത്ത് മ്ലാനമുഖിയായ രണ്ട് യുവതികളോട് അവരുടെ ജീവിതം എന്തുകൊണ്ട് വ്യർഥമായി എന്നു പറഞ്ഞ് മനസിലാക്കാൻ തുടങ്ങുമെന്നോ?

പക്ഷേ, വലിയ തിരക്കിലായിരുന്നു ഡോ. ഉപാധ്യായ. ഇന്ന് ഒരു പക്ഷേ, ഉപദേശിക്കാൻ വേണ്ടത്ര ഇടയില്ല തീരെ. ലളിതയോട് സന്ദർഭത്തിനു യോജിച്ച ചില മധുരവർത്തമാനങ്ങൾ പറഞ്ഞ് വേഗം യാത്രയായി.

ലളിതയ്ക്ക് മുറിയിൽ ശ്വാസംമുട്ടുന്നതുപോലെ തോന്നി. "നമുക്ക് ഒന്നു നിലാമുറ്റത്തേക്കു പോവുക ശകുന്തളേടത്തി. വരൂ കുറച്ചുനേരം ഒഴിവുള്ള വല്ലയിടത്തും ചെന്നുനിൽക്കാം."

മുകളിൽ ചെന്നിട്ട് ലളിത പറഞ്ഞു "നിങ്ങളൊക്കെ വന്നതിൽ എനിക്ക് വളരെ സന്തോഷമുണ്ട് ശകുന്തളേടത്തി! ഞാൻ നേരിട്ടുവന്ന് ക്ഷണിക്കാതിരുന്നതിനാൽ മുഷിഞ്ഞു വരാതിരുന്നതാവും ഗീത അല്ലേ?"

ശകുന്തള എന്തോ ഒരു ഒഴിവു പറയാൻ ഭാവിച്ചു. പക്ഷേ, ലളിതയ്ക്ക് അതിലൊന്നുമായിരുന്നില്ല ശ്രദ്ധ.

"അറിയാമോ ശകുന്തളേടത്തി! ഈ കല്യാണത്തിന്റെ സകല ചെലവും 'അദ്ദേഹ'മാണ് വഹിക്കുന്നത്-മുഴുവനും അദ്ദേഹത്തിന്റെ അച്ഛൻ എന്നെ വന്ന് കണ്ടിട്ടുപോയി. എത്ര നല്ല മനുഷ്യനാണെന്നു പറഞ്ഞാൽ തീരില്ല. അദ്ദേഹത്തിന് അമ്മയില്ല. ഞാൻ തന്നെ വേണം ചെന്ന് കുടുംബം നോക്കാൻ. പറയൂ ശകുന്തളേടത്തി, എനിക്ക് അതിന് ത്രാണിയുണ്ടോ? കുടുംബഭരണത്തെപ്പറ്റി എനിക്കെന്തറിയാം?"

ശകുന്തള പുറത്തുകാണിക്കാതെ ചിരിച്ചു. അവൾ പറഞ്ഞു "എല്ലാം പതുക്കെപ്പതുക്കെ പഠിക്കും. എല്ലാം പഠിക്കുംവിധം തന്നെ നിനക്ക് ഉണ്ണി പിറന്നാൽ എന്നെ അറിയിക്കാതിരിക്കരുത്. കേസ് നേരത്തെ ബുക്കു ചെയ്തു വയ്ക്കുന്നു."

ലളിത ലജ്ജാനതയായി പറഞ്ഞു "ഉണ്ണിയുണ്ടാവില്ല ശകുന്തളേടത്തി!"

ശകുന്തള ചിരിച്ചു "ഉണ്ണിയുണ്ടാവില്ലെന്നോ?"

"ഉണ്ണിയല്ല, പെണ്ണ്. അദ്ദേഹം പറയുന്നു ഇന്നത്തെ കാലത്ത് ഉണ്ണിയല്ല, പെണ്ണാണ് നല്ലതെന്ന്."

ചിരിച്ചുകൊണ്ട് ശകുന്തള ലളിതയെ നോക്കി. എന്തൊരു പാവം? പക്ഷേ, സാധു നന്നേ സന്തോഷിച്ചുവശായിരിക്കുന്നു. കണ്ടാലും നല്ല സുന്ദരി—അതു മറച്ചുവച്ചിട്ട് കാര്യമില്ല. എത്ര അൽപ്പംകൊണ്ട് സ്ത്രീകൾ സന്തുഷ്ടകളാകുന്നുവെന്ന് ശകുന്തള ആദ്യമായിട്ടാണ് അറിയുന്നത്. പെണ്ണുങ്ങളുടെ പാവത്തത്തിലാണോ സുഖം, സുഖം തന്നെയാണോ സൗന്ദര്യം? ആരറിഞ്ഞു?

തിരിച്ചുപോകാൻ വിചാരിച്ചതിലും വേഗം കഴിഞ്ഞു. ഇനി ഒരേ സമയത്ത് അനേകം വീടുകളിൽ വിവാഹം നടക്കുന്ന ദിവസമാണെന്നു തോന്നുന്നു. പല വീടുകളിലുമുണ്ട് വിശേഷാൽ ദീപാലങ്കാരം. തെരുവിലേക്കു കടന്നു-വീടിന്റെ വാതിൽ തുറന്നിട്ടില്ല.

“ഗീത ഉറങ്ങിക്കളഞ്ഞു.” അണിമ പറഞ്ഞു.

പലതവണ മുട്ടിയതിനുശേഷമാണ് വാതിൽ പെട്ടെന്നു തുറന്നത്. അകത്തു കടന്ന് വെറുപ്പോടെ ശകുന്തള ചോദിച്ചു “നീയെന്തെടുക്കുകയായിരുന്നു?”

“ഉറങ്ങിപ്പോയി.”

ശകുന്തള ഗീതയെ സൂക്ഷിച്ചുനോക്കി. ശിഥിലമായ ചേലാഞ്ചലം, ഉലഞ്ഞ മുടിക്കെട്ട്—എല്ലാത്തിലും ആലസ്യത്തിന്റേതായ ഒരു വിജ്രംഭിതം. എന്നാൽ ഇപ്പോൾ ഉറങ്ങിയെഴുന്നേറ്റതേയുള്ളു എന്നു ബോധ്യപ്പെടുത്തുന്ന യാതൊന്നും കണ്ണുകളിൽ കണ്ടില്ല. അനാവശ്യമായി പറഞ്ഞ കളവ് ശകുന്തളയെ അത്ഭുതപ്പെടുത്തി.

അത്ഭുതപ്പെടൽ അതുകൊണ്ടും മുഴുവനായില്ല. ഇരിപ്പുമുറിയുടെ വാതിൽ ചാരിയിരിക്കുന്നു. അകത്ത് വിളക്ക് കത്തുന്നതുകൊണ്ട് ശകുന്തള പതുക്കെ ചെന്ന് വാതിൽ തുറന്നു. ചെയറിൽ ഇരിക്കുന്നു വനമാലി സർക്കാർ. എന്തോ പുസ്തകം വായിക്കയാണെന്ന നാട്യം. ശകുന്തള ചോദിച്ചു “നിങ്ങൾ ഈസമയത്ത് ഇവിടെ?”

മുഖത്തുനിന്ന് കണ്ണടയെടുത്ത് ഒന്നു തുടച്ചു കീശയിൽവച്ച്, വനമാലി പിന്നെയൊന്ന് കോട്ടുവായിട്ടു പറഞ്ഞു “ഇപ്പോഴെങ്കിലും നീ വന്നല്ലോ. എത്ര നേരമായെന്നോ കാത്തിരിക്കുന്നു.”

“നിങ്ങൾ ഈ സമയത്ത് ഇവിടെയെന്തിന് വന്നുവെന്നാണ് എനിക്കറിയേണ്ടത്?”

“ഞാനിതാ വന്നിരിക്കുന്നു.” അയാൾ പറഞ്ഞു. “നിനക്കറിയാമല്ലോ, സന്ധ്യക്ക് മാത്രമേ എനിക്കിവിടേക്ക് വരുവാൻ സൗകര്യമുള്ളു. നീ കാണുന്നുണ്ടല്ലോ, ഇനിയും ഞാൻ നിരാശപ്പെട്ടിട്ടില്ല ശകുന്തളേ!”

അയാൾ ഇതിനുശേഷം കീശയിൽനിന്ന് ഒരു പത്രം പുറത്തെടുത്തു “ഇതു വായിച്ചുനോക്കൂ.” ശകുന്തള ഒന്നോടിച്ചുനോക്കി സ്തംഭിച്ചുപോയി. അവൾ വനമാലിയുടെ നേരെ നോക്കി. അയാൾ കണ്ണുകൾ പകുതി തുറന്ന് ചിരിക്കുകയായിരുന്നു. ഇന്ന് തികച്ചും പുതിയ അസ്ത്രവുമായിട്ടാണ് ഇയാൾ എത്തിയിരിക്കുന്നത്. പത്രത്തിൽ സേവാസത്രത്തെ

വാഴ്ത്തിക്കൊണ്ട് ഒരു ലേഖനം. പത്രത്തിന്റെ പത്രാധിപർക്ക് അന്വേഷണത്തിൽനിന്ന് അറിയാൻകഴിഞ്ഞിരിക്കുന്നു കൽക്കത്തിയിലെ ഒരു നഴ്സിങ് സ്ഥാപനത്തെപ്പറ്റി കേട്ടിരുന്ന അപവാദങ്ങൾ തീരെ അടിസ്ഥാനരഹിതങ്ങളാകുന്നു, മറ്റും മറ്റും.

"നിങ്ങളാണോ എഴുതിയത്?"

വനമാലി തലയാട്ടി സമ്മതിച്ചു "ഞാൻ തന്നെ. ഇപ്പോൾ മനസിലായിക്കാണും ഞാൻ അത്ര മോശക്കാരനല്ല എന്ന്. നീയെന്നെ വിശ്വസിക്കണം ശകുന്തളേ!"

ശകുന്തള തടഞ്ഞുകൊണ്ട് പറഞ്ഞു "അത്രവേഗം എന്റെ അഭിപ്രായം മാറുകയില്ല, നിങ്ങൾ തൽക്കാലം പോകൂ വനമാലിബാബു. എനിക്ക് ആലോചിക്കാൻ ലേശം സമയം തരൂ."

"ശരി" വനമാലി പുറത്തേക്കു പോകുന്ന വഴി പറഞ്ഞു "എനിക്ക് അനിഷ്ടം മാത്രമല്ല ചെയ്യാനറിയാവുന്നത് ശകുന്തളേ!"

വനമാലി പൊയ്ക്കഴിഞ്ഞപ്പോൾ ശകുന്തള ഉറക്കമുറിയിലേക്കു ചെന്നു. ഗീത അപ്പോഴേക്ക് കിടന്നുകഴിഞ്ഞിരുന്നു. ശകുന്തള ചോദിച്ചു "ഗീത ഉറങ്ങിക്കഴിഞ്ഞോ?"

ഗീത എന്തോ പറഞ്ഞത് മനസിലായില്ല.

ശകുന്തള ചോദിച്ചു "അയാൾ എപ്പോഴാണെടീ വന്നത്?"

"ഒരുപാട് നേരമായി. നിങ്ങൾ പോയി അധികം കഴിയുംമുമ്പ്."

"ഇത്രയും നേരം—ഈ രണ്ടുനാല് മണിക്കൂർ അയാൾ ആ മുറിയിലായിരുന്നു. നീ ഈ മുറിയിൽ വെറുതെ കിടന്നു അല്ലേ?"

"അതെ."

തുളച്ചുകയറുംവിധം ശകുന്തള നോക്കി. മനുഷ്യർ നാവുകൊണ്ട് പറയുന്നതല്ല കണ്ണ് പറയുക. അതാണ് കളവു പറയുന്നതിനുള്ള ബുദ്ധിമുട്ട്.

ശകുന്തള എന്താണ് ചെയ്തത്? അവൾ ഗീതയുടെ കൈ കയറി മുറുകെപ്പിടിച്ചു. "നീ ഒളിക്കയാണ് ഗീതേ, ആ മനുഷ്യൻ ഈ മുറിയിൽ തന്നെയായിരുന്നു. ഞങ്ങൾ ഇത്ര വേഗം തിരിച്ചുവരുമെന്ന് നീയോർത്തിരുന്നില്ല, അല്ലേ? ശരിയല്ലേ പറയുന്നത്?"

ഗീതയുടെ കൈ ഞെരിയുകയായിരുന്നു, അവ്യക്തമായ ഒരു കാതരസ്വരത്തോടൊപ്പം അവൾ പറഞ്ഞു "എന്റെ കൈവിടൂ ശകുന്തളേടത്തി!"

കേട്ടതായിപ്പോലും നടിക്കാതെ ശകുന്തള തുടർന്നു "അപ്പോൾ അയാളോടൊപ്പമാണ് നീ റിക്ഷയിൽ കയറി നടന്നിരുന്നത്, അയാളാണ് നിനക്ക് സോപ്പും പൗഡറും വാങ്ങിത്തന്നിരുന്നത്, അല്ലേ? എനിക്ക് കുറെനാളായി സംശയം തുടങ്ങിയിട്ട്. ഞാൻ നേരത്തെതന്നെ അറിഞ്ഞിരിക്കേണ്ടതായിരുന്നു. കേട്ടോളൂ ഗീത, തുറന്നുതന്നെ പറഞ്ഞേക്കാം–ഇവിടെ ഇതൊന്നും നടക്കില്ല. നീ അവനോട് നേരത്തെതന്നെ പറഞ്ഞേക്കൂ ഇനി മേലാൽ ഇവിടെ കടന്നുപോകരുതെന്ന്."

ഗീത എന്തോ പറയാൻ ഭാവിച്ചതിന് വഴങ്ങാതെ ശകുന്തള പറഞ്ഞു "എനിക്കയാളുടെ നാഡിയും നക്ഷത്രവും കൂടിയറിയാം. നീയാണോ എന്നെ പറഞ്ഞു ബോധ്യപ്പെടുത്താൻ നോക്കുന്നത്. നിന്നോട് പറഞ്ഞുവച്ചേക്കാം. ഗീതേ, ഇവിടെ പാർക്കണമെങ്കിൽ ഈ കളികൾ നിർത്തുക തന്നെ വേണം."

അന്നു രാത്രി കുറെയേറെക്കഴിഞ്ഞിട്ടും ശകുന്തളയുടെ ക്ഷോഭം അടങ്ങിയില്ല. വനമാലിയുടെ വിജയഗർവിതമായ മുഖം മുമ്പിൽ വന്നു നിന്നു. ഇത്തവണ പുറത്ത് പതുങ്ങിനിന്ന് കല്ലെറിയുകയല്ല, വീട്ടിനകത്തേക്കുതന്നെ കടന്ന് നിലയുറപ്പിച്ചുകൊണ്ടാണ് പ്രയോഗം. ശകുന്തള സമ്മതിച്ചില്ലെങ്കിലെന്ത്? വംഗദേശത്ത് പെൺകുട്ടികൾക്കുണ്ടോ ക്ഷാമം? ഒരു ആംഗ്യം കാട്ടിയാൽ വനമാലിയുടെ പുറകെ ചെല്ലാൻ തയാറുള്ള പെൺകുട്ടികൾ ശകുന്തളയുടെ സേവാസത്രത്തിൽത്തന്നെയുണ്ട്.

ദേഷ്യം വന്നു ശകുന്തളയ്ക്ക്. കപാലത്തിലെ ഞരമ്പുകൾ തുടികൊട്ടിത്തുടങ്ങി. ലളിതയോടും തോന്നി കോപം–എത്ര സുഖമായിട്ട് കുടുംബം കെട്ടിപ്പടുത്തു! അണിമയോടും തോന്നി–രോഗിണിയായ പെൺകുട്ടി. ചുമടുപോലെ തോളിൽക്കയറിയിരിക്കുന്നു. വനമാലിയോടും തോന്നി അരിശം–ഗീതയോടും. ഗീതയ്ക്കെന്താണിപ്പോൾ അത്രയ്ക്ക് അവശത? അവൾക്ക് ഇപ്പോഴും പട്ടിണിയൊന്നുമായിട്ടില്ലല്ലോ—ഒരു ദുർനടപ്പുകാരന്റെ വാക്കു കേട്ട് മയങ്ങാൻ മാത്രം—ഛീ ഛീ! ശകുന്തളയുടെ സ്വന്തം കുടുംബത്തിലെ ഒരു പെൺകുട്ടിവഴി ശകുന്തളയെ കുടുക്കിക്കളഞ്ഞല്ലോ വനമാലി! ഈ ദുഃഖമാണ് ഏറെ സഹിക്കവയ്യാത്തത്.

രണ്ടുദിവസം കഴിഞ്ഞ് രാവിലെ ഗീതയെ കാണാതായി. ഒരു കത്തു കിട്ടി കിടക്കയിൽനിന്ന്. ഏതാനും വരികൾമാത്രം–"പോകുകയാണ്. ഇനി കാണാൻ കഴിയുമെന്നു തോന്നുന്നില്ല. എന്നാലും ബാബുവുമായി നിങ്ങൾ വിചാരിക്കുന്ന തരത്തിലുള്ള സമ്പർക്കമല്ല എനിക്കുള്ളത്. അദ്ദേഹം എന്നെ വിവാഹം ചെയ്യാൻ പോകുന്നു. അടുത്ത ആഴ്ചയ്ക്കാണ് വച്ചിട്ടുള്ളത്. ആശീർവദിക്കാൻ വയ്യെങ്കിൽ മാപ്പ് തരികയെങ്കിലും ചെയ്യു."

"ഭേഷ്!" കത്ത് കീറിനുറുക്കിക്കൊണ്ട് ശകുന്തള വിചാരിച്ചു "ഭേഷ്! ഗീതയെ വിവാഹം ചെയ്യും വനമാലി."

ഗീത ഇട്ടിട്ടുപോയ എണ്ണക്കുപ്പി കാലിൽത്തട്ടി ഉടഞ്ഞു. കാലി സ്നോ ചെപ്പുകൾ അവിടവിടെ കിടക്കുന്നു. ഒരു കീറസാരി വാതിൽക്കൽ ചുരുട്ടിയിട്ടിരിക്കുന്നു. ഗീത അതൊന്നും കൊണ്ടുപോയില്ല.

അണിമ അപ്പോഴും കിടക്കയിൽനിന്ന് എഴുന്നേറ്റിരുന്നില്ല. ഇന്നലെ ശകുന്തളയ്ക്ക് എല്ലാവരോടും കോപമാണ് തോന്നിയിരുന്നത്. എന്നാൽ ഇന്ന് അത്ഭുതകരമായ അനിർണേയമായ കരുണയാൽ ഹൃദയം നിറഞ്ഞു. അഥവാ അത് തികച്ചും രിക്തമായതുപോലെ തോന്നി. പതുക്കെ പതുക്കെ അണിമയുടെ തലയ്ക്കൽ ചെന്നുനിന്നുകൊണ്ട് പറഞ്ഞു "അവസാനം നീയും ഞാനും മാത്രമായി അണിമേ, നീയും ഞാനും മാത്രം.

17

മേശമേൽ തളർന്ന കൈകൾ പൊത്തി മുഖം പൊത്തിയിരിക്കയാണ് മണീന്ദ്രൻ അനങ്ങാതെ. ഇനിയും ഓഡിറ്റോറിയത്തിൽനിന്ന് എല്ലാവരും പോയിക്കഴിഞ്ഞിട്ടുണ്ടായിരുന്നില്ല. പല കണ്ഠങ്ങളിൽനിന്നുള്ള ശബ്ദങ്ങൾ. അനേകം ചെരുപ്പുകൾ നിലത്ത് പതിക്കുന്ന 'ഖട് ഖട്' സ്വരങ്ങൾ. അൽപ്പം കഴിഞ്ഞാൽ തിളങ്ങിക്കത്തുന്ന വിളക്കുകൾ ഓരോന്നായി കെട്ടു തുടങ്ങും. ഹാൾ അടിച്ചുവാരും, പൊടിയിൽ ഒരു രാത്രിയിലെ അഭിനയത്തിന്റെ സ്മരണകൾ മാഞ്ഞുപോകും.

ആദ്യത്തെ നാടകം അഭിനയിക്കുന്നതിന്റെ നൂറാം രാത്രിയായിരുന്നു ഇന്ന്. ഏതാനും നിമിഷം മുമ്പുവരെ അന്തരീക്ഷത്തിലാകെ എന്തൊരു ഉത്തേജനമായിരുന്നു നിറഞ്ഞുനിന്നിരുന്നത്. നടഗുരു പ്രസംഗിക്കുകയുണ്ടായി. മറുപടി പ്രസംഗമെന്നമട്ടിൽ മണീന്ദ്രനും നമ്രസ്വരത്തിൽ ചിലതു പറഞ്ഞു. പിന്നെ അഭിനയം—ഓരോ രംഗത്തിനും കൈയടി. 'വൺസുമോർ' വിളി.

എഴുതിക്കഴിഞ്ഞിട്ടും പെട്ടിയിൽ ആറുമാസം അജ്ഞാതവാസം നടത്തേണ്ടിവന്ന, അച്ചടിച്ചിട്ടും പുസ്തകക്കടകളിലെ ധൂളിധൂസരമായ അലമാരകളിൽ അജ്ഞാതവാസം നടത്തിയ ഒരു പുസ്തകത്തിന് നാടകരൂപം നൽകിയപ്പോൾ ശതരാത്രി ഘോഷിക്കാൻ കഴിഞ്ഞുവെന്ന വസ്തുത മണീന്ദ്രന് വിശ്വസിക്കാൻ കഴിഞ്ഞില്ല.

പക്ഷേ, ഈ കഴിഞ്ഞ അഞ്ചാറ് മാസത്തിനിടയ്ക്ക് വിശ്വസിക്കാനുള്ള കരുത്ത് കുറച്ചൊന്നുമല്ല അയാളിൽ ഉയർന്നത്. ഒന്നിലും വിശ്വാസമുണ്ടായിരുന്നില്ല മണീന്ദ്രന്. ഈശ്വരനിലുമില്ല, ധർമത്തിലുമില്ല. പാതിവ്രത്യം, പത്നീപ്രേമം, പുത്രസ്നേഹം, മാതൃഭക്തി തുടങ്ങിയ ഉദാത്തഭാവങ്ങളെ അയാൾ കളിയാക്കിയിരുന്നു. അതേ മനുഷ്യൻ എത്രയെത്ര മാറിപ്പോയിരിക്കുന്നു. വിശ്വസിക്കാനുള്ള ശക്തി വർധിച്ചിരിക്കുന്നു—ധർമത്തിലും ഈശ്വരനിലും, വിധിയിലും കേവലം 'സുബചനി'യെയും 'ഇതുപൂജയെയും' (ആഗ്രഹായണമാസത്തിലെ സൂര്യപൂജ) ഒഴികെ മറ്റെല്ലാ ആചാരങ്ങളിലും അനുഷ്ഠാനങ്ങളിലും, പാപികളെ അന്തമില്ലാത്ത നരകവാസത്തിന് അയയ്ക്കാനുള്ള ദിവ്യശക്തി മണീന്ദ്രനില്ല. പക്ഷേ, അയാളെക്കൊണ്ടാകാവുന്നതൊക്കെ അയാൾ ചെയ്യുന്നു. മണീന്ദ്രന്റെ നാടകത്തിലെ ദുർവൃത്തർക്ക് അനന്തമായ അനുതാപമാണ് തലവിധി. അവരെ നായ്ക്കളെക്കൊണ്ട് കടിപ്പിക്കാതെ വിടില്ല. നായ്ക്കളിൽനിന്ന് രക്ഷപ്പെട്ടാലും റെയിൽ അപകടത്തിൽനിന്ന് അവരെ രക്ഷിക്കാനാരുണ്ട്?

അദൃഷ്ടം ദക്ഷിണമുഖനായി അയാളുടെ നേരെ നോക്കിയിരിക്കുന്നു. അദൃഷ്ടത്തെ മണീന്ദ്രൻ മാനിക്കാതിരിക്കുമോ?

രണ്ട് നാടകങ്ങൾ പ്രദർശിക്കപ്പെട്ടുവരുന്നു. ഒന്നിന്റെ നൂറാമത്തെ

പ്രദർശനം കഴിഞ്ഞിരിക്കുന്നു. മറ്റൊന്ന് പ്രദർശനത്തിന് ഒരുങ്ങിവരുന്നു. ഇത് ഒന്നാന്തരമൊരു നാടകമാണ്. അഥവാ നാടകമാക്കിയ നോവൽ. ജീവിതത്തിന് ഭാഷ്യം നൽകുക എന്ന ഗൗരവപ്പെട്ട ഉത്തരവാദിത്വമൊന്നുമില്ല. കേവലം ഏതാനും പാത്രങ്ങളെ രംഗത്ത് അവതരിപ്പിക്കുക, ശക്തമായ സംഭാഷണം, കുറെയൊക്കെ പ്രകൃതവുമായി അത്ര ബന്ധമില്ലാത്തത്, കുറെ അതിയഥാർഥം, കുറച്ച് അപ്രതീക്ഷിതം—ഇതൊക്കെ ചേർന്നതിനെയാണല്ലോ നാടകീയതയെന്നു പറയുന്നത്.

കഥകളും നോവലുകളും മാത്രം എഴുതിയിരുന്ന കാലത്ത് ആരറിഞ്ഞിരുന്നു മണീന്ദ്രനെ? പത്രാധിപന്മാർ പേജുകൾ നിറയ്ക്കാൻ പ്രസിദ്ധപ്പെടുത്തിയിരുന്നു. പ്രസാധകർ മനസില്ലാമനസോടെ സ്വീകരിച്ചിരുന്നു. വിജ്ഞന്മന്യരായ വിമർശകർ ചിലപ്പോൾ ചെകിട്ടത്തടിച്ചിരുന്നു. മറ്റു ചിലപ്പോൾ പുറം തടവിയിരുന്നു. അഞ്ചാറ് പേജുകളിൽ തന്റെ രചനാകുശലതയുടെ ആ അംഗീകരണം വായിച്ചിട്ട് തന്റെ കഴിവിനെ ശപിക്കാനേ അയാൾക്ക് തോന്നിയിരുന്നുള്ളു. എന്തു കിട്ടാനെഴുതുന്നു? ജീവിത പ്രഭാതമത്രയും ഈ അങ്ങുമിങ്ങുമില്ലാത്ത മട്ടിലുള്ള തലവിധിയുമായി ചുറ്റി നടക്കുക മാത്രം. അമൃതം കിട്ടാത്ത വസ്തു കൊടുത്തിട്ടെന്തു പുണ്യം?

അതിലും ഭേദം ഇതുതന്നെ. ഇവിടെ പ്രവേശനം അത്ര എളുപ്പമല്ല. പക്ഷേ, ഒരിക്കൽ പ്രവേശനപത്രം കിട്ടിക്കഴിഞ്ഞാൽ പിന്നെ പേടിക്കാനില്ല. സ്വയം പ്രവർത്തിക്കുന്ന യന്ത്രംപോലെ അദൃഷ്ടം അതിന്റെ കൃത്യം നിർവഹിച്ചുകൊള്ളും. ഇവിടെ പ്രതിദ്വന്ദിത കുറവാണ്. കൈയടിയുടെ പരിണാമംകൊണ്ടാണ് യോഗ്യത അളക്കുക. ബംഗാളിനാടകത്തെ ഇവിടെ സാഹിത്യത്തിന്റെ അംശമായിക്കാണുന്നില്ല. ജീവിതസംരക്ഷണോപാധിയായി മാത്രം.

കഴുത്തിൽ പൂമാല, കീശയിൽ നോട്ടുകെട്ട്—മണീന്ദ്രന്റെ പ്രശ്നങ്ങൾക്ക് സമാധാനമായി.

"വീട്ടിൽ പോകേണ്ടേ?"

മണീന്ദ്രൻ തല പൊക്കിനോക്കി. ചമേലി. ഇതിനിടയ്ക്ക് മുഖത്തെ ചായം തുടച്ച് ഡ്രസ് മാറ്റി അവൾ എത്തിക്കഴിഞ്ഞു. കണ്ണിലെ മഷി മുഴുവൻ മാഞ്ഞിട്ടില്ല. ചുണ്ടിലും കവിളിലും ചെഞ്ചായം മുഴുവൻ പോയിട്ടില്ല.

"വല്ലാതെ ഉറക്കം വരുന്നു" ചമേലി കോട്ടുവായിട്ടുകൊണ്ട് പറഞ്ഞു.

"നടക്ക്."

വണ്ടിയിൽ ദേഹം നിക്ഷേപിച്ചുകൊണ്ട് ചമേലി ചോദിച്ചു "ഇന്ന് എന്റെ വേഷം എങ്ങനെയുണ്ടായിരുന്നു? പറയൂ?"

"നന്നായിരുന്നു, വളരെ വളരെ നന്നായിരുന്നു!"

കുണുങ്ങിക്കുണുങ്ങിച്ചിരിച്ചു ചമേലി "ഊഹും! അങ്ങനെ ഒഴുക്കൻ മട്ടിൽ പറഞ്ഞാൽ സമ്മതിക്കില്ല. മറ്റു നാളുകളെക്കാൾ നന്നായോ, അതാണു കേൾക്കേണ്ടത് മിസ്റ്റർ! നിങ്ങൾ വിചാരിക്കുന്നത് കൈയടി കിട്ടിയതു മുഴുവൻ നിങ്ങളുടെ എഴുത്തിന്റെ ഗുണം കൊണ്ടാണെന്നാണ്. ഞങ്ങൾ

അത്രയ്ക്ക് ആത്മാർഥതയോടെ അഭിനയിച്ചില്ലെങ്കിൽ ആളുകൾ ഇത്ര യേറെ ആനന്ദിക്കുമെന്നു തോന്നുന്നുണ്ടോ?"

ചമേലിയുടെ കൈയിൽ ഒന്നു പതുക്കെ തട്ടിക്കൊണ്ട് മണീന്ദ്രൻ പറഞ്ഞു "ഞാൻ അങ്ങനെ വല്ലപ്പോഴും പറയുകയുണ്ടായിട്ടുണ്ടോ?"

"അപ്പോൾ ക്രെഡിറ്റ് എനിക്കല്ലേ കിട്ടേണ്ടത്, കേൾക്കട്ടെ."

അതിനുശേഷം മണീന്ദ്രൻ എന്താണീ കാട്ടിയത്? അയാൾ കഴു ത്തിൽ അപ്പോഴും ഇട്ടിരുന്ന മാലയൂരി ചമേലിയുടെ കഴുത്തിൽ അണിയി ച്ചിട്ടു പറഞ്ഞു "എല്ലാം നിങ്ങൾക്കു കിട്ടേണ്ടത്. ഇപ്പോൾ പോരേ?"

ചമേലി നഖംകൊണ്ട് മൂന്നു നാലിതളുകൾ നുള്ളിയെടുത്തു കൊണ്ടു പറഞ്ഞു "തേങ്ങാക്കുല! ഇതു വാസനയില്ലാത്ത ജമന്തിപ്പൂമാല യാണ്."

"വാസനയുണ്ട്." എപ്പോഴാണ് അയാൾ ഒരു കൈ പുറത്തുകൂടിയിട്ട് ചുറ്റിപ്പിടിച്ചതെന്ന് അയാൾക്കുതന്നെയില്ല ബോധം. അയാൾ ചമേലിയു ടെ മുഖത്തേക്ക് മുഖം അടുപ്പിച്ചുകൊണ്ട് പറഞ്ഞു "ഗന്ധമുണ്ട്. ഇപ്പോൾ കണ്ടോ?"

രണ്ടു കൈകൊണ്ടും മൂക്കു പൊത്തി ചമേലി മുഖം തിരിച്ചു "തേങ്ങാ ക്കുല! നിങ്ങൾ പിന്നെയും അതൊക്കെ ചെലുത്തി?"

"ലേശം" മണീന്ദ്രൻ പറഞ്ഞു "നാവിൽ ഒരു വലിയ തുള്ളി. പത്മപ ത്രത്തിൽ തത്തിക്കളിക്കുന്ന ഒരു തുഷാരബിന്ദു. പ്രസംഗിക്കാൻ കയറി നിൽക്കുമ്പോൾ കവിൾ ഒന്നു നനഞ്ഞിരുന്നില്ലെങ്കിൽ നല്ല ചേലാവുമോ?"

കാർ ചമേലിയുടെ വീട്ടുവാതിൽക്കൽ നിന്നു.

"നിങ്ങളുടെ ഡ്രൈവറോട് ഒന്നു പറയാമോ എന്നെ കൊണ്ടുപോയി വിട്ടിട്ടുവരുവാൻ."

വാതിൽ തുറന്ന് ചമേലി താഴെയിറങ്ങിയിട്ടു പറഞ്ഞു "വിട്ടിട്ടു വരും. പക്ഷേ അതിനുമുമ്പ് നിങ്ങൾ ഒന്ന് മുകളിലോളം വന്നിട്ടു പോകൂ."

"വേണ്ട. വല്ലാതെ തല വേദനിക്കുന്നു."

കൈയിലെ ക്ഷുദ്രാകൃതിയിലുള്ള വാച്ചിലേക്കു നോക്കി ചമേലി പറഞ്ഞു "വരുന്ന്, രാത്രി അത്രയ്ക്കൊക്കെയായോ? പതിനൊന്ന് അടിച്ച തേയുള്ളൂ."

ഒരു ഗ്യാസ് ലൈറ്റിന്റെ താഴെയാണ് ചമേലി നിന്നിരുന്നത്. മുഖ ത്തിന്റെ ഒരുവശത്തു മാത്രമേ വെളിച്ചം തട്ടുന്നുള്ളൂ. മറുവശം മറഞ്ഞിരി ക്കുന്നു. മുകളിൽ കയറിച്ചെന്ന് ആ മറഞ്ഞ വശം വൈദ്യുത പ്രകാശ ത്തിൽ ഒന്നു നോക്കുവാനുള്ള കൊതി അടക്കവെയ്യാതായി മണീന്ദ്രന്. "ശരി നടക്കൂ."

ബട്ടനമർത്തിയപ്പോൾ മുറിയിൽ നീല വെളിച്ചം തെളിഞ്ഞു. മാർദവ മുള്ള കിടക്കയിലേക്കു മറിഞ്ഞു ചമേലി, കാൽ ചുവരിലേക്കു കുത്തി, ഇം ഗിതംകൊണ്ട് മണീന്ദ്രനെ അടുത്തു കട്ടിലിൽ ഇരിക്കാൻ ക്ഷണിച്ചു.

"ഒന്നും മിണ്ടുന്നില്ലല്ലോ നിങ്ങൾ. എന്തു പറ്റി?"

"ദാഹിക്കുന്നു." മണീന്ദ്രൻ ഒരുവിധം പറഞ്ഞൊപ്പിച്ചു.

ചമേലി എഴുന്നേറ്റു. ഹേമന്തരാത്രി. എന്നിട്ടും ഫാൻ ഫുൾ സ്പീഡിൽ തിരിച്ചുവെച്ചുകൊണ്ട് പറഞ്ഞു "സോഡ തരട്ടെ?"

"തരൂ."

പിന്നെ മൂടി തുറക്കുന്നതിനിടയ്ക്കു പറഞ്ഞു "സോഡ അനുപാനം മാത്രം. ഔഷധമെവിടെ?"

"ഔഷധവും ഉണ്ടാക്കാം." തലയണച്ചുവട്ടിൽനിന്ന് താക്കോലെടുത്ത് കുണുങ്ങിക്കുണുങ്ങി അലമാരിയുടെ അടുക്കലേക്കു പോകുമ്പോൾ ചമേലി പറഞ്ഞു. തിരികെ ചിരിച്ചുകൊണ്ട് മണീന്ദ്രന്റെ അടുക്കലേക്കു ചെന്നു "ഇതാ, കുടിച്ചാൽ സകല വേദനകളും അവിടെ നിൽക്കും. മനസിലായോ?"

തലയാട്ടി മണീന്ദ്രൻ. ചെവിയിൽ എന്തോ ഒരു ഢിം ഢിം ശബ്ദം പോലെ. ചമേലിയുടെ താക്കോലിന്റെ ശബ്ദമാണോ ആരറിഞ്ഞു. കുളിമുറിയിൽനിന്ന് തിരിച്ചുവന്ന് ചമേലി നല്ല പവറുള്ള ബൾബ് കൊളുത്തി. അവൾ തൊട്ടടുത്തുതന്നെ ചെന്നിരുന്നിട്ടു ചോദിച്ചു "തലവേദന എങ്ങനെയുണ്ട്?"

"പോയി."

"ദാഹമോ?"

"കൂടിവരുന്നു."

ടൺ, ടൺ ടൺ എന്നു മണിയടിക്കാൻ തുടങ്ങിയത് എത്രയാണെന്ന് എണ്ണുവാൻ ധൈര്യം ഉണ്ടായില്ല. കർട്ടൻ ഇട്ട ജനാലയുടെ ഇടയിൽക്കൂടി തണുത്ത കാറ്റ് ആർത്തുവന്ന് എന്തെന്നില്ലാത്ത കുളിരുണ്ടാക്കി. ഈ മിനുത്തു നനുത്ത സുഖാസ്തീർണമായ ശയ്യയിൽ ദേഹം നിക്ഷേപിച്ചു കിടക്കുന്നതിനുള്ള സുഖം എതിരറ്റതുതന്നെ.

പെട്ടെന്ന് എപ്പോഴാണാവോ ചമേലി ചാടിയെഴുന്നേറ്റു. കണ്ണുകൾ തിരുമ്മിക്കൊണ്ട് അവൾ ചോദിച്ചു "എന്താണിതു മണീന്ദ്രബാബു? നിങ്ങൾ ഇപ്പോഴും ഇവിടെത്തന്നെയിരിക്കയാണ്? വീട്ടിൽ പോകണ്ടേ?"

"വേണം വേണം, ഇതാ പുറപ്പെടുകയായി." എഴുന്നേറ്റു നിൽക്കാൻ ഭാവിച്ചപ്പോൾ മണീന്ദ്രന്റെ കാലുകൾ ഇടറി. കട്ടിലിൽ പിടിച്ച് വീഴാതെ നോക്കി. ചമേലിയുടെ ഒപ്പം എഴുന്നേറ്റു. "ലേശം ഇരുന്നിട്ടു പോകൂ മണീന്ദ്രബാബു! നിങ്ങളോട് ഒരു കാര്യം പറയാനുണ്ട്."

ഇരിക്കാൻ കഴിഞ്ഞതു രക്ഷയായി. ഒറ്റയ്ക്ക് കോണിയിറങ്ങിപ്പോകണം. തപ്പി സാക്ഷ കണ്ടുപിടിച്ച് വാതിൽ തുറക്കണം. ആലോചിച്ചപ്പോൾ ത്തന്നെ തല കറങ്ങുന്നതുപോലെ തോന്നി. കുറച്ചുനേരത്തേക്ക് ഏതായാലും അതൊക്കെ ഒഴിവാക്കാറായല്ലോ.

എവിടെയോ കിടന്നിരുന്ന ചെയർ എടുത്തുകൊണ്ടു വന്ന് മണീന്ദ്രന്റെ മുമ്പിലിട്ടു. ചമേലി അതിലിരുന്നിട്ടു പറഞ്ഞു "നിങ്ങളുടെ നാടകം ഫിലിം ചെയ്യാൻ പോകുന്നുണ്ട് ഇല്ലേ?"

"എവിടെ? എനിക്കറിയില്ലല്ലോ!"

"അറിയില്ല? ഏറെ 'പൊട്ടത്തം' നടിക്കണ്ട, എനിക്കറിയാം. വിളവെടുക്കണ്ട എന്റെയടുക്കൽ– അറിഞ്ഞുകൊണ്ടാണ് പറയുന്നത്. രണ്ടായിരം രൂപ. കോൺട്രാക്ട് റെഡി. ഒപ്പുവയ്ക്കയേ വേണ്ടൂ ഇനി."

മണീന്ദ്രൻ ചമേലിയുടെ ഒരു കൈ മുറുകെപ്പിടിച്ചു "നിങ്ങളെ തൊട്ടു കൊണ്ടു പറയുന്നു ചമേലി. എനിക്ക് യാതൊരു വസ്തുനിശ്ചയമില്ല."

ചമേലി കൈ വിടുവിച്ചു. അവൾ ഗൗരവത്തോടെ പറഞ്ഞു "എന്നാൽ കേട്ടോളൂ. പോപ്പുലർ ആർട്ട് ഫിലിംസ് കമ്പനിയുടെ ഉടമസ്ഥൻ ഇന്ന് തിയേറ്ററിൽ വന്നിരുന്നു. ഇതിനുമുമ്പ് ഒന്നുരണ്ട് തവണ വന്നു പുസ്തകം വായിച്ചുനോക്കിയിട്ടുണ്ടായിരുന്നു. ഈ പുസ്തകത്തിൽ വലിയ നോട്ടം അയാൾക്ക്. താമസിയാതെ വരും നിങ്ങളുടെയടുക്കൽ. നിങ്ങൾ ചില്ലറത്തുകയ്ക്കൊന്നും വിട്ടുകൊടുക്കരുത്. മനസിലായോ?"

"വിട്ടുകൊടുക്കില്ല."

എന്തോ ഓർത്ത് ചമേലി മുടിക്കെട്ട് അഴിച്ചു പിന്നെ എല്ലാം മാറിലേക്കു കൊണ്ടുവന്ന് അലസമായ വിരലുകൾകൊണ്ട് കളിക്കാൻതുടങ്ങി. അവൾ പറഞ്ഞു "നിങ്ങളെ ഈ വിവരം അറിയിക്കാൻ മാത്രമല്ല വിളിച്ചിരുത്തിയത് മണീന്ദ്രബാബു! എനിക്കുമുണ്ട് ഇതിൽ ഇൻട്രസ്റ്റ്. നാടകത്തിലെപ്പോലെതന്നെ സിനിമയിലും ഞാൻതന്നെ നായികയായി അഭിനയിക്കാൻ ആഗ്രഹിക്കുന്നു. അതിന് നിങ്ങൾ സഹായിക്കണം."

വളരെ നിമിഷത്തെ മൗനത്തിനുശേഷം മണീന്ദ്രന് വീണ്ടും തൊണ്ട വരളുന്നതുപോലെ തോന്നി. നെറ്റി 'ടിപ് ടിപ്' എന്ന് അടിക്കുവാൻ തുടങ്ങി. ലക്ഷണംകൊണ്ട് കാര്യം ധരിച്ച ചമേലി വീണ്ടും എഴുന്നേറ്റ് അലമാരിയുടെ അടുക്കലേക്കു ചെന്ന് കുപ്പിയെടുത്തു. സോഡയെടുത്തു തുറന്നു "പറയൂ, സഹായിക്കരുതോ?"

"ഞാനെന്തു ചെയ്യും? പറയൂ കേൾക്കട്ടെ. ഉടമസ്ഥരുടെ ഇഷ്ടാനിഷ്ടങ്ങൾ പോലെയല്ലേ കാര്യം നടക്കുള്ളൂ, ചമേലീ!"

പെട്ടെന്ന് ചമേലിയുടെ കണ്ണുകൾ ചെറുതായി. പുരികങ്ങൾ ശരിക്കും മൂക്കിന്റെ മുകളിൽ വന്നു പരസ്പരമുരുമ്മി "മനസിലായി മണീന്ദ്രബാബു, കാര്യം കഴിഞ്ഞാൽ ആളെ മറക്കും. ഇതാ അന്നുകൂടി നിങ്ങൾ പുസ്തകം കക്ഷത്തിൽവച്ചുകൊണ്ട് തെണ്ടിനടന്നിരുന്ന ആളാണ്. ഇന്ന് വലിയ നാടകക്കാരനായിരിക്കുന്നു. പക്ഷേ, നിങ്ങളുടെ നാടകത്തിന് ജീവനുണ്ടാക്കിത്തന്നതാര്? ഓരോ സംഭാഷണവും സ്വാഭാവികമായ വിധം അവതരിപ്പിച്ചതാര്? നിങ്ങളുടെ പുസ്തകവാക്യങ്ങൾ കേൾക്കാനാണ് ആളുകൾ വരുന്നതെന്നാവും ധരിച്ചുവച്ചിരിക്കുന്നത്. അങ്ങനെയാണെങ്കിൽ അവർക്ക് പുസ്തകം വാങ്ങി വായിച്ചാൽ മതിയായിരുന്നല്ലോ. അതല്ല സത്യം മണീന്ദ്രബാബു! അവരൊക്കെ എന്നെ കാണാനാണ് വരുന്നത്!"

"അറിയാം ചമേലി!"

അനാവൃതമായ രണ്ടു കൈകളും പുറകോട്ടു കൊണ്ടുപോയി അഴി

ഞ്ഞമുടി വീണ്ടും അലക്ഷ്യമായി കെട്ടി "സ്വീകരിക്കുന്നുണ്ടോ? ശരി, എന്നാൽ പറയാം—എത്ര അധ്വാനിച്ചു കെട്ടിപ്പടുത്തുണ്ടാക്കിയ വസ്തുവാണ് നമ്മളെല്ലാവരുംകൂടി! അതിൽനിന്ന് കേവലം ഒരുത്തൻ മുതലെടുക്കുക- അതു പറ്റില്ല മണീന്ദ്രബാബു." ചമേലി പെട്ടെന്ന് വാക്കിനു മൂർച്ച കൂട്ടി "ഫിലിമിലും ഈ നാടകത്തിന്റെ നായികയായ ഞാൻ തന്നെയെടുക്കും ഹീറോയിനിന്റെ റോൾ. അല്ലെങ്കിൽ നിങ്ങൾ വിചാരിക്കുന്നുണ്ടോ നിങ്ങൾ ആരുമറിയാത്ത എഴുത്തുകാരനിൽനിന്ന് നാടകക്കാരനും നാടകക്കാരനിൽനിന്ന് സിനിമ വഴി ഭാരതവിഖ്യാതനുമാവുക, ഞാൻ നിന്നിടത്തുതന്നെ കഴിയുക, ആജീവനം മരംകൊണ്ട് തീർത്ത സ്റ്റേജിൽത്തന്നെ കാൽകുത്തി നിൽക്കണം, വെള്ളിത്തിരയിൽ നിഴൽ പതിച്ചുകൂടാ. എനിക്കുമുണ്ട് ആശ, പ്രതീക്ഷ മുതലായ ചില ഭാവങ്ങൾ മണീന്ദ്രബാബു."

ഗ്ലാസ് അങ്ങനെതന്നെ വായിലേക്ക് കമഴ്ത്തിയിട്ട് മണീന്ദ്രൻ പറഞ്ഞു "ഇല്ലെന്നു പറയുന്നില്ല."

"വെറുതെ പിൻതാങ്ങേണ്ട. ഉണ്ടെന്ന വസ്തുത നിങ്ങൾ എത്രത്തോളം വകവച്ചുതരാൻ ഒരുക്കമുണ്ട്. ഇല്ലെങ്കിൽ ഈ നന്ദൻബാബു ഞങ്ങളുടെയവിടെ ആഴ്ചയിൽ മൂന്നുതവണ വരുന്നില്ലേ? അയാൾ അയാളുടെ ഫിലിമിലെ നായികയ്ക്ക് സൊസൈറ്റി ഗേളിനെ തിരക്കി നടക്കുകയാണ് സൊസൈറ്റി ഗേളിനെ."

"ആരാണീ നന്ദൻബാബു?"

"അയാൾതന്നെ. പോപ്പുലർ ഫിലിംസിന്റെ പ്രൊഡ്യൂസറെപ്പറ്റിയാണ് പറയുന്നത്. എനിക്ക് ഹീറോയിനിന്റെ പാർട്ട് തരാമെന്നേറ്റിട്ട് ഇപ്പോൾ സൊസൈറ്റി ഗേളിനെക്കിട്ടാൻ അഡ്വർട്ടൈസ് ചെയ്തിരിക്കുന്നതായി എനിക്കറിയാൻ കഴിഞ്ഞിരിക്കുന്നു. അതല്ല മണീന്ദ്രബാബു. നിങ്ങൾക്കെന്തു പറ്റിപ്പോയി? തിയേറ്റർ ഞാനില്ലെങ്കിൽ നടക്കില്ല. പക്ഷേ, സിനിമയ്ക്കാവുമ്പോൾ സൊസൈറ്റി ഗേൾ വേണം."

"വെറും സൂത്രം, അല്ലാതെന്ത്? കൃത്രിമമായ ഒരുതരം റെസ്പെക്ടബിലിറ്റി" മണീന്ദ്രൻ വീണ്ടും ചമേലിയെ താങ്ങിപ്പറയാൻ പുറപ്പെട്ടു. പക്ഷേ, അവൾ അതു കേട്ടതായിപ്പോലും നടിക്കാതെ പറയാൻ തുടങ്ങി "അവർ അഭിനയം എന്താണെന്നു കണ്ടിട്ടുണ്ടോ കേട്ടിട്ടുണ്ടോ? സിറ്റ്വേഷൻ അനുസരിച്ച് ഒന്നു ചിരിക്കാൻപോലും അറിയാമോ അവറ്റയ്ക്ക്. മുഖത്തെ ഒരു ഭാവം മാറ്റാൻതന്നെ തലകുത്തി മറിയണമല്ലോ. പിന്നെ കണ്ടാലുള്ള കോലമോ? അതു ഞാൻ എടുത്തുപറയുന്നില്ല. നിത്യവും കാണുന്നതാണല്ലോ. അവർ കൊടുത്ത പരസ്യത്തിന് അപേക്ഷ അയച്ചവരെക്കാണണ്ടേ? അവരുടെ തന്നെ പബ്ലിസിറ്റി അസിസ്റ്റന്റ് അമിയ എന്ന ചെറുപ്പക്കാരൻ എന്നെ കാണിക്കുകയുണ്ടായി ഫോട്ടോകൾ. ഒന്നു നോക്കു നിങ്ങളുടെ ഭേദപ്പെട്ട തറവാടുകളിലെ കുലാംഗനസുന്ദരികളുടെ സാമ്പിൾ! കേമം, ബഹുകേമം!"

ടേബിൾ ക്ലോത്തിന്റെ ചുവട്ടിൽനിന്ന് ഒരു കവർ എടുത്തു ചമേലി.

പിന്നെ കൈയിലുള്ള ചീട്ടുകൾ നിലത്തിടുന്നവിധം സകല ഫോട്ടോകളും പരത്തിയിട്ട് മേശപ്പുറത്ത് "ഇതാ നോക്കിക്കോളൂ. വെറുമൊരു ഫോട്ടോ എടുക്കാൻ ഭാവിക്കുമ്പോൾത്തന്നെ കരയുന്ന മട്ടിലായിപ്പോകുന്നവർക്ക് ഫിലിമിലഭിനയിക്കാനുള്ള ഒരു 'കമ്പം' നോക്കൂ."

മുൻവശത്തുള്ള ചുവർകണ്ണാടിയിൽ മണീന്ദ്രന്റെ ദൃഷ്ടി പതിഞ്ഞിരുന്നില്ല. ഇല്ലെങ്കിൽ അയാൾ സ്വന്തം മുഖം കണ്ട് അമ്പരന്നുപോകുമായിരുന്നു. നാലുപാടും ചിതറിക്കിടന്ന മുടി. കുറച്ചുമുമ്പുവരെ രണ്ട് ചെവികളുടെയും താഴെ ചെറുചുകപ്പുണ്ടായിരുന്നു. ഇപ്പോൾ തീരെ വിളർപ്പ്. വിഹ്വലവും ഉറയ്ക്കാത്തതുമായ നോട്ടം. ചമേലിക്ക് ഇതു കണ്ട് ചിരിവന്നു. മണീന്ദ്രന്റെ കൺമണി ഫോസ്ഫറസ് പോലെ കത്തുന്നു. രണ്ടു കവിൾ മോന്തിയപ്പോഴേക്ക് ഇത്രയ്ക്കായോ? അവൾ പറഞ്ഞു "കണ്ടിട്ടുതന്നെ തലചുറ്റാൻ തുടങ്ങിയോ? ലേശം കിടക്കൂ, എല്ലാം നേരെയാവും? "

ചമേലി വീണ്ടും ഒരു സോഡാക്കുപ്പി തുറക്കാൻ ഭാവിച്ചു. മണീന്ദ്രൻ കൈകൊണ്ട് വിലക്കി. കസേരയുടെ കൈപിടിച്ച് എഴുന്നേറ്റുകൊണ്ട് പറഞ്ഞു "കുറച്ചു വെള്ളം മതി."

"തരാം നിൽക്കൂ."

വെള്ളം കൊണ്ടുവരാൻ പോയി തിരിച്ചുവന്ന സമയംകൊണ്ട് മണീന്ദ്രൻ മേശപ്പുറത്തു നിരത്തിയിരുന്ന ഫോട്ടോകളിൽനിന്ന് ഒരെണ്ണം തെരഞ്ഞെടുത്ത് തൃപ്തിപൂർവം കീശയിൽവച്ചു. ചമേലി ഗ്ലാസ് കൈയിൽ കൊടുത്തിട്ട് ചോദിച്ചു: "കണ്ടില്ലേ എല്ലാത്തിനെയും ഇവരേക്കാൾ ഞാനാവില്ലേ അഭിനയിക്കാൻ ഭേദം? നിങ്ങളുടെ കഥ. നിങ്ങൾ ഒന്നു നിർബന്ധിച്ചാൽ അവർ അനുസരിക്കാതിരിക്കുമോ?"

തിരിച്ചുപോന്ന സമയം ചമേലി ഡ്രൈവറെ വിളിച്ച് വണ്ടി പുറത്തേക്കിറക്കാൻ പറയുന്നതിന് ഭാവിച്ചു. മണീന്ദ്രൻ അതു വിലക്കി. അയാളുടെ ലഹരി ഇറങ്ങി. ഒരു ടാക്സി അയാൾതന്നെ വിളിച്ചു പൊയ്ക്കോളും. അർധരാത്രിസമയത്തെ തണുത്ത കാറ്റിന്റെ സ്പർശം കണ്ണിന് കുളിർ നൽകും.

ഗ്യാസ് ലൈറ്റിന്റെ താഴെനിന്ന് മണീന്ദ്രൻ കീശയിൽ നിക്ഷേപിച്ചിരുന്ന ഫോട്ടോയെടുത്ത് ഒരിക്കൽക്കൂടി നോക്കി. പല്ലുകൾ പല്ലുകളോടുരുമ്മുന്നു. എന്താണിത്. തണുപ്പുകൊണ്ടോ? അതിശക്തമായ ഒരു ചിരിയാൽ മുഖം വികൃതമായി. താൻതന്നെ കുടിക്കുമ്പോൾ യാതൊന്നും അറിയാൻ കഴിയില്ല. മറ്റൊരു കുടിയന്റെ മുമ്പിൽ ചെന്ന് നിൽക്കുമ്പോഴേ ശരിയായ രൂപം കാണാറാവുള്ളു. മണീന്ദ്രന്റെ ജീവിതത്തിലെ സമസ്ത അവലക്ഷണങ്ങളും ക്ഷുദ്രതകളും കൈയിലിരിക്കുന്ന ഒരു ഫോട്ടോയിൽ പ്രതിഫലിക്കുന്നതുപോലെ തോന്നി.

അന്ന് കിനുഗോയാലതെരുവിലേക്ക് തിരിയുന്ന അതേ സ്ഥാനത്ത് രാത്രി അവസാനത്തെ യാമത്തോടടുക്കാറായപ്പോൾ ഇരുവശത്തുനിന്നും രണ്ട് ടാക്സികൾ ഒരേസമയംതന്നെ വന്നുനിന്നു. വാടക കൊടുത്ത് മണീന്ദ്രൻ തെറ്റുന്ന കാലുകൾവച്ച് മുന്നോട്ടുനീങ്ങി. പുറകെ ആരോ വരുന്നത്

അയാൾ അറിഞ്ഞില്ല. നിർജനമായ രാത്രി. ചെരുപ്പിന്റെ 'ഖസ് ഖസ്' ശബ്ദം പഴയ ഭവനങ്ങളുടെ ചുമരുകളിൽ ചെന്നലച്ച് തിരിച്ചുവന്ന് അയാളുടെ കാലുകളിൽ തന്നെ ചുരുണ്ടുകിടന്നുകൊണ്ടിരുന്നു.

പുറകിലുള്ള നിഴൽ ഇതിനിടയ്ക്ക് ഒന്നുകൂടി സ്പഷ്ടമായി മുമ്പിലേക്ക് നീങ്ങിവന്നു. തിരിഞ്ഞുനോക്കി. പുറകിൽ വന്നുകൊണ്ടിരുന്ന ഛായാമൂർത്തിക്ക് മുഖം മറയ്ക്കാൻപോലും സൗകര്യം കിട്ടാത്തവിധം അത്ര പെട്ടെന്നാണതുണ്ടായത്.

"നിങ്ങളോ?"

"ഞാൻതന്നെ. പക്ഷേ, നീ ഈ സമയത്ത് എവിടെപ്പോയിവരുന്നു ശാന്തി?"

മറുപടി പറയാൻ പുറപ്പെട്ട ശാന്തിയുടെ ശബ്ദം പുറത്തേക്കു വന്നില്ല. കടുത്ത ചില വാക്കുകൾ പറയാൻ മണീന്ദ്രൻ ഒരുങ്ങുകയായിരുന്നു. എന്നാൽ ജീവനില്ലാത്ത ഒരു ചിരിയാണ് പുറത്തേക്കു വന്നത്. ശാന്തിയുടെ പുറത്ത് പതുക്കെ രണ്ടു കൊട്ട് കൊട്ടിയിട്ട് അയാൾ പറഞ്ഞു "പോകട്ടെ. കെട്ടിച്ചമച്ചു പറയാൻ മിനക്കെടണ്ട. എനിക്കറിയാം."

ഗ്യാസിന്റെ വെളിച്ചത്തിൽ മണീന്ദ്രൻ ശാന്തിയുടെ മുഖം ഉയർത്തിപ്പിടിച്ചുകൊണ്ട് പറഞ്ഞു "പക്ഷേ, ചമേലി നിന്റെ ഫോട്ടോ മാത്രമേ കണ്ടുള്ളു. രക്തമാംസാദി നിർമിതമായ ദേഹം കണ്ടിട്ടില്ല. അതുകൊണ്ടാണ് നിന്റെ അഭിനയകൗശലത്തിന് സംശയം തോന്നിയത്. ഇന്ന് ഈ ക്ഷണം ഈ നിലയിൽ നിന്നെ കാണുകയാണെങ്കിൽ ചമേലിയുടെ അഭിപ്രായം മാറും. ലജ്ജ, ഭയം, വെറുപ്പ്, അഭിമാനം, ക്ഷോഭം– എല്ലാത്തിന്റെയും ഇടകലർന്ന അഭിവ്യക്തി ഈ വിധം ഒരേ മുഖത്ത് ഒരേസമയം സാധിക്കണമെങ്കിൽ ചമേലിക്ക് ഏഴു ജന്മം പരിശീലിക്കേണ്ടിവരും. പക്ഷേ, നീ സിനിമാതാരമാകാൻ അപേക്ഷിക്കുന്നതിനെന്തിനു പുറപ്പെട്ടു ശാന്തി? വേണ്ട വേണ്ട, ക്ഷമയും മാപ്പും ഒന്നും ആവശ്യമില്ല." രണ്ടു കൈകൊണ്ടും ശാന്തിയെ പിടിച്ചു പൊക്കിക്കൊണ്ട് മണീന്ദ്രൻ പറഞ്ഞു "ഇന്ന് സന്ധ്യാസമയമത്രയും തിയേറ്ററിൽ കണ്ടു, ചമേലിയുടെ ഗൃഹത്തിലെ നാടകവും മോശമായില്ല. ഇനി ഇപ്പോൾ ഈ വെളുപ്പാൻകാലത്ത് വഴിനടയ്ക്കു നിന്നുകൊണ്ട് നാടകമാടാനോ കാണാനോ എനിക്ക് മോഹമില്ല. കണ്ടില്ലേ, ശരിക്ക് കാൽകുത്തി നിൽക്കാൻ കഴിയുന്നില്ല. വാക്കുകളും പുറത്തേക്കു വരുന്നില്ല. വരൂ, വീട്ടിൽ പോകാം."

രണ്ടടി വച്ചിട്ട് വീണ്ടും നിന്നു മണീന്ദ്രൻ "അതുമല്ല, ആര് ആരോടാണ് വിശദീകരണം ആവശ്യപ്പെടുക. കേൾക്കട്ടെ. ഞാൻ നിന്നോടോ നീ എന്നോടോ? എന്റെ കുറ്റവും കുറച്ചൊന്നുമല്ല." പറയുന്നതിനിടയ്ക്ക് മണീന്ദ്രൻ ശാന്തിയുടെ ചെവിയിലേക്ക് മുഖം അടുപ്പിച്ചു. "അതിലും ഭേദം, വരൂ, നമിക്കിവിടന്ന് ഓടിപ്പോകാം. നമ്മൾ എന്നും ഇങ്ങനെയായിരുന്നില്ലല്ലോ. ഇവിടെ വരുന്നതിനുമുമ്പിലത്തെ കാര്യംതന്നെ എടുക്ക്. ഇല്ലായ്മ മുമ്പും ഉണ്ടായിരുന്നു. എന്നാൽ ചുറ്റിത്തിരിച്ച് വീണ്ടും ഒറ്റവഴിക്ക്

കൊണ്ടുവന്ന് മുഖത്തോടു മുഖം നിർത്തുകയുണ്ടായിട്ടില്ല. ഈ തെരുവ് നമ്മൾ രണ്ടുപേരെയും ഒടുക്കിക്കളഞ്ഞു ശാന്തി! ഇവിടെ ആകാശമില്ല. ഇവിടെ ശാന്തമായി ജീവിക്കാൻ ഉപായമില്ല. ഈ സാഹചര്യത്തിൽ നമ്മുടെ ചിന്തയും പ്രവൃത്തിയും എല്ലാം രോഗഗ്രസ്തമായിരിക്കുന്നു. രക്ഷപ്പെട ണമെങ്കിൽ ഈ തെരുവ് വിട്ടുപോകണം. ഈ ക്ഷയരോഗത്തിന് സ്ഥല പരിവർത്തനമല്ലാതെ പ്രതിവിധി വേറെയില്ല."

അവർ പോയിക്കഴിഞ്ഞപ്പോൾ വഴിയരികിലുള്ള ഒരു ജനൽവാതിൽ പതുക്കെയടഞ്ഞു. അന്ധകാരമയമായ നാടകശാലയിലെ ഈ നിഭൃത ദൃശ്യത്തിന്റെ ഒരേയൊരു പ്രേക്ഷകന്റെ മുഖത്ത് ഒരു ചെറുചിരി വിരിഞ്ഞു.

ഇവരും പോകും. എന്നാൽ പോകട്ടെ. കൂട്ടംകൂട്ടമായി പ്രാവുകളെ പിടിച്ചുകൊണ്ടുവന്ന് വളർത്തിയ ആൾതന്നെ ഓരോന്നോരോന്നായി അവയെ പറപ്പിച്ചുകളഞ്ഞു. ചിലപ്പോൾ ഈരണ്ടായി. പറപ്പിക്കട്ടെ. പക്ഷി യുടെ ഉടമസ്ഥൻ പറപ്പിക്കും. കിനുഗോയാലതെരുവിലെ വെറുമൊരു സ്വർണപ്പണിക്കാരന് ഇതിലൊന്നും പറയാനില്ല. അയാൾ നോക്കിനിന്ന് ചിരിക്കുകമാത്രം ചെയ്യും.

18

എത്രയെത്ര നാളുകളായി ഈ തെരുവിൽ വന്നു താമസം തുടങ്ങി യിട്ട്! എന്നിട്ടും ഇടയ്ക്കിടയ്ക്ക് നീലയ്ക്ക് താൻ ഇവിടെ ഒരു മറുനാട്ടു കാരിയാണെന്നു തോന്നിക്കൊണ്ടേയിരുന്നു. ഇങ്ങനെ സംഭവിച്ചുകൂടാ. ഇതൊക്കെ സ്വപ്നമാണോ! ഇങ്ങനെ എത്രയോ കഥകളിൽ വായിച്ചി ട്ടുണ്ട്. എത്രയോ നായികാനായകന്മാരുടെ അദൃഷ്ടത്തിൽ വിചിത്രമായ ഇത്തരം അനുഭവങ്ങൾ ഉണ്ടായിട്ടുണ്ട്. വത്സരങ്ങൾക്കുമേൽ വത്സരങ്ങൾ ഗഹനവിപിനങ്ങളിൽ കഴിച്ചുകൂട്ടുക, പർവതഗുഹകളിൽ, അല്ലെങ്കിൽ മരീചികാതരംഗിതമായ മരുപ്രദേശങ്ങളിൽ. പെട്ടെന്ന് ഉറക്കത്തിൽനിന്ന് ഞെട്ടിയുണർന്ന് നോക്കുമ്പോൾ എല്ലാം ഭ്രമമാണെന്ന്, മിഥ്യയാണെന്നു മനസിലാവുക. ഒന്നും സംഭവിച്ചിട്ടില്ല, എത്രയെത്ര വത്സരങ്ങൾ ദൂരദേശ വാസത്തിനെത്തിയാലും ഒന്നുരണ്ട് മണിക്കൂർ മാത്രമേ ഉറങ്ങുകയുണ്ടാ യുള്ളു.

നീലയുടെ കാര്യത്തിലും അതുതന്നെയാവണം സംഭവിച്ചിട്ടുണ്ടായി രിക്കുക. കിനുഗോയാലത്തെരുവിൽ കിടന്നുറങ്ങിയാൽ പുലരുമ്പോൾ പോപ്ലുലർ പാർക്കിൽ പക്ഷിയുടെ മാറുപോലെ മൃദുലമായ കിടക്കയിൽ കിടക്കുകയാണെന്നു തോന്നും. ഈ തെരുവിലെ പുകയും പൊടിയും ച ണ്ടിപണ്ടാരങ്ങളത്രയും എല്ലാം സ്വപ്നത്തിൽക്കണ്ടവയായിരുന്നു. സ്വ പ്നത്തിൽത്തന്നെ അവ ലയിച്ചുപോയി. ഈ തെരുവിനെപ്പോലെതന്നെ യുള്ള മനുഷ്യരോ? അവരും സ്വപ്നകഥാപാത്രങ്ങളായിരുന്നു, സ്വപ്ന

ത്തോടൊപ്പം നിഷ്ക്രമിച്ചു. പ്രമഥപോദ്ദാർ, ശാന്തി, മണീന്ദ്രൻ, സേവാസ ത്രത്തിലെ യുവതികൾ, ഇന്ദ്രജിത്, ഇവരെ ദുഃസ്വപ്നത്തിൽ കണ്ടുമുട്ടിയ തായിരുന്നു നീല. സത്യത്തിൽ ഇവരാരും അവളുടെ ജീവിതത്തിൽ വരി കയുണ്ടായിട്ടില്ല.

കിടക്കയിൽ കിടന്നുകൊണ്ടുതന്നെ നിദ്രാലസ്യം നീക്കും. കൈകൾ രണ്ടും പൊക്കി കഴിയുന്നതും നിവർത്തും, മുട്ടുകളുടെ ഞെട്ടിയൊടിയും വരെ. പിന്നെ ഇടതുകൈ നീട്ടി അടുത്തുള്ള ഫോണെടുക്കും. ഏട്ടത്തി യുടെ അച്ഛന്റെ വീട്—അവർക്ക് വിവരം നൽകണം.

"ഏട്ടത്തി, വൈകിയിട്ടുള്ള എൻഗേജ്മെന്റിന്റെ കാര്യം മറക്കേണ്ട. എന്തു പറഞ്ഞു? സമയമില്ല? ഇതു കേമമായി! എന്തൊരു മനുഷ്യത്തി യാണ് നിങ്ങൾ! വാക്കു തന്നിട്ടിപ്പോൾ--വലിയ ആൾതന്നെ മനനൻ കാറ് കൊണ്ടുവരും ശരിക്ക് മൂന്നുമണിക്ക്. നിങ്ങൾ ചെന്നില്ലെങ്കിൽ പാവത്തിന് വലിയ ദുഃഖം തോന്നും. എന്തു പറഞ്ഞു-ദുഃഖമുണ്ടാവില്ല, ഉള്ളാലെ സ ന്തോഷിക്കയേയുള്ളൂവെന്നോ? ഈവിധമുള്ള നേരമ്പോക്ക് പറയരുത് ഏട്ടത്തി! ഇത് നല്ലതിനല്ല."

പക്ഷേ, ശാന്തിയേടത്തിയോ? പ്രമഥ പോദ്ദാറോ? ശകുന്തളയോ, ഇന്ദ്രജിത്തോ? ഇവർ എന്നെങ്കിലും നീലയുടെ ജീവിതത്തിൽനിന്ന് മാഞ്ഞു പോകുമോ? വിശ്വാസം വരുന്നില്ലേ?

ഇന്ദ്രജിത്തിന്റെ വാതിൽക്കൽ പതുക്കെ രണ്ടുതവണ മുട്ടി നീല. ആൾ അകത്തുണ്ട് തീർച്ച.

"വരൂ." ഇന്ദ്രജിത് എന്തോ എഴുതുകയായിരുന്നു. തലയുയർത്തി ചിരിച്ചു. സ്വാഗതം പറഞ്ഞു അയാൾ "എപ്പോൾ വന്നു, കോളേജിൽനിന്ന്?"

വാതിൽക്കൽ പതുക്കെയടച്ചു നീല "പോയില്ലല്ലോ. കോളേജ് രജിസ്റ്ററിൽനിന്ന് പേർ വെട്ടിക്കളഞ്ഞു."

"സംഗീത വിദ്യാലയത്തിലോ?"

"അവിടെയും പോകുന്നില്ല. അറിയില്ലേ സ്കോളർഷിപ്പ് നിർത്തിക്ക ളഞ്ഞു."

ഇന്ദ്രജിത്തിന്റെ മുഖം അകൃത്രിമമായ ചിരികൊണ്ട് തിളങ്ങി "നന്നായി. എന്റെ പഠിപ്പും അവസാനിച്ചു. നിങ്ങളുടേതും."

നീലയുടെ ജിജ്ഞാസാസൂചകമായ ദൃഷ്ടിയുടെ ഇംഗിതം മനസി ലാക്കിയ ഇന്ദ്രജിത് മേശപ്പുറത്തുനിന്ന് ഒരു കത്ത് എടുത്തുകാട്ടി പറഞ്ഞു "അച്ഛൻ എഴുതിയിരിക്കുന്നു. അച്ഛന് പണത്തിന് ബുദ്ധിമുട്ടുണ്ട്. പ്രാക്ടീസ് മോശം. ഒന്നും ചെയ്യാതെ വെറുതെ കൽക്കത്തയിൽ താമസിക്കുന്ന പുത്രന് ധൂർത്തടിക്കാൻ പണമയയ്ക്കുന്നതിന് നിവൃത്തിയില്ല. വേഗം വല്ല ജോലിയും അന്വേഷിച്ചുകൊള്ളാൻ ഉപദേശിച്ചിരിക്കുന്നു."

ഒന്നു നിർത്തിയിട്ട് വീണ്ടും തുടർന്നു "അച്ഛനെ കുറ്റപ്പെടുത്തുന്നില്ല. പക്ഷേ, ഞാനിപ്പോൾ എന്തു ചെയ്യും? വിധിയെന്ന് ആൾ പിറന്നദിവസം കപാലത്തിൽ എഴുതിവിട്ടവണ്ണം എല്ലാം നടക്കും എന്നുവച്ച് ഇത്രനാളും

നിശ്ചിന്തനായി ഇരുന്നു. ഇപ്പോൾ കാണുന്നു– ആ ശിരോലിഖിതത്തിന്റെ ശുദ്ധപാഠം ഉദ്ധരിക്കുന്നതിനുപോലും കുറെ ഓടിനടക്കേണ്ടതായി വന്നിരിക്കുന്നു. പുസ്തകഭാഷയിൽ പറഞ്ഞാൽ ജീവിതസമരം. വാക്കു കേൾക്കാൻ നല്ല അന്തഃസുണ്ട്. പക്ഷേ, അതിന്റെ രൂപം മഹാ അശ്രീകരമാണ് നീലേ! അതിനർഥം പടികൾതോറും അപേക്ഷയുമായി കയറിയിറങ്ങുക—അപേക്ഷ സ്വീകരിക്കാതെ വരിക. തീരെ അയോഗ്യരുടെ മുമ്പിൽപ്പോലും തലകുനിക്കുക. ചപ്രത്തലമുടി, ശുഷ്കിച്ച മുഖം, ഒട്ടിയ വയർ—ഇനിയും കേൾക്കണോ വർണന?"

നീലയുടെ മടിയിൽ തലവച്ചു കിടന്നു ഇന്ദ്രജിത്. രണ്ടു കണ്ണുകളിലും ദ്രുതരക്തചഞ്ചലമായ രണ്ട് കൈകൾ. പതുക്കെപ്പതുക്കെ ഇന്ദ്രജിത് ആ കൈ പിടിച്ച് ചെറുനിശ്വാസം ഉൽഗമിക്കുന്ന മൂക്കിൽവച്ചു. പിന്നെ കുറച്ചുകൂടി ചുവട്ടിലേക്കു വലിഞ്ഞു നനഞ്ഞ ചുണ്ടുകളിൽ വളരെ നിമിഷങ്ങളോളം പിടിച്ചുവച്ചശേഷം പറഞ്ഞു "എന്തൊരു ആശ്വാസം!"

ആ രണ്ടു വാക്ക് ഉച്ചരിച്ചതിൽ ഏതോ ഒരുതരം പ്രശാന്തമായ പരിതൃപ്തി അടങ്ങിയിരുന്നു. നീലയുടെ ഹൃദയംതൊട്ട് കാലിന്റെ നഖംവരെ ഒരു കുടിലമായ വിറ കയറിയിറങ്ങിപ്പോയി. പെട്ടെന്ന് എന്തോ മറന്നുപോയ ഒരു കാര്യം ഓർത്താലെന്നപോലെ ഞെട്ടി, ഒപ്പംതന്നെയെന്ന് പറയാം. അവൾ പറഞ്ഞു "ശാന്തിയേട്ടത്തിയും മറ്റും പോകുകയാണെന്നു കേട്ടു."

ഇന്ദ്രജിത് കണ്ണുതുറന്ന് നോക്കി "ശരിയാണോ? ഞാനൊന്നും കേട്ടില്ലല്ലോ. അപ്പോൾ ഒന്നുകൂടി വിഷമമായി. ശാന്തി എന്തൊക്കെയായാലും ഇതുവരെ 'മീൽസ്' തരുന്നത് നിർത്തുകയുണ്ടായില്ല. ഇനി തൊട്ട് ഹോട്ടലിൽപ്പോയി 'ധർണ' നടത്തേണ്ടിവരും."

ഇന്ദ്രജിത്തിന്റെ സ്വരത്തിൽ വിനോദമല്ലാതെ മറ്റൊന്നുമുണ്ടായിരുന്നില്ല. എന്നിട്ടും പതുക്കെപ്പതുക്കെ കൈ വലിച്ചെടുത്തു, സ്വരത്തിൽ എന്തും ഉണ്ടായിരുന്നുകൊള്ളട്ടെ, ഇന്ദ്രജിത്തിന്റെ മുഖം വിളർത്തുപോയിരുന്നു. അത് നീല കണ്ടുപിടിച്ചു. കേവലം ഹോട്ടലിൽ ഉണ്ണേണ്ടതായി വരുമെന്നോർത്ത മാത്രയിൽ മുഖം ഇങ്ങനെ വാടുമോ?

"ഞാൻ പോകട്ടെ" അവൾ പതുക്കെ പറഞ്ഞു "അമ്മയ്ക്ക് സുഖമില്ല. ഒറ്റയ്ക്കേയുള്ളൂ."

ഇന്ദ്രജിത്തിന്റെ ചെവിയോളം ഈ പറഞ്ഞത് എത്തിയോ ആവോ? അയാൾ ചോദിച്ചു "അവർ എപ്പോഴാണ് പോകുന്നത്?"

"അടുത്തുതന്നെ. എന്നെന്ന് കൃത്യം പറയാനരുത്. എന്നാലും ശാന്തിയേടത്തി സാമാനങ്ങൾ പെറുക്കിക്കെട്ടുന്നതു കണ്ടു."

ഇന്ദ്രജിത്തിന്റെ തല ഇറക്കിവച്ച് നീല പതുക്കെയെഴുന്നേറ്റു. വാതിൽക്കലോളം ചെന്ന് വീണ്ടും ഒന്നു തിരിഞ്ഞുനോക്കി. അയാൾ നിഷ്പന്ദം കിടക്കുന്നു. നീല പുറത്തുവന്ന് വാതിൽ ചാരി.

അപ്പോൾത്തൊട്ട് കണ്ണടച്ചുകിടന്ന ഇന്ദ്രജിത് അരമണിക്കൂർ കഴിഞ്ഞാണ് കണ്ണുതുറന്നത്. വാതിൽ പുറത്തുനിന്ന് ആരോ തുറന്നു എന്നു

തോന്നി. തുരുമ്പുപിടിച്ച വിജാഗിരി ചെറിയ ശബ്ദമുണ്ടാക്കി. ആരോ അകത്തു കടന്നെന്നു തോന്നി അയാൾക്ക് "ആരത്?"

പെട്ടെന്ന് ആരോ കെടാറായ മട്ടിൽ നിന്നിരുന്ന ഹരിക്കേൻ ലാമ്പ് നീട്ടി. അപ്പോൾമാത്രം തുറന്ന കണ്ണിൽ വെളിച്ചം കുത്തി വേദനിപ്പിച്ചു. അയാൾ കണ്ണു തിരുമ്മി വീണ്ടും നോക്കി– ശാന്തി! പ്രഥമ സൂര്യോദയത്തിന്റെ നിറം നെറ്റിയിലെ വലിയ പൊട്ടിന്—ഇളം നീല സാരിയുടെ അവഗുണ്ഠനം ആകാശംപോലെ അവനതം. രണ്ടു കൺമണികളിലും വേഗം വിലയിച്ചുകൊണ്ടിരിക്കുന്ന രാത്രിയുടെ അവസാനകാലത്തെ ഇരുട്ടിന്റെ അനുരണനം. ഇന്ദ്രജിത് മുഗ്ധനായി നോക്കിയിരുന്നു.

സമസ്ത അസ്തിത്വത്തെയും സ്പർശിച്ചുകൊണ്ടുള്ള ഒരു ആഹ്വാനം ഉയർന്നു. അസംഖ്യം രക്തകണികകളിൽ സ്പർശാതുരത. ഭയം, സ്നേഹം, അഭിമാനം എല്ലാം ആദ്യത്തെ മഴയ്ക്കുണ്ടാകുന്ന വെള്ളപ്പൊക്കം പോലെ മനസിന്റെ ഇടനാഴികളിലും അങ്കണത്തിലും ദേഹത്തിന്റെ അണുവണുതോറും പെരുകി നിറഞ്ഞു.

എന്നാലും ഇത് സാന്നിധ്യം മാത്രം—സ്പർശമല്ല. അൽപ്പംമുമ്പ് അയാളെ നിർബന്ധമായി വലയം ചെയ്തുകൊണ്ട് മറ്റൊരാളും ഇവിടെ ഉണ്ടായിരുന്നു. അയാളുടെ കൈ പിടിച്ച് കളിക്കയും ഉണ്ടായി ഇന്ദ്രജിത്. ചിതറിക്കിടന്നിരുന്ന തലമുടിയിൽ കൈവയ്ക്കുകയുണ്ടായി. ജ്വരശുഷ്കമായ കപോലത്തിൽ, പിപാസാതപ്തമായ ചുണ്ട്. എന്നാലും അപ്പോൾ ഈ വിധം ആപാദചൂഡമൊരു ചാഞ്ചല്യം അനുഭവപ്പെട്ടില്ല. നമ്രവും ശാന്തവും ആർദ്രവുമായ ഒരനുഭൂതിയിൽ ദേഹവും മനവും ആച്ഛന്നമാവുകയേ ചെയ്തുള്ളു.

എന്നാൽ ഏത് നിമിഷത്തിലാണോ ശാന്തി വന്നത്, അതിനെ നാട നീട്ടിക്കത്തിച്ച ഹരിക്കേൻ ലാമ്പിന്റെ ശിഖകൊണ്ട് ആലോകിതമായ നിമിഷവുമായി ഒന്നു തുലനം ചെയ്താലോ? എല്ലാം കീഴ്മേൽ മറിയുന്നു. ഉണങ്ങിയ പുൽക്കെട്ടിൽ പെട്ടെന്ന് തീ പിടിച്ചപോലെ. തിരകൾക്കുമേൽ തിര വന്നടിച്ചു ചേതനയെ തെറ്റിച്ചുകളയുന്നു. തലയുയർത്തി നോക്കുവാൻ കഴിയുന്നില്ല. ഈ തിര കടന്നുപോകുന്നത് ലവണമയമായ ഒരു സ്വാദ് ബാക്കിവച്ചിട്ടാണ്. രോമാഞ്ചപൂർവമായ സ്വേദം.

ശാന്തി തന്റെ മുറിയിൽ വന്നിട്ട് വളരെ നാളായെന്ന കാര്യം ഇന്ദ്രജിത് മറന്നിരിക്കുന്നു. ശാന്തി അയാൾക്ക് പ്രായം തികയാത്ത ഒരു ബാലനേക്കാൾ വലിയ സ്ഥാനമൊന്നും കൊടുക്കയുണ്ടായിട്ടില്ല. അയാളെ അതിനിഷ്ഠൂരമാംവിധം, മദ്യമൊഴിഞ്ഞ ചഷകംപോലെ വലിച്ചെറിഞ്ഞു. അയാൾ പറഞ്ഞു "വളരെ നാളായല്ലോ വന്നിട്ട്."

"വളരെ നാളായി" ശാന്തി പറഞ്ഞു– ഇന്ദ്രജിത്തിന്റെ ശബ്ദം തകർന്നപോലെ തോന്നിയെങ്കിൽ ശാന്തിയുടേത് മുഴങ്ങുന്നതുപോലെ.

"നിങ്ങളൊക്കെ പോകുകയാണെന്നു കേട്ടു."

"അതെ." ശാന്തി പറഞ്ഞു "അത് പറയാൻതന്നെയാണ് വന്നത്. നിങ്ങളും ഇല്ലേ?"

"ഇല്ല. ഞാൻ ഇനി എങ്ങോട്ട്?"

ശാന്തി ചിരിച്ചു. "മനസിലായി. ഈ വീടുവിട്ട് പോകാൻ നിങ്ങൾക്കിഷ്ടമില്ല. കിനുഗോയാലത്തെരുവിലെ ഈ ഇരുണ്ട നിലവറ നിങ്ങൾക്കിത്ര ഇഷ്ടമായോ?"

"ഇഷ്ടമായിട്ടല്ല. നിങ്ങളോട് തർക്കിക്കാൻ ഞാൻ വിചാരിക്കുന്നില്ല. ശാന്തി! പക്ഷേ, ഇഷ്ടമായില്ലെങ്കിലും ഇഷ്ടമാണെന്നു നടിക്കേണ്ടിവരും. ഈ തെരുവിനെ ഞാൻ ഇഷ്ടപ്പെടുന്നതും ആ നിലയ്ക്കുമാത്രം."

അൽപ്പം നിർത്തിയിട്ട് ഇന്ദ്രജിത് തുടർന്നു "അതുമല്ല, നിങ്ങളുടെ പുറകെ ഞാൻ എവിടെയൊക്കെ വരും? നിങ്ങൾക്ക് ഒരുപക്ഷേ, നഗരത്തിന്റെ തെക്കൻ പ്രദേശത്ത് ശാന്തവും സ്വച്ഛവുമായ ഒരു കോട്ടേജ് കിട്ടിക്കാണും പാർക്കാൻ. നിലയും പേരുമുള്ള ഭർത്താവ്. വിപുലമായ സാഹചര്യങ്ങൾ. അവിടെയും ഞാൻ കൂട്ടത്തിൽ ചുറ്റിപ്പറ്റി നിന്നാൽ ആർക്കും അതു രസിക്കില്ല ശാന്തി. അത് അധികാരപ്രവേശനമായേ കണക്കാക്കപ്പെടുകയുള്ളൂ. ഞാൻ നിങ്ങൾക്ക് കഴിഞ്ഞകാലം മാത്രം ശാന്തി! നിന്റെ തുണിത്തുമ്പിലോ കാഷ്ബോക്സിലോ ഒറ്റപ്പൈസപോലും ഇല്ലാതിരുന്ന ഈ തെരുവിലെ ജീവിതചരിത്രമേ എന്നെ കാണുമ്പോൾ നിങ്ങൾക്ക് ഓർക്കാൻ കഴിയുകയുള്ളൂ—പണംവച്ച്ശീട്ടുകളിച്ചിരുന്ന കാലങ്ങളേ മനസിലുദിക്കുള്ളൂ."

ശാന്തി ചിരിച്ചു "എന്നാൽ വരണമെന്നില്ല. പക്ഷേ, ഞാൻ പറഞ്ഞപ്പോൾ ഇത്രയ്ക്കൊന്നും ആലോചിക്കയുണ്ടായില്ല. വലിയ ഒരു വീടാണ് കിട്ടിയിരിക്കുന്നത്. പത്തുപന്ത്രണ്ട് മുറികൾ-ഒരെണ്ണത്തിൽ നിങ്ങൾക്ക് സുഖമായും സൈ്വരമായും കഴിഞ്ഞുകൂടുവാൻ കഴിയും. ഇവിടെ നിങ്ങൾ അരിഷ്ടിക്കുകയാണ് ഇന്ദ്രജിത്. ഈ വൃത്തികെട്ട, വേണ്ടത്ര കാറ്റു കടക്കാത്ത ഇടത്ത് നിരന്തരം തടവ്-ഇതിനെ ജീവിതമെന്നു വിവരിച്ചുകൂടാ."

"ഞാൻ ജീവിക്കാൻ ആഗ്രഹിക്കുന്നുമില്ല." ഇന്ദ്രജിത് കണ്ണടച്ചുകൊണ്ടു പറഞ്ഞു.

അനേകം നിമിഷങ്ങൾക്കുശേഷം കണ്ണു തുറന്നു. ശാന്തി പോയിക്കഴിഞ്ഞിരിക്കുന്നു. പോയസമയം വാതിൽ ചേർത്തടയ്ക്കുകപോലും ചെയ്തില്ല. 'അഹൃതം' നിറഞ്ഞ അങ്കണത്തിലെ ഓടയിൽനിന്ന് തുളച്ചുകയറുംവിധം കുളിർ കയറ്റുന്ന കാറ്റും കൂട്ടത്തിൽ ഛർദിയുണ്ടാക്കുന്ന ദുർഗന്ധവും ആർത്തുകയറുന്നു. ഏതു മുറിയിൽ ആരായിരിക്കാം കരിയടുപ്പ് കത്തിക്കുന്നത്. മുറി പുകകൊണ്ട് നിറഞ്ഞിരിക്കുന്നു.

മനസാകെ വിഷം കയറിയമാതിരിയായി ഇന്ദ്രജിത്തിന്. ഇതാണ് ശാന്തി. നന്നായി, പൊയ്ക്കളഞ്ഞല്ലോ. എന്തൊരഹങ്കാരിണി, അന്തഃസാരശൂന്യ. പെട്ടെന്ന് ഇന്ദ്രജിത് കണ്ടുപിടിച്ചു താൻ ശാന്തിയെ വെറുക്കുന്നുവെന്ന്. അവളുടെ നാട്യവും നടപ്പും സംസാരവും എല്ലാം അപഹാസവും

മുള്ളും നിറഞ്ഞ് അതിവികൃതം. ആ രൂപം കൺമുമ്പിൽ കിടന്നുതുള്ളി—എത്ര സ്ഥൂലം, എത്ര അരോചകം! ഈ പണത്തിനുവേണ്ടി പേപിടിച്ചു നടക്കുന്ന പെണ്ണ് അയാളെ വഞ്ചിക്കുകയേ ചെയ്തിട്ടുള്ളു. ഇന്ദ്രജിത്തിനോട് ഒരു തുള്ളി കരുണപോലും ഇല്ലാത്ത ആ സ്ത്രീയെ അയാൾക്ക് അവസാനം വെറുക്കാൻ കഴിഞ്ഞു—അക്കാര്യം ഓർത്തപ്പോൾതന്നെ അയാളുടെ മനസിലെ താപം കുറച്ചൊക്കെ തണുത്തു.

നാളത്തന്നെ അവർ പൊയ്ക്കളയും, നന്നായി. ഇത്രവേഗം ബാധയൊഴിഞ്ഞുവല്ലോ. ശാന്തി അയാളെ പരിത്യജിച്ചു. പക്ഷേ, അയാൾ നിരാശ്രയനല്ല. നീലയുണ്ട്. ഈ കാര്യം ശാന്തിയുടെ മുഖത്തുനോക്കി പറയാൻ കഴിഞ്ഞിരുന്നെങ്കിൽ! നീലയും ശാന്തിയും രണ്ടുപേരും എവിടെ നിൽക്കുന്നു. ഗംഭീരമായ അനുഭൂതിയാൽ അയാളുടെ ഹൃദയം നിറഞ്ഞു. നീല രക്ഷിച്ചു. മിക്കവാറും സ്വൽപ്പഭാഷിണിയായ ഈ യുവതിയുടെ മമതാസ്നിഗ്ധമായ കണ്ണുകൾക്ക് എതിരില്ല. നീലയെ താനിത്ര സ്നേഹിക്കുന്നുവെന്നും ശാന്തിയെ വെറുക്കുന്നുവെന്നുമുള്ള സത്യം ഇതുവരെ താൻതന്നെ അറിയാതിരുന്നതെന്തുകൊണ്ട്? നീലയുടെ സഹായത്തോടെ ഇന്ദ്രജിത് ജീവിക്കും. ഒന്നും നഷ്ടപ്പെട്ടില്ല, ഒന്നും കൈവിട്ടു പോയിട്ടില്ല. ഇപ്പോഴുമുണ്ട് അനന്തമായ ഭാവി മുമ്പിൽ.

എഴുന്നേറ്റ് വാതിലടയ്ക്കാൻ ചെന്നു—ശാന്തിയുടെ മുറിയിൽനിന്ന് വാതിൽപ്പൊളിയിലൂടെ തീവ്രമായ ഒരു രശ്മി കഠാരിപോലെ കണ്ണിൽ വന്നു തറച്ചു. മുറിയിൽ പെട്ടി വലിച്ചിഴയ്ക്കുന്ന ശബ്ദം. അവരുടെ യാത്രയ്ക്കുള്ള ഏർപ്പാടുകൾ മിക്കവാറും പൂർത്തിയായി എന്നുവേണം കരുതാൻ.

ഇന്ന് ഇത്ര ഒച്ചയും പ്രകാശവുമുള്ള മുറി നാളെ കാലിയാവും. ഓർത്തപ്പോൾ ഇന്ദ്രജിത്തിന്റെ മനസ്സ് ഉത്സാഹശൂന്യമാകാൻ തുടങ്ങി. നാളെ ഈ നേരം ഈ മുറി അന്ധകാരഭീകരമാവും. യാതൊരു അനക്കവും ഉണ്ടാവില്ല. സമാധിതുല്യം നിശ്ശബ്ദബധിരമായ പരിവേഷത്തിൽ ഒറ്റയ്ക്ക് ഈ മുറിയിൽ എങ്ങനെ താമസിക്കുമെന്ന് ഓർത്തപ്പോൾ ദേഹം ഒന്നു വിറച്ചു. ഇക്കഴിഞ്ഞ ഏതാനും ദിവസം അവരുമായി വിശേഷിച്ച് ഒരു സമ്പർക്കവും ഉണ്ടായിരുന്നില്ല. കൃത്യസമയം ആഹാരം എത്തും. അതല്ലാതെ അവൾ എപ്പോൾ വരുന്നു, പോകുന്നുവെന്ന് യാതൊരു പിടിയും കിട്ടിയിരുന്നില്ല. കണ്ണിനു മുമ്പിലില്ല, എന്നാലും ഉണ്ടെന്ന ബോധം. ശാന്തി ഇവിടെത്തന്നെ ഉണ്ടെന്ന അനുഭൂതി.

നന്നായി. നാളെത്തൊട്ട് ഈ അനുഭൂതിയും ഇല്ലാതാവും. തികച്ചും പുതിയത്, കഴുകിത്തെളിഞ്ഞ നിലത്ത് പുതിയതായി എഴുതിയ കളം. എന്നിട്ടും ഇത്ര ഉത്സാഹശൂന്യത എന്തുകൊണ്ട്? ആരെയാണോ കാണാൻ തോന്നാത്തത്, ആരുടെ നടപ്പും ഇരിപ്പും സംഭാഷണവുമാണോ അരോചകമായി തോന്നുന്നത് അയാളുടെ ആസന്ന വിരഹം ഓർക്കുമ്പോൾ പ്പോലും എന്താണിത്ര തളർച്ച!

ചെറിയൊരു കാറ്റു വീശിയപ്പോൾ അവരുടെ വാതിലിന്റെ പൊളി ഒന്നുകൂടി വലിയതായി. അതോടെ പ്രകാശനാളം നൂറിരട്ടി ശക്തിവച്ച് അയാളുടെ മുഖത്തു വീണു. കണ്ണു പൊളിച്ചുകളഞ്ഞു. വാതിൽക്കൽ നേർത്ത അതേ കർട്ടൻ. ഇന്ദ്രജിത്തിനറിയാം ശാന്തിയുടെ ഒരു പഴയ സാരികൊണ്ടുള്ളതാണ് ആ കർട്ടൻ. പെട്ടി തുറക്കുന്നു. തുണികൾ കുത്തിനിറയ്ക്കുന്നു. താക്കോൽക്കൂട്ടത്തിന്റെയോ അതോ വളകളുടെയോ കിലുക്കം. ഇന്ദ്രജിത് സമ്മോഹിതനെപ്പോലെ നോക്കിനിന്നു.

ശാന്തിയെ അയാൾ ഇപ്പോഴും സ്നേഹിക്കുന്നു. ആരെയെങ്കിലും ഇഷ്ടപ്പെടാൻ കഴിഞ്ഞില്ലെങ്കിലും സ്നേഹിക്കാൻ കഴിയുമെന്ന് അയാൾക്ക് ആദ്യമായി അറിയാൻ കഴിഞ്ഞു.

രാത്രി കുറെയേറെയായപ്പോൾ ഒരിക്കൽക്കൂടി വാതിൽ തുറന്നു. ഇന്ദ്രജിത്തിനറിയാം ആരാണെന്ന്. ഇപ്പോൾ വന്ന ആൾ വന്നയുടൻ ഹരികേനിന്റെ തിരി നീട്ടുകയില്ല. ഇയാളുടെ തുണിത്തുമ്പിൽ താക്കോൽക്കൂട്ടമില്ല. രണ്ടു കൃശഹസ്തങ്ങളിൽ കിലുങ്ങുവാൻ വളകളില്ല. അനക്കം കേൾപ്പിക്കാതെയാണ് വരവ്. അനുഭവം—വെറും അനുഭവംകൊണ്ടാണ് കിടക്കയെവിടെയെന്ന് മനസിലാക്കുക. നേരെ ചെന്ന് കട്ടിലിനരികിൽ നിൽക്കും—ഇന്ദ്രജിത്തിനറിയാം, ആരാണതെന്ന്.

രണ്ടു കൈകൊണ്ടും കൃതജ്ഞതാസൂചകമായി ചുറ്റിപ്പിടിച്ച് അയാൾ അവളെ അടുക്കലേയ്ക്കടുപ്പിച്ചു. ചെവിയിൽ മുഖംവെച്ചു പറഞ്ഞു "ശാന്തി വന്നിരുന്നു. നീ ശരിയാണു പറഞ്ഞത്. അവൾ നാളെ പോകും. പത്തു പന്ത്രണ്ടു മുറികൾ—അവൾ പറഞ്ഞതാണ്. പോകട്ടെ. നീ വരാതിരിക്കരുത്."

19

പിറ്റേദിവസം ഇന്ദ്രജിത് വളരെ വൈകിയാണ് ഉണർന്നത്. കുട്ടിക്കാലത്ത് പലപ്പോഴും ഇങ്ങനെ പതിവുണ്ടായിരുന്നു. രാത്രി മുഴുവൻ 'യാത്രാഗാനം' (പൗരാണിക നൃത്തനാടകം) കേട്ടിരുന്ന് വെളുപ്പിന് തിരിച്ചുവന്ന് വളരെനേരം കിടന്നുറങ്ങും. ഉറക്കമുണരുമ്പോൾ ദേഹമാകെ വേദന തോന്നും, മുഖവും കണ്ണും ചുകന്നിരിക്കും. ഉറക്കമിളച്ച ക്ഷീണം നീങ്ങിയിട്ടുണ്ടാവില്ല.

ഇന്നും അതേ വിധത്തിലുള്ള അനുഭവം. ഇന്ന് രാത്രി മുഴുവൻ ആരോ ഈ മുറിയിൽ വന്നും പോയും കൊണ്ടിരുന്നു. ഇപ്പോൾ അതൊക്കെ സ്വപ്നം പോലെ തോന്നുന്നു—തലയിണയിൽ, ഇന്ദ്രജിത്തിന്റെ തലയിണയിൽത്തന്നെ എണ്ണയുടെ നേർത്ത ഒരു സൗരഭം കലർന്നിരിക്കുന്നു. ഈ എണ്ണ ഇന്ദ്രജിത് ഇതുവരെ തേച്ചിട്ടില്ല. ചെറിയ ഒരു പൊട്ട് അസ്തമിക്കാറായ ചന്ദ്രനെപ്പോലെ, തലയിണയിൽനിന്ന് ഉരുണ്ട് വിരിപ്പിൽ വീണു കിടക്കുന്നു. അലസമായ വിരലുകൾകൊണ്ട് ഇന്ദ്രജിത് അതു പൊക്കി

യെടുത്ത് കൗതുകപൂർവം അതു കണ്ണോടടുപ്പിച്ച് നോക്കുവാൻതുടങ്ങി.

ആ പൊട്ടിന്റെ ഉടമസ്ഥ പുലരാറായപ്പോൾ നിശ്ശബ്ദം കിടക്കയിൽ നിന്ന് എഴുന്നേറ്റ് താഴെയിറങ്ങി. സാവധാനം കൈനീട്ടി തലയ്ക്കലുള്ള ജനൽ തുറന്നു. ഒരുകൂട്ടം തണുത്ത കാറ്റും പുലരൊളിയും അകത്തേക്കു കടന്നു. ഈ തെരുവിൽ ഇതൊരാശ്ചര്യമാണ്. ചുറ്റും ഇത്രയേറെ നിഷ്കർഷ. നിഷേധങ്ങളുടെ ചുവരുകൾ. എന്നിട്ടും കാറ്റിന്റെയും വെളിച്ചത്തിന്റെയും വാറ്റു പ്രയോഗം ഇവിടെ നടക്കുന്നു. ലേശം ഇടകിട്ടിയാൽ കാറ്റ് ഇവിടെ കടന്നുവരും. ഒരു പൊളി കണ്ടാൽ വെളിച്ചം നൂഴ്ന്നു കടക്കും. അതുമുതൽ ഇന്ദ്രജിത് മയക്കിയിട്ടവനെപ്പോലെ കിടന്നുറങ്ങുകയായിരുന്നു. തലയ്ക്കലെ ജനൽ തുറക്കാൻ പുറപ്പെട്ടപ്പോൾ കൈ നീട്ടി സാരി പിടിച്ചുവലിക്കാൻ നോക്കിയെങ്കിലും ഉറക്കംകൊണ്ട് അവശമായ കൈ അവിടത്തോളം എത്തിയില്ല.

കൂജയിൽ വെള്ളമുണ്ടായിരുന്നു. ഓടയുടെ അടുക്കൽ ചെന്ന അയാൾ മുഖത്ത് വെള്ളം തളിച്ചു. പിന്നെ ഷേവ് ചെയ്തു. പുറത്തേക്കു പോകണം. മണി എത്രയായിക്കാണും? പത്ത്? പതിനൊന്ന്? മുറിയാകെ നിഴൽതന്നെ നിഴൽ. തിളക്കമറ്റ വെളിച്ചത്തിൽ പകലിന്റെ വയസ് നിർണയിക്കുക ഞെരുക്കം.

പുറത്തേക്കിറങ്ങി കോണിച്ചോട്ടിലുള്ള മുറിയിലേക്കു നോക്കിയപ്പോൾ ഇന്ദ്രജിത്തിന്റെ കണ്ണുകൾ തറഞ്ഞുനിന്നു. പുറത്തുനിന്ന് ചങ്ങലയിട്ടിരിക്കുന്നു. കുറ്റിയിൽ വലിയ ഒരു താഴു തൂങ്ങിക്കിടക്കുന്നു.

അപ്പോൾ അവൾ പൊയ്ക്കളഞ്ഞു.

ഒടുവിൽ അവൾ പോവുകയുണ്ടായില്ല. ശാന്തി അഭിപ്രായം മാറ്റും എന്ന് അതിരഹസ്യമായവിധം ക്ഷീണിച്ച ഒരു പ്രതീക്ഷ താൻ മനസിൽ വച്ചുപോറ്റിയിരുന്നുവെന്ന് ഇപ്പോഴാണ് ഇന്ദ്രജിത് അറിഞ്ഞത്. രണ്ടു കൺപോളകളും എരിയുന്നതുപോലെ തോന്നി. ഇത്ര നീചയോ? ഇത്ര സ്വാർഥിയോ ശാന്തി? കള്ളനെപ്പോലെ ഓടിപ്പൊയ്ക്കളഞ്ഞു—പോയ സമയം ഒന്നു പറയുകപോലും ഉണ്ടായില്ല. ഉള്ളിൽ അളവറ്റ അഭിമാനം വളർന്നു. ശാന്തി പോയതിൽ വിശേഷിച്ചൊന്നും തന്നെ ഉണ്ടായില്ല എന്നപോലെ. പോയസമയം പറഞ്ഞിട്ടുപോയിരുന്നെങ്കിൽ തനിക്ക് ഒരു ക്ഷോഭവും ഉണ്ടാകുമായിരുന്നില്ല എന്നു തോന്നും.

വിശേഷിച്ച് കാരണമൊന്നുമുണ്ടായിട്ടല്ല, ഒരു കൊതി തോന്നി. ഒന്ന് എത്തിനോക്കുക—എന്താണകത്ത് എന്ന്. തന്റെ മുറി പൂട്ടി അയാൾ.

ഖട് എന്നൊരു ശബ്ദം—കാറ്റാണ് എന്നു തോന്നുന്നു. ഇത് ഉച്ചസമയം. എവിടെനിന്നോ ഒരുകൂട്ടം ഉണങ്ങിയ ഇലകൾ മുറ്റത്ത് പറന്നുവീണു. വാതിൽ തള്ളിയപ്പോൾ അൽപ്പം തുറന്നു, അതിലൂടെ അകത്തേക്കു നോക്കി, അവിടെ ഇരുട്ടായിരുന്നു.

ഇരുട്ട്. സമസ്ത സമ്പർക്കത്തിന്റെയും നിബിഡത, സമസ്ത പരിചയത്തിന്റെയും ഗംഭീരത-ഇതാണതിന്റെ അവസാനം. ഇന്ദ്രജിത്തിന് ഇത്ര

നാളും പ്രിയപ്പെട്ടതായിരുന്ന മുറി! പോകുന്ന സമയം ഇരുട്ടു നിറച്ചുവച്ചിട്ടു പോയി അതിൽ, ശാന്തി. കുറ്റിയിൽ ചങ്ങല കൊളുത്തി താഴിട്ടുപൂട്ടിയിരിക്കുന്നു. കഠിനമായ ഇരുമ്പക്ഷരങ്ങൾകൊണ്ട് മരപ്പലകയിൽ എഴുതിയ എപിടാഫ്.

ഒരിക്കൽക്കൂടി വാതിൽ പിടിച്ചു. ചട്ടത്തിന് ഉള്ളിൽനിന്ന് ഒരു എലി തല പുറത്തേക്കിട്ടു കടന്നുവരുവാൻ ശ്രമിക്കുന്നു. മജ്ജതോറും ഒരു മരവിപ്പിക്കുന്ന വെറുപ്പ് നുഴഞ്ഞുകടന്നുപോയി. പതുക്കെപ്പതുക്കെ അവിടന്നു നീങ്ങി ഇന്ദ്രജിത് പുറത്തു വഴിയിലേക്കിറങ്ങി.

ആഘാതത്തിന്റെ ആദ്യത്തെ നിമിഷം ഇന്ദ്രജിത് അവശനായിപ്പോയി. മുഷ്ടിയുദ്ധത്തിൽ മുഖംപൊത്തി വീഴുന്നമാതിരി. ശാരീരിക യാതന മാത്രമല്ല, മാനസികമായ അപമാനബോധവും. വിശേഷിച്ച് ഉദ്ദേശ്യമൊന്നുമില്ലാതെ അയാൾ അന്നു നടന്ന വഴിക്ക് ഒരവസാനമുണ്ടായിരുന്നില്ല. വളരെനേരം പാർക്കിൽ ചെന്നിരുന്നു. ഒന്നും ചിന്തിക്കയുണ്ടായില്ല. ചിന്തിക്കാനാഗ്രഹവുമുണ്ടായിരുന്നില്ല. എന്നിട്ടും തലയ്ക്ക് വലിയ കനം. മിണ്ടാതെയിരിക്കുന്നതും മനസിന് പിടിക്കുന്നില്ല. എന്നാൽ വേറെയെന്തു ചെയ്താലാണ് പിടിക്കുക എന്നും നിശ്ചയമില്ല. കടലക്കച്ചവടക്കാരൻ, ചെരിപ്പു പോളിഷുകാരൻ, തല മിലാഷ് ചെയ്യുന്നവൻ, ഓരോരുത്തരായി പതിവുപോലെ അടുത്തുകൂടി കടന്നുപോയി–എല്ലാവരെയും വിളിക്കണമെന്നു തോന്നി, അയാൾക്ക്–പക്ഷേ, ആരെയും വിളിച്ചില്ല. ഒരുപറ്റം എറുമ്പുകൾ അയാളെ ചക്രാകാരത്തിൽ പ്രദക്ഷിണംവച്ച് ഒരു മരത്തിന്റെ വേരുകൾക്കിടയിലേക്ക് നിരന്നുപോയിക്കൊണ്ടിരിക്കുന്നു–മറ്റൊരു സമയമായിരുന്നെങ്കിൽ അയാൾ മാറിയിരിക്കും. ഇന്നാകട്ടെ ഇമകൂട്ടാതെ അവറ്റയെ നോക്കിയിരിക്കാൻ മാത്രമാണ് തോന്നുന്നത്. എന്താണ് തലയിൽ വീണത്? അയാൾ തപ്പിനോക്കി. ഒരു കഷണം എല്ല്—കാക്കയുടെയോ കഴുകന്റെയോ കൊക്കിൽനിന്ന് അറിയാതെ വീണതാവണം.

നേരം വളരെയായി. സൂര്യൻ ഇപ്പോൾ കണ്ണിനു മുമ്പിൽത്തന്നെ അഭിമുഖമായി നിൽക്കുന്നു. ആൾത്തിരക്ക് കൂടിത്തുടങ്ങി. ഒന്നും രണ്ടുമായി വരുന്ന ആളുകളെ ആദ്യം ഇന്ദ്രജിത് എണ്ണുവാൻ തുടങ്ങി. അവസാനം അതിനു കഴിയാതെ പോയി. എല്ലാവരും ഏകാകാരരായിപ്പോകുന്നപോലെ എണ്ണിയവനെത്തന്നെ വീണ്ടും എണ്ണാൻ തുടങ്ങി. എത്രയോപേർ പലതവണ ചുറ്റിവരുന്നുണ്ടാവണം, സംശയമില്ല. പാർക്ക് പ്രദക്ഷിണം വയ്ക്കുകയാവും ആരോഗ്യസംരക്ഷണത്തിൽ തൽപ്പരരായ പ്രൗഢർ ബഞ്ചിൽ ഉറച്ചിരിക്കുന്നു, കൂട്ടംകൂട്ടമായി. കുട്ടികൾ കളി അവസാനിപ്പിച്ച്, ബോൾ എടുത്ത്, സ്ഥലം വിട്ടുകഴിഞ്ഞു. ഗ്യാസ് ലൈറ്റ്കത്തിച്ച് പെട്ടിക്കച്ചവടക്കാരൻ വിൽപ്പന സാധനങ്ങൾ നിരത്തുന്നു. അൽപ്പം അകലെ ഏതാനും കോളേജ് കുമാരന്മാർ ചോദ്യക്കടലാസിനെപ്പറ്റി ചർച്ച ചെയ്യുന്നു. വഴിവക്കിലെ ചായക്കടയിലെ റേഡിയോവിൽ നിന്ന് ആദ്യത്തെ സന്ധ്യാവാർത്ത പ്രക്ഷേപണം ചെയ്യാൻ പോകുന്നതിന്റെ സൂചന.

പിന്നെ പ്രൗഢർ ഓരോരുത്തരായി പോകാൻതുടങ്ങി. തിരക്ക് ക്രമേണ കുറഞ്ഞുവന്നു. ഒരേ സ്ഥലത്ത് കുത്തിയിരുന്നു. ഒരേ നദിയിലെ വേലിയേറ്റവും ഇറക്കവും കാണുന്ന ഒരനുഭവം ഇന്ദ്രജിത്തിനുണ്ടായി.

പെട്ടെന്ന് നേർത്ത സ്വരത്തിൽ അമർത്തിയ ചിരിയുടെ ശബ്ദംകേട്ട് ഇന്ദ്രജിത് നേരെ നിവർന്നിരുന്നു. അടുത്തുള്ള നികുഞ്ജത്തിന്റെ മറവിൽ, മുമ്പുതന്നെ അയാളുടെ നേരെ അൽപ്പം സന്ദേഹത്തോടും അൽപ്പം കൗതുകത്തോടും നോക്കിക്കൊണ്ട് രണ്ടുപേർ ഇരുന്നത് ഇന്ദ്രജിത് കാണാതിരുന്നില്ല. പിന്നീട് ഓരോന്നിലും ശ്രദ്ധമാറിപ്പൊയ്ക്കൊണ്ടിരുന്നതുകൊണ്ട് അവരുടെ കാര്യം മറന്നു. ഇത്രയും നേരത്തിനുശേഷം അവരുടെ ചിരി മസ്തിഷ്കത്തിൽ തുളച്ചുകയറി ചേതനയെ വിഹ്വലമാക്കി. എന്തൊരു ലക്ഷണംകെട്ട കുത്സിതമായതാണ് യുവതികളുടെ ഈ പ്രസന്നത; ഇത് മൂടിവയ്ക്കാൻ വയ്യാത്ത ചിരി.

ഇന്ദ്രജിത് എഴുന്നേറ്റുനിന്നു, മഞ്ഞു വീഴാൻതുടങ്ങി. അതുകൊണ്ടല്ല. അടുത്തുള്ള വള്ളിക്കുടിലിന്റെ അപ്പുറത്തുനിന്ന് വന്നിരുന്ന് അടക്കാൻ നോക്കിയിട്ടും പൊട്ടിപ്പുറപ്പെട്ടിരുന്ന്, ചിരി സഹിക്കവയ്യാതായിട്ട്.

തിരിച്ചു മുറിയുടെ വാതിൽക്കലെത്തിയ ഇന്ദ്രജിത് കോണിച്ചോട്ടിലെ മുറിയുടെ വാതിൽക്കലേക്കു നോക്കി. ശാന്തി മുറിയിൽ വച്ചിട്ടുപോയ ഇരുട്ട് എപ്പോഴേ പുറത്തു ചാടിക്കടന്നിരിക്കുന്നു. വാതിൽപ്പഴുതിലൂടെ അകത്തും പുറത്തും ഇപ്പോൾ ഇരുട്ടുതന്നെ. ഒന്നും കണ്ടുകൂടാ. ചങ്ങല തൂങ്ങുന്ന, ഭയംകൊണ്ട് ടക് ടക് ശബ്ദത്തോടെ വിറയ്ക്കുന്ന താഴുപോലും. വാതിൽച്ചട്ടത്തിന്റെ വിടവിലൂടെ ആ പേടിത്തൊണ്ടനായ എലി ഇപ്പോഴും തല പുറത്തേക്കിട്ട് സംശയവും ഔത്സുക്യവും ചേർന്ന കണ്ണുകളാൽ നോക്കുന്നുണ്ടാവുമോ ആവോ?

അകത്ത് കാൽകുത്തിയപ്പോൾ ഒന്നു വല്ലാതായി. തീപ്പെട്ടിക്കൊള്ളിയുരച്ച് കത്തിച്ചുനോക്കിയപ്പോൾ ആദ്യം കണ്ടതു നീലയെ.

മറ്റൊന്ന് കത്തിച്ച് വിളക്കു കത്തിച്ചു.

തലയിണയിൽ മുഖംവച്ച് അർധശയിതാവസ്ഥയിൽ കമഴ്ന്നു കിടക്കുകയായിരുന്ന നീല തലപൊക്കി നോക്കി "ഇപ്പോഴാണ് തിരിച്ചുവരുന്നത്? എത്ര നേരമായി ഞാൻ കാത്തിരിക്കുന്നു!"

അൽപ്പം പരിഭവം, അൽപ്പം സന്തോഷം. ഇന്ദ്രജിത്തിനു തോന്നി. താൻ ഇത്ര സുന്ദരിയായി നീലയെ ഒരിക്കലും കണ്ടിട്ടില്ല എന്ന്. നിഷ്കർഷിച്ച് ഉടുത്തിരിക്കുന്ന നിറം മങ്ങിത്തുടങ്ങിയ സാരി—എല്ലാത്തിലും ഏറെ ആകർഷകം ചുവന്ന രണ്ടു ചുണ്ടുകൾ!

"നിങ്ങൾ വെറ്റില മുറുക്കാറുണ്ടോ?"

"പതിവായിട്ടില്ല." നീല എഴുന്നേറ്റിരുന്നുകൊണ്ടു പറഞ്ഞു "പക്ഷേ, ഇന്നു മുറുക്കി. എന്താണിത്ര വൈകിച്ചത് വരാൻ?"

നീല പകൽ മുറിയാകെ അടിച്ചുവൃത്തിയാക്കി സാമാനങ്ങൾ എല്ലാം ഒതുക്കി കിടക്ക കൊട്ടിക്കുടഞ്ഞു വിരിച്ചിരിക്കുന്നു. മേശപ്പുറത്ത് ആഹാരം അടച്ചുവെച്ചിരിക്കുന്നു.

“ഇതാർക്ക്?” ഇന്ദ്രജിത് ചോദിച്ചു, ചോദ്യം അസ്ഥാനത്തായിരുന്നുവെങ്കിലും.

“നിങ്ങൾക്ക്. ഇന്നുതൊട്ട് ഞങ്ങളുടെ കൂടെയാണ് ഊണ്.”

കൃതജ്ഞതയാലും ആവേശത്താലും ഇന്ദ്രജിത് അഭിഭൂതനായി. ഈ സ്വൽപ്പാലോകിതമായ മുറിയിൽ, രാത്രിയുടെ രണ്ടാം യാമത്തിൽ നീല എത്ര മഹീയസിയായി കാണപ്പെടുന്നു! ഏതാനും നിമിഷം മുമ്പു വരെ ഒഴിഞ്ഞ പാത്രം പോലെ എല്ലാം ശൂന്യമായി തോന്നിയിരുന്നു. അതിപ്പോൾ വീണ്ടും നിശ്ശേഷം നിറഞ്ഞിരിക്കുന്നു. മൃത്യുനീലമായ നിമിഷം തന്നെ, ചുണ്ടുകളിൽ സഞ്ജീവനി കൊണ്ടുവന്നുവച്ചു. ഇന്ദ്രജിത് അവൾക്ക് എന്നെന്നും കടപ്പെട്ടിരിക്കുന്നു.

ഏതാനും ദിവസത്തെ ഓടിനടത്തത്തിനുശേഷം ഇന്ദ്രജിത് ഒരു ജോലി നേടി. നിസാരമായ ജോലി—ശമ്പളവും അതിനിസാരം. ഒരു പ്രസിൽ പ്രൂഫ് നോക്കണം. മാസാവസാനം ഇരുപത്തഞ്ചു രൂപ. പക്ഷേ, കൈയും കെട്ടിയിരുന്ന് തിന്നുന്നതിന് ആത്മാഭിമാനം വഴങ്ങിക്കൊടുക്കണ്ടേ? നീലയുടെ ദാക്ഷിണ്യം കൃപണമല്ലെങ്കിലും അവളുടെ കഴിവിനെപ്പറ്റി—അതെത്ര പരിമിതമാണെന്ന്—അയാൾക്കറിയാം. പകുതി പട്ടിണി കിടന്നിട്ടല്ലേ നീല അയാളെ തീറ്റുന്നത്, ആരറിഞ്ഞു?

ജോലി കിട്ടിയതു കേട്ടിട്ടുണ്ടായ ഉത്സാഹത്തിലേറെ ശമ്പളത്തുക അറിഞ്ഞപ്പോൾ നിരാശതോന്നി.

“ഈ ജോലി നിങ്ങൾക്കു ചേർന്നതാണോ?”

ഇന്ദ്രജിത് ചിരിച്ചു. “ജോലിക്കുവച്ചവരുടെ മനോഭാവം മറ്റൊന്നാണ് നീലേ! അവരുടെ അഭിപ്രായത്തിൽ ഞാൻ ഈ ജോലിക്ക് യോഗ്യനല്ല. പരിചയമില്ലാത്തവൻ. സ്ഥിരം ശമ്പളം തരാൻതന്നെ അവർ ഒരുങ്ങിയതല്ല. രണ്ടു മൂന്നുമാസം പരിശീലിക്കാനാണ് പറഞ്ഞത്. വളരെയേറെ അപേക്ഷിച്ചു ബുദ്ധിമുട്ടിച്ചശേഷമാണ് ഇത്രയെങ്കിലും തരാമെന്ന് ഏറ്റത്.”

പ്രസ് ഉടമ പ്രഭാകരബാബു പിറ്റേന്നാൾ രാവിലെ ചെല്ലാനാണ് പറഞ്ഞിരുന്നത്. എങ്ങനെയാണ് പ്രവർത്തിക്കേണ്ടതെന്ന് കാണിച്ചുകൊടുക്കാനാണത്രെ.

ഇന്ദ്രജിത് കുറച്ചുനേരത്തെതന്നെ എത്തി. പ്രസിന്റെ വാതിൽ തുറന്നിട്ടുപോലുമുണ്ടായിരുന്നില്ല. വല്ലതും ആഹാരം കഴിച്ചിട്ടുവരാൻപോലും കഴിഞ്ഞില്ല. ഇത്രവേഗം എത്തിയില്ലെങ്കിലും വിരോധമില്ലായിരുന്നു. കുറച്ചു നേരം അവിടെയുമിവിടെയും ഒന്നു ചുറ്റിക്കറങ്ങി. ഒരു കടയിൽ കയറി ചായ കുടിച്ചു. വീണ്ടും വീണ്ടും മണിനോക്കി.

വീണ്ടും തിരിച്ചുവന്നു നോക്കിയപ്പോൾ രണ്ടുനാല് കമ്പോസിറ്റർമാർ മാത്രം എത്തിയിട്ടുണ്ടായിരുന്നു. ഇന്ദ്രജിത് കയറിച്ചെന്നപ്പോൾ ഒരാൾ അടുക്കലേക്ക് ചെന്നു “വല്ല ആർഡറുമുണ്ടോ?”

പുതിയതായി നിയമിച്ച ഒരുവനാണ് താനെന്ന് അവരോടു പറയാൻ അയാൾക്കു മടിതോന്നി. മനമില്ലാമനസോടെ പറഞ്ഞു–“പ്രസ് ഉടമസ്ഥൻ പ്രഭാകരബാബുവിനെ കാണാൻ വന്നതാണ് ഞാൻ.”

ഹെഡ് കമ്പോസിറ്റർ നിവാരണൻ കണ്ണടയുടെ മുകളിൽക്കൂടെ അയാളെ വിസ്തരിച്ചുനോക്കുകയായിരുന്നു. ഒരു ചെയർ വലിച്ചിട്ടുകൊടുത്തിട്ടു പറഞ്ഞു "ഇരിക്കൂ, ഇപ്പോഴെത്തും."

ഇപ്പോഴല്ല, ഏതാണ്ട് രണ്ടു മണിക്കൂറിനുശേഷമാണ് പ്രഭാകരബാബു വന്നത്. പ്രഭാകരബാബു ഇന്ദ്രജിത്തിനെ വിളിച്ച് അവരുടെ കൂട്ടത്തിൽ ഇരുത്തിയിട്ടു പറഞ്ഞു "ശശിപദബാബു, ഇയാൾ ഇന്നുതൊട്ട് ജോലിയിൽ പ്രവേശിക്കുകയാണ്. ഇയാളെ എല്ലാം ഒന്നു കാട്ടിക്കൊടുക്കൂ." പ്രഭാകരബാബു പിന്നെ അവിടെ നിന്നില്ല, പണിത്തിരക്ക്, പണിത്തിരക്ക്; മറ്റൊരു വശത്തേക്കു പോയി.

പ്രഭാകരൻ കണ്ണിൽനിന്നു മറഞ്ഞ ഉടൻ ശശിപദൻ കൈയിലിരുന്ന പ്രൂഫ് മാറ്റിവച്ചു. കോപ്പി കൈയിൽവച്ചുകൊണ്ട് അരികത്തിരുന്ന പയ്യന്റെ കൈയിൽ ഒരു പൈസ വെച്ചുകൊടുത്തിട്ടു പറഞ്ഞു "ചെല്ല് നകുലാ, വേഗം ചെന്ന് ഒന്നു മുറുക്കാൻ വാങ്ങിക്കൊണ്ടുവാ. പുകയില കുറച്ചധികം വേണം, ചുണ്ണാമ്പും മറക്കരുത്."

കീശയിൽനിന്ന് പൊടിയെടുത്ത് വിസ്തരിച്ചു വിധിപോലെ ഒന്നു വലിച്ചു. ഏതാനുംതവണ ഞെട്ടിക്കുംവിധം തുമ്മി. പിന്നെ വൃത്തികെട്ട ഒരു ഉറുമാലെടുത്ത് മൂക്കു തുടച്ചു. പൊടി ഡപ്പി ഇന്ദ്രജിത്തിന്റെ നേരെ നീട്ടിയിട്ടു ചോദിച്ചു "നോക്കണോ?"

ഇന്ദ്രജിത് തലയാട്ടി. ശശിപദൻ അപ്പോൾ കീശയിൽ കൈവച്ചു "ബീഡി?" ഇന്ദ്രജിത് ഇത്തവണയും ലജ്ജനടിച്ച് വേണ്ടെന്നുപറഞ്ഞു.

"ഓ ഗുഡ് ബോയ്!" ബീഡിയിൽ ഒന്നൂതി കടിച്ചുപിടിച്ചു തീപ്പെട്ടിക്കൊള്ളി ഉരയ്ക്കുന്നതിനിടയ്ക്കു പറഞ്ഞു "അപ്പോൾ സയിനും മറ്റും അറിയാമോ?"

ഇന്ദ്രജിത്തിന് പെട്ടെന്ന് മനസിലായില്ല "എന്തിന്റെ സയിൻ?"

ശശിപദൻ വെറുപ്പോടെ മുഖം ചുളിപ്പിച്ചുകൊണ്ടു പറഞ്ഞു "അയ്യേ! സയിൻ എന്തെന്നറിയില്ലേ? എന്നിട്ടാണ് പ്രൂഫ് റീഡറായി വന്നിരിക്കുന്നത്? പറഞ്ഞുതരാം—പ്രൂഫ് നോക്കുമ്പോൾ മാർജിനിൽ ചില വരകളും കുറികളും ഒക്കെ ഇടണം."

"അതു കുറച്ചൊക്കെ അറിയാം."

"കുറച്ചൊക്കെ പോരാ, ചങ്ങാതി, വിസ്തരിച്ചുതന്നെ വേണം. ഈ നകുലൻ, ഇയാൾ ഇന്നേക്ക് കൊല്ലങ്ങൾ ആറായി കോപ്പി കൈയിൽവയ്ക്കാൻ തുടങ്ങിയിട്ട്, ഇന്നും പിടിച്ചുകൊണ്ടേയിരിക്കുകയാണ്. അവന് പ്രൂഫ് റീഡറാകാൻ ഇനിയും കഴിഞ്ഞിട്ടില്ല. പണി അത്ര എളുപ്പമല്ല മിസ്റ്റർ, ട്രെയിൻഡ് ഐ വേണം. ബംഗാളി, ഇംഗ്ലീഷ് കൺസ്ട്രക്ഷനെ സംബന്ധിച്ച്, തറോ നോളജ് വേണം."

ഇതിനിടയ്ക്ക് നകുലൻ മുറുക്കാൻ കൊണ്ടുവന്നു. വെറ്റിലച്ചുരുൾ വായിൽ നിറച്ചു ശശിപദൻ. 'ജരദ'യുടെ കഷണം വേറെത്തന്നെയെടുത്തു പരിശോധിച്ച് നാവിൽവച്ചു. പിന്നെ എഴുന്നേറ്റുപോയി വഴിയി

ലേക്കു നീട്ടിയൊന്നു തുപ്പി. തിരിച്ചുവന്നു ചോദിച്ചു "അപ്പോൾ നിങ്ങൾക്ക് എന്തു തരാമെന്നാണ് വച്ചിട്ടുള്ളത്, സർ?"

തുക ചെറിയതാകയാൽ ഇന്ദ്രജിത്തിനു പറയാൻ വിഷമം തോന്നി. എന്നാൽ ഓഫീസിലെ സഹപ്രവർത്തകനോട് കൂട്ടിപ്പറഞ്ഞിട്ടു കാര്യമില്ല. അയാൾ പറഞ്ഞു "വളരെ നിസാരം. ഇരുപത്തഞ്ചു തരാമെന്നു പറയുന്നു!"

ശശിപദന്റെ കണ്ണും കണ്ണടയ്ക്കും ഒപ്പം കപാലത്തിലേക്കുയർന്നു പോയി "കുറവാണെന്നാണു പറയുന്നത് മിസ്റ്റർ? പ്രഭാകർ ബരാലിന്റെ കൈയിൽനിന്ന് കോളടിച്ചുവെന്നുവേണം പറയാൻ. എനിക്ക് ഇതോടെ പതിനൊന്നുവർഷങ്ങളായി ഇവിടെ പണിയെടുക്കാൻ തുടങ്ങിയിട്ട്. ഇരുപതിനാണ് പ്രവേശിച്ചത്. ഇപ്പോൾ നാൽപ്പതു കിട്ടിവരുന്നു. അത് ശരിക്കും എന്നിൽനിന്നു വസൂലാക്കുന്നുമുണ്ട് മിസ്റ്റർ! ബംഗാളി നോക്കാനെന്നും പറഞ്ഞാണ് കൊണ്ടുവന്നത്. എന്നാൽ ഇപ്പോൾ ഇംഗ്ലീഷ്, ഹിന്ദി, സംസ്കൃതം—എല്ലാം നോക്കിവരുന്നുണ്ട്. ഈ നമ്മുടെ നകുലൻ പണിക്കുവന്നുതുടങ്ങിട്ട് കൊല്ലം ആറ്. അന്ന് കൊടുക്കാൻ തുടങ്ങിയത് പന്ത്രണ്ടു രൂപ. ഒന്നിന്റെ കള്ളിയിൽനിന്ന് അക്കരെ കടക്കാൻ കഴിഞ്ഞിട്ടില്ല ഇനിയും. നിനക്ക് ഇപ്പോൾ എല്ലാംകൂടി പതിനെട്ടുരൂപ കിട്ടുന്നുണ്ടാവും ഇല്ലേ നകുലാ?"

എഴുന്നേറ്റുപോയി ഒരിക്കൽക്കൂടി വഴിയിലേക്കു നീട്ടിത്തുപ്പിയിട്ടു വന്നു "എന്താണു പറയേണ്ടത് മിസ്റ്റർ, ഇതിനെയൊക്കെ—ശുദ്ധമേ ചെരിപ്പുകുത്തികൾ. ഇത്ര കുറഞ്ഞ ശമ്പളത്തിന് ക്വാളിഫൈഡ് ആയവരെ കിട്ടുന്നുണ്ട്, അതിന് വല്ല നന്ദിയും കാണിക്കുന്നുണ്ടോ? തീരെ നാസ്തി, എനിക്ക് എന്തെങ്കിലും എഴുതാൻ കുറച്ചു വാസനയുണ്ടായിരുന്നു, സർ! ചുരുങ്ങിയത് ഇരുപതോ മുപ്പതോ വിവാഹമംഗളപത്രങ്ങൾ എഴുതിയിട്ടുണ്ട്. എനിക്ക് എഴുതാൻ അറിഞ്ഞുകൂടായിരുന്നുവെന്നു വയ്ക്കുക, മുതലാളന്റെ എത്രയോ കസ്റ്റമേഴ്സ് ഇവിടെ വരാതെയാകുമായിരുന്നു. അതു വല്ലപ്പോഴും ഓർത്തുനോക്കുകയുണ്ടായോ മുതലാളൻ? കമ്മീഷൻ തന്നിട്ടുണ്ടോ? പ്രഭാകർ ബരാൽ ഇക്കാര്യത്തിൽ ബഹുസമർഥനാണ്. സമർഥനെന്നു പറയാനെന്തുണ്ട്? അപ്പുറത്ത് കമ്പോസിറ്റർമാർ രണ്ടു കൈകൊണ്ടും വാരുന്നു. വല്ലതും ചെയ്യാൻ കഴിയുന്നുണ്ടോ? കടലാസുമോഷണം, മഷിമോഷണം, അച്ചുമോഷണം, സ്പേസിൽപ്പോലും മോഷണം —എല്ലാം കണ്ണു തുറന്നു നോക്കിക്കൊണ്ടിരുന്നോളൂ സർ! ഒന്നും മിണ്ടാതെ."

ഹെഡ് കമ്പോസിറ്റർ നിവാരണൻ വന്നു ശാസിച്ചു "അപ്പോൾ മുതൽ തുടങ്ങിയതാണല്ലോ ഈ ബഡായി, സാറേ! പ്രൂഫുകളുടെ കൂമ്പാരം ഇവിടെ ക്കിടക്കുന്നതു കണ്ടില്ലെന്നുണ്ടോ? വൈകുന്നേരം ഇതൊക്കെ ഡെലിവറി ചെയ്യണം. അറിയാമോ?"

പെട്ടെന്ന് ശശിപദൻ മിണ്ടാതായി. കണ്ണട മൂക്കിൽ നേരെ നിറുത്തി മേശമേലേക്കു കുനിഞ്ഞ് നകുലനെ ശാസിച്ചുകൊണ്ടു പറഞ്ഞു "എന്തെടോ വാ പൊളിച്ചിരിക്കുന്നത്. കോപ്പിയെടുക്ക്. നേരെ പിടിക്ക്."

നിവാരണൻ പൊയ്ക്കഴിഞ്ഞപ്പോൾ ഇടംകണ്ണിട്ടു നോക്കി പോയെന്ന് ഉറപ്പുവരുത്തിയിട്ടു പറഞ്ഞു "ഇയാളാണ് ഒരു വല്ലാത്ത മനുഷ്യൻ മിസ്റ്റർ! മുതലാളി ഇയാളുടെ കൈയിലൊരു കുരങ്ങനാണ്. ഇവിടെ നടക്കുന്നതെല്ലാം പത്തിരട്ടി പെരുപ്പിച്ചു അപ്പുറത്തുചെന്നു കൊളുത്തിക്കൊടുക്കും. വന്ന സ്ഥിതിക്ക് രണ്ടുദിവസം ക്ഷമിച്ചിരിക്കു. എല്ലാം കാണാറാവും."

വായ്കൊണ്ടു എന്തുതന്നെ പറഞ്ഞാലും ശശിപദന്റെ മുഖത്തും കണ്ണുകളിലും നിറഞ്ഞുനിന്നിരുന്ന ഭയം കണ്ടപ്പോൾ നിവാരണനെ ശശിപദനു വല്ലാത്ത പേടിയാണെന്നു ധരിക്കാൻ ഇന്ദ്രജിത്തിനു വിഷമമുണ്ടായില്ല.

കൃത്യം നാലുമണിക്ക് ശശിപദൻ എഴുന്നേറ്റു. മുറിയുടെ മൂലയിൽ നിന്ന് ഒരു പഴയ കുടയെടുത്ത് കക്ഷത്തിൽവെച്ച് പറഞ്ഞു "പോണു, നിങ്ങൾ എപ്പോഴാണ് പുറപ്പെടാൻ വിചാരിക്കുന്നത്?"

ഇന്ദ്രജിത് പറഞ്ഞു "പ്രഭാകരബാബു ഇനിയും മടങ്ങിവന്നിട്ടില്ലല്ലോ. ആദ്യത്തെ ദിവസമായതുകൊണ്ട് ഒന്നു പറഞ്ഞിട്ടു പോവുന്നതാവില്ലേ ഭംഗി?"

പ്രഭാകരബാബു വന്നപ്പോൾ സന്ധ്യയായില്ല എന്നേയുള്ളു. പണിത്തിരക്കുള്ള മനുഷ്യൻ. എല്ലാ കാര്യങ്ങളിലും ഒന്നു നോക്കി ശരിപ്പെടുത്തി. ഇന്ദ്രജിത്തിലേക്കു ശ്രദ്ധ തിരിച്ചപ്പോൾത്തന്നെ പത്തിരുപത് മിനിട്ടു കഴിഞ്ഞു.

"അല്ല, നിങ്ങൾ ഇപ്പോഴും ഇവിടെത്തന്നെ ഇരിക്കയാണ്? എങ്ങനെ ജോലി?"

"നല്ലതുതന്നെ." ഇന്ദ്രജിത് കൃതാർഥത ചിരിയിൽ വരുത്താൻ ശ്രമിച്ചുകൊണ്ടു പറഞ്ഞു.

"നല്ലതായി തോന്നാതെ വരില്ല. പക്ഷേ, വേണമെന്നു തോന്നുകകൂടി വേണം. കുഴിമടിയന്മാരുടെ സെറ്റിൽ പെടാതെ നോക്കിക്കോളു. എന്നാൽ മാത്രമേ ഉയരാൻ കഴിയു."

പിറ്റേന്നാൾ ഇന്ദ്രജിത് കുറച്ചു താമസിച്ചാണ് എത്തിയത്. പ്രസ് തുറന്നുകഴിഞ്ഞിരുന്നു. പ്രഭാകരബാബു വന്ന് വീണ്ടും പുറത്തേക്കുപോയി. ശശിപദ പ്രഭൃതികൾ ഇനിയും വന്നിട്ടില്ല. നിർദിഷ്ട സ്ഥാനത്തിരുന്നു, ഇന്ദ്രജിത്.

കുറച്ചുകഴിഞ്ഞ് ഒരു പയ്യൻ ഏതാനും പ്രൂഫുകൾ മുമ്പിൽവച്ചു. നാലഞ്ചു മിനിട്ടു കഴിഞ്ഞ് നിവാരണൻ വന്ന് അങ്ങുമിങ്ങും നോക്കിയിട്ടു പറഞ്ഞു "അല്ലാ, ഇതൊക്കെ ഇവിടെക്കിടക്കയാണ്? ശശിപദൻ ബാബു വന്നില്ലെന്നു തോന്നുന്നു. എന്തൊരു പ്രാരാബ്ധം! സാറേ, ഇതൊക്കെ ഒന്നു വായിച്ചുതരാൻ കഴിയുമോ? ഒന്നു വേഗം വേണം, ഒന്നിനുമുമ്പെ ഫൈനൽ അയയ്ക്കണം."

ഇന്ദ്രജിത് ഭയന്നുഭയന്നു പ്രൂഫെടുത്തു. പണി തുടങ്ങിയപ്പോൾ വിചാരിച്ചത്ര ബുദ്ധിമുട്ടുള്ളതല്ല എന്നു കണ്ടു. ചിഹ്നങ്ങൾ നേരത്തേ തന്നെ അറിയാം, വേണ്ടതു വേണ്ട സ്ഥലത്തിടണം, അതേ വേണ്ടു.

വായിച്ചുതീർക്കാൻ പത്തുപതിനഞ്ചു മിനിട്ടിലധികം വേണ്ടിവന്നില്ല. മുറിയിൽ വന്നു നോക്കിയ നിവാരണന്റെ സന്തോഷം സഹിക്കില്ല "കഴി ഞ്ഞോ? ഈവിധം ക്ഷണം പണികഴിക്കുന്നവർ തന്നെയാണ് വേണ്ടത്. നമ്മുടെ ശശിപദനായിരുന്നെങ്കിൽ രണ്ടുമണിക്കൂർ എടുക്കും."

പതിനൊന്നായപ്പോഴേക്കും ശശിപദൻ ആടിക്കുഴഞ്ഞു വന്നെത്തി. ഉടുത്ത ദോത്തിയുടെ അറ്റംകൊണ്ടു നെറ്റിയിലെ വിയർപ്പു തുടച്ചു. കുട കൊണ്ട് ഇരിപ്പിടവും മേശയും തുടച്ചു വൃത്തിയാക്കിയിട്ടു ചോദിച്ചു "പ്രൂഫൊന്നും ഇല്ല?"

"വന്നിരുന്നു." ഇന്ദ്രജിത് കുണ്ഠിതസൂചകമായൊരു ചിരിയോടെ പറഞ്ഞു "ഞാൻ വായിച്ചുകൊടുത്തു."

"വായിച്ചുകൊടുത്തു?" വിസ്മയം സ്ഫുരിക്കുന്ന കണ്ണുകളിൽ നോക്കി ശശിപദൻ—സന്തോഷം തോന്നിയോ എന്നു പറയുകവയ്യ "നിങ്ങൾ വന്നിട്ടു കുറേനേരമായെന്നു തോന്നണു നല്ലപോലെ പണിയെടുത്തു."

"എന്തു പണി! വന്ന സ്ഥിതിക്ക് നോക്കിക്കൊടുത്തു-അത്രമാത്രം."

"അതുതന്നെ. ലേശംകൂടി ക്ഷമിക്കാമായിരുന്നില്ലേ എന്ന്. എന്റെ മിസ്റ്റർ, ഇങ്ങനെ എത്രയോ തവണ ഞങ്ങൾ പണിയെടുത്തിട്ടുണ്ട്. ഇതു കൊണ്ട് ഒരു വസ്തു കിട്ടാനില്ല. യാതൊരു വസ്തു. പണി നടന്നില്ലെങ്കിൽ മുതലാളി കോപിക്കും, പണി നടത്തിക്കൊടുത്താലോ ഒട്ടും സന്തോഷിക്കയുമില്ല. ഇതൊക്കെ ഒന്നു പഠിക്കാൻ കുറച്ചുദിവസം പിടിക്കും നിങ്ങൾക്ക്."

അൽപ്പം നേരത്തെ വിശ്രമത്തിനുശേഷം ശശിപദൻ താഴ്ന്നസ്വര ത്തിൽ ചോദിച്ചു "മുതലാളി തന്നോടു കുറച്ചുനേരത്തെ വരാൻ പറഞ്ഞിട്ടു ണ്ടാവും, അല്ലേ?"

"ഇല്ല, കൃത്യസമയമൊന്നും പറഞ്ഞിട്ടില്ല."

"പറഞ്ഞിട്ടുണ്ട് മിസ്റ്റർ, പറഞ്ഞിട്ടുണ്ട്"- ശശിപദൻ ചിരിച്ചുകൊണ്ടു പറഞ്ഞു "നിങ്ങൾ പുറത്തുപറയാൻ മടിച്ചാലെന്ത്, എനിക്കറിയാമല്ലോ. കുറച്ചു പണംകൊണ്ട് കൂടുതൽ പണി ചെയ്യിക്കാനാണ് മൂപ്പരുടെ പ്ലാൻ. രണ്ടുദിവസം കഴിഞ്ഞാൽ എന്തെങ്കിലും ഒരു കളവു പറഞ്ഞ് എന്നെ ഇവി ടന്നു തഴയും, ആ കുറുക്കനെ എനിക്കറിയില്ലേ? നാൽപ്പത്തഞ്ചു വയസായി. അവസാനം കുഞ്ഞുകുട്ടികളോടൊപ്പം വഴിയാധാരമാവുമെന്നാണ് തോന്നുന്നത്, ഞാൻ."

ഏതാനും സമയം കഴിഞ്ഞ് ഇന്ദ്രജിത് നോക്കിയ ഒരു പ്രൂഫ് എടു ത്തുകൊണ്ട് നിവാരണൻ വന്നു "എന്താണിങ്ങനെ തിരിച്ചും മറിച്ചും മാർ ക്കുചെയ്തിരിക്കുന്നത് മിസ്റ്റർ! കമ്പോസിറ്റർമാർക്കു മനസിലാവുന്നില്ല. നടുവിലുള്ള എകാരം അറ്റത്തുള്ള അകാരം ഒക്കെ വിട്ടു. പൊട്ടിയ ടൈപ്പു മാറ്റാൻ നിർദേശിച്ചിട്ടില്ല. ഇതാണ് പ്രൂഫ് നോട്ടം? ഇതിനുമുമ്പ് എങ്ങും ജോലി നോക്കിയിട്ടില്ല എന്നു തോന്നുന്നു?"

പ്രൂഫ് നിവാരണന്റെ കൈയിൽനിന്ന് ശശിപദൻ തട്ടിപ്പറിച്ചു എന്നു വേണം പറയാൻ. "നോക്കട്ടെ, നോക്കട്ടെ, തരൂ, ഞങ്ങൾ ശരിയാക്കാം, നിങ്ങൾ ഒട്ടും വിചാരപ്പെടേണ്ട നിവാരണാ!"

കണ്ണട ഒന്നു തുടച്ചു മൂക്കിൽവച്ച് മേശയിലേക്കു കുനിഞ്ഞു ശശിപദൻ. പ്രൂഫ് വായിക്കുന്നതോടൊപ്പംതന്നെ അയാൾ പിറുപിറുത്തുകൊണ്ടിരുന്നു "അയ്യേ; അക്ഷരത്തെറ്റുകൾ വരെയുണ്ടല്ലോ, കഷ്ടം! വലിയ വലിയ ആളുകൾ മാത്രമേ കണ്ണുംപൂട്ടി ഒപ്പിടുള്ളൂ മിസ്റ്റർ! പ്രൂഫ് റീഡർ കോപ്പിയോടൊപ്പം ലൈൻ ബൈ ലൈൻ നോക്കി വായിക്കണം. ഇതൊക്കെ പതുക്കെ ചെയ്യേണ്ട പണിയാണ്. വേഗം ഓടിയെത്തി നല്ല പേരു കേൾപ്പിക്കാനുള്ള മോഹമുണ്ട്, പക്ഷേ, എടുക്കേണ്ട പണി വേണ്ടപോലെ പഠിക്കണമെന്ന് ഒട്ടാഗ്രഹവുമില്ല."

മൂന്നാംദിവസം കുറച്ചു വൈകിയിട്ടേ ജോലിക്കു പോകയുള്ളൂ എന്നു തീരുമാനിച്ചു. തലേന്നാൾ ശശിപദൻ പറഞ്ഞതെല്ലാം കേട്ട് അയാളുടെ മനസ്സ് വല്ലാതെ വിഷമിച്ചുപോയിരുന്നു. നേരല്ലോ അധികം പണിയെടുക്കേണ്ട കാര്യമെന്ത്? ശശിപദന്റെ പണി കുമ്പിളിലാക്കാനാണ് താൻ കയറിപ്പറ്റിയിരിക്കുന്നതെന്ന് അയാൾക്കു തെറ്റിദ്ധാരണയുണ്ടെങ്കിൽ അതു നീക്കുകതന്നെ വേണം. ഒന്നിച്ചു പണിയെടുക്കേണ്ടവർ മനോമാലിന്യം നന്നായിരിക്കില്ല, തമ്മിൽ. എന്നല്ല ശശിപദനോട് തനിക്ക് യാതൊരു വിരോധവുമില്ല. പ്രായമായി ശശിപദന്, കുട്ടികളും കാണും ധാരാളം. കുടുംബത്തെ ചൊല്ലി വല്ലാതെ വേവലാതിപ്പെടുന്നുണ്ടാവും. അതിനാൽ എല്ലാത്തിലും സ്വാർഥം കാണുകയാവും. എല്ലാത്തിനെയും ചെറുതായിക്കാണുകയാവും ഈ അളവുകോലിൽ. ഈ തെറ്റിദ്ധാരണ മാറ്റണം.

ചെന്നു നോക്കി—പ്രഭാകരബാബുവുണ്ട് ഇരിക്കുന്നു. അയാളെ കണ്ടപ്പോൾ ഉടൻ വാച്ചിലേക്കു നോക്കി "ഇപ്പോൾ വരുന്നേയുള്ളൂ? വേഗം ഒന്നു നോക്കൂ, ഇതൊക്കെ മിസ്റ്റർ! ഇത് ഇന്നുതന്നെ പാർട്ടിയുടെ അടുക്കലേക്ക് ഞാൻ തന്നെ എത്തിക്കണം. ശശിപദബാബു ഇനിയും എത്തിയില്ല."

ഒന്നും പറയാതെ ഇന്ദ്രജിത് പ്രൂഫ് വായിക്കാനിരുന്നു. ഏതാനും നിമിഷം കഴിഞ്ഞ് പ്രഭാകരബാബു തിരിച്ചുവന്നു "കഴിഞ്ഞില്ലേ? ഇനിയും ബാക്കി? നിങ്ങൾ വളരെ സ്ലോവാണ്. തരൂ, ഇങ്ങോട്ട്, നിങ്ങൾ കോപ്പി പിടിച്ചോളൂ."

പ്രൂഫ് വായിക്കുന്നതിനിടയ്ക്ക് പ്രഭാകരബാബു പെട്ടെന്നു പറഞ്ഞു "നിങ്ങൾ ദിവസവും കുറച്ചു നേരത്തെ വന്നാൽ നന്നായിരുന്നു, ഇന്ദ്രജിത് ബാബു. അതുകൊണ്ട് പണിയെളുപ്പമാവും. ശശിപദബാബു വൈകിയിട്ടേ വരുള്ളൂ. വൃദ്ധൻ–ഒന്നും പറയാറില്ല ഞാൻ. രണ്ടുപേരും അൺപംചൽ ആയാൽ പറ്റുമോ?"

വൈകുന്നേരം പ്രഭാകരബാബു തിരിച്ചുവന്നപ്പോൾ മുഖം തെളിഞ്ഞു. പ്രകൃതം പഴയപടിതന്നെയായിരുന്നു. നല്ല കാര്യമായ എന്തോ ഓർഡർ സമ്പാദിച്ചുവരികയാണെന്നു സ്പഷ്ടം.

എവിടന്നു സമ്പാദിച്ചു ധൈര്യമെന്നറിയില്ല. നേരത്തേകൂട്ടി ഉറപ്പിച്ചു വെച്ചിരുന്ന കാര്യം ഇന്ദ്രജിത് പറയുകതന്നെ ചെയ്തു "എനിക്കു കുറച്ചു പണം അഡ്വാൻസ് തരണം."

പുരികം ചുളിച്ച പ്രഭാകരബാബു കുറെനേരം ഇളകാതെ നോക്കി നിന്നു. മേശമേൽ പെൻസിൽകൊണ്ട് ഒന്നുരണ്ടുതവണ കുത്തിയിട്ടു പറഞ്ഞു "അഡ്വാൻസ് തരുന്ന സമ്പ്രദായം ഇവിടെയില്ല. അതുമല്ല, നിങ്ങൾ ഇവിടെ വന്നിട്ടു ദിവസം വെറും മൂന്നേ ആയിട്ടുള്ളു. അതെന്തുമാകട്ടെ, ആവശ്യപ്പെട്ട സ്ഥിതിക്ക് അത്യാവശ്യം കൊണ്ടാവുമെന്നു വിചാരിക്കുന്നു." കീശയിൽനിന്ന് ഒരു പത്തുരൂപ നോട്ടെടുത്തു നീട്ടിയിട്ടു പറഞ്ഞു "നിങ്ങൾ പുതിയ ആളാണ്, അതുകൊണ്ട് കിട്ടുന്നതാണ്. പക്ഷേ, ഇത് ഒരു കീഴ്വഴക്കമായി നിങ്ങൾ എടുക്കരുത്. ഞാൻ നിങ്ങൾക്കു കടം തന്നതാണെന്നു കൂട്ടിയാൽ മതി. അഡ്വാൻസ് സമ്പ്രദായം തീരെ കൊള്ളില്ല മിസ്റ്റർ!"

"പത്ത്."

ശശിപദൻ ഇന്ദ്രജിത്തിന്റെ പുറം കൊട്ടി ശരിതന്നെ. പക്ഷേ, ഈർഷ്യാക്ലിഷ്ടമായ സ്വരത്തിൽ പറയാൻ തുടങ്ങി "നിങ്ങളെ അയാൾക്കു കണ്ണിൽ പിടിച്ചു എന്നു പറയാതെ തരമില്ല. എന്റെ കുട്ടിക്ക് ടൈഫോയിഡ് പിടികൂടി. കാലുപിടിച്ചു കരഞ്ഞുനോക്കി, ഒറ്റപൈസ കിട്ടിയില്ല."

കാലിലെ ചെരിപ്പ് തേഞ്ഞു ബാക്കിയില്ല എന്ന ദിക്കായിരിക്കുന്നു. ഇന്ദ്രജിത് ഒരു ജോഡി ചെരുപ്പു വാങ്ങി. പീടികയിൽനിന്ന് ഇറങ്ങി വരുമ്പോൾ പെട്ടെന്ന് ഷോകേസിൽ നോട്ടം തറച്ചു. മസ്ലിനിൽ കസവുപണി ചെയ്താരു ജോഡി ചെരിപ്പ്. കുറെ നാളായി കാണുന്നു നീലയുടെ കാലിൽ ചെരിപ്പില്ല. കൊതി തോന്നി. വില നോക്കി, നാലരരൂപ. കൈയിലുള്ള ഈ ഏതാനും രൂപയാണ് ആകെ ബലം. ഒരു തീരുമാനത്തിലെത്താൻ കഴിഞ്ഞില്ല. കുറെ ദൂരത്തോളം ചെന്ന് വീണ്ടും മടങ്ങിച്ചെന്ന് പീടികക്കാരനോട് ചെരുപ്പ് എടുത്തുകൊടുക്കാൻ പറഞ്ഞു. നീലയ്ക്ക് കാലിൽ പാകമാവും എന്ന് കണ്ണുകളാൽ മതിച്ചു. അയാൾക്കുവേണ്ടി നീല എന്തൊക്കെ ചെയ്യുന്നു? അതു നോക്കുമ്പോൾ ഇതു സാരമില്ല. കർത്തവ്യം മാത്രം. നീലയുടെ അത്യാനന്ദത്തെ മനസാലെ കണ്ടുകൊണ്ട് അയാൾ തെരുവിന്റെ മുഖപ്പിലെത്തി. കീശയിൽ ഇനി രണ്ടിച്ചിലാനം രൂപമാത്രം ബാക്കി. ഇരുപത്തഞ്ചുരൂപ ശമ്പളത്തിൽനിന്ന് പത്തുരൂപ ചെലവായിക്കഴിഞ്ഞുവെന്നർഥം.

പണം വളരെ കുറവ്—ഇന്ദ്രജിത് ചിന്തിക്കുവാൻ തുടങ്ങി—ജീവിതം പുതിയതായി കെട്ടിപ്പടുത്തുകൊണ്ടുവരണം. വെറും ഇരുപ്പത്തഞ്ചുരൂപ മാത്രമാണ് അതിനുള്ള ഭിത്തി.

www.ingramcontent.com/pod-product-compliance
Lightning Source LLC
LaVergne TN
LVHW090405051026
849518LV00006B/2241